प्रस्तावना

सावित्रीबाई फुले पुणे विद्यापीठाच्या एम.कॉम. या शैक्षणिक वर्षासाठीच्या अभ्यासक्रमात या वर्षापासून सुधारणा करण्यात आली आहे. नवीन शैक्षणिक धोरण २०२० ची अंमलबजावणी करण्यात आली आहे. 'औद्योगिक अर्थशास्त्र' या पेपरच्या अभ्यासक्रमात करण्यात आलेल्या सुधारणांची ऑगस्ट २०२३ पासून अंमलबजावणी होत आहे. या सुधारित अभ्यासक्रमासाठी उपयुक्त असलेले पुस्तक आपल्या हाती देताना विशेष आनंद होत आहे. औद्योगिक अर्थशास्त्र याबाबत अनेक संदर्भ ग्रंथ प्रकाशित झालेले आहेत. मात्र, हे पुस्तक औद्योगिक अर्थशास्त्रवर प्रकाश टाकणारे उपयुक्त पुस्तक आहे.

प्रस्तुत पुस्तकाच्या सुरूवातीला औद्योगिक अर्थशास्त्राची संकल्पना सविस्तर स्पष्ट करण्यात आली आहे. त्याचप्रमाणे औद्योगिक संयोगीकरण, उत्पादकता आणि कार्यक्षमतेची संकल्पना, वृद्धीची संकल्पना, सार्वजनिक आणि खासगी क्षेत्रातील उद्योग १९९१ नंतर उद्योगांचे वर्गीकरण याबाबत स्पष्टता देण्यात आली आहे. दुसऱ्या प्रकरणात औद्योगिक स्थाननिश्चिती, त्याचे सिद्धांत, असंतुलित वाढीचा हिर्शमन सिद्धांत, भारतातील प्रादेशिक औद्योगिक असमतोल याची माहिती देण्यात आली आहे. औद्योगिक वित्तपुरवठा, परकीय भांडवल, मोठ्या उद्योगांना वित्तपुरवठा करण्याबाबत सद्यकालीन प्रवाह, सूक्ष्म, लघु, उद्योगांना वित्तपुरवठा करण्याबाबत सद्यकालीन प्रवाह याबाबत तिसऱ्या प्रकरणात विवेचन करण्यात आले आहे. फार्मास्युटिकल उद्योग, पेट्रोकेमिकल आणि केमिकल उद्योग, इलेक्ट्रॉनिक उद्योग, सॉफ्टवेअर उद्योग, सहकारी उद्योग, कृषी आधारित आणि वन उद्योग, अन्न प्रक्रिया उद्योग, बांधकाम उद्योग याबद्दल चौथ्या प्रकरणात आढावा घेण्यात आला आहे. एकूणच औद्योगिक अर्थशास्त्राची माहिती पुरविणारे हे एक उपयुक्त पुस्तक आहे.

पुस्तक लेखनासाठी अनेक संदर्भ ग्रंथांची मदत झाली. पुस्तक लेखनाच्या बाबतीत महाविद्यालयाचे प्राचार्य, व्यवस्थापन सदस्य, सहकारी प्राध्यापक व प्राध्यापकेतर कर्मचारी, अभ्यासमंडळ सदस्य, विविध ग्रंथालयाचे ग्रंथपाल, विविध महाविद्यालयातील प्राध्यापक मित्र यांचे सहकार्य व प्रोत्साहन मिळाले. संदर्भ ग्रंथांच्या लेखकांसहीत इतर सर्वांविषयी आम्ही कृतज्ञता व्यक्त करतो. तसेच पुस्तकाचे प्रकाशक डॉ. राजेश पाटणे व सौ. विद्या पाटणे आणि सक्सेस पब्लिकेशन मधील कर्मचारी वर्ग यांच्याविषयी देखील आम्ही कृतज्ञता व्यक्त करतो.

With best wishes.

By Author

Syllabus

M. Com. (Sem. - I)

Industrial Economics (Course Code 60102 A)

Unit	Contents	Lecture
1.	**Introduction to Industrial Economics** **1.** Meaning, Nature and Scope of Industrial Economics **2.** Need and Significance of Industrial Economics **3.** Concept of Productivity and Efficiency **4.** Concept of Composition and Growth - Structural Transformation of Public Sector Industries and Private Sector Industries **5.** Classification of Industries after 1991 **6.** Role of Agro Industries after 1991 **7.** Changing Role of Public Sector and Private Sector Industries and their Problems. **8.** Industrial Combinations- Causes, Mergers, Amalgamation and Acquisition	**15**
2.	**Industrial Location and Regional Development** **1.** Factors Affecting Location of Industries **2. Theories of Industrial Location :** **a)** Alfred Weber's Theory **b)** Sergeant Florence Theory **c)** Matrix Theory of Industrial Location **3. Industrial Imbalance :** **a)** Need for Balanced Regional Development **b)** Causes of Industrial Imbalance **c)** Measures for Solving Industrial Imbalance **4.** Hirschman Theory of Unbalanced Growth **5. Regional Industrial Imbalance in India:** **a)** Extent of Regional Industrial Imbalance **b)** Government Policy for Balanced Regional Industrial Development.	**15**

3.	**Industrial Finance and Policy** **1. Sources of Industrial Finance:** **a)** Types of Internal Sources of Finance **b)** Types of External Sources of Finance **2.** Institutional Finance- Role and Contribution of IDBI, SFCs, SIDBI, NABARD and EXIM Bank **3. Foreign Capital:** **a)** Institutional Foreign Capital- International Development Agency (IDA), International Financial Corporation (IFC), Asian Development Bank (ADB), BRICS Bank **b)** External Commercial Borrowings- American Depositary Receipt (ADR), Global Depositary Receipt (GDR) **4.** Recent Trends in Financing Large Scale Industries **5.** Recent Trends in Financing MSMEs (MUDRA, Startup Loan, Crowd Funding)	15
4.	**Major Industries in Maharashtra: Working, Problems and Progress** **1.** Pharmaceutical Industries **2.** Petrochemical and Chemical Industries **3.** Electronics Industries **4.** Software Industries **5.** Cooperative Industries **6.** Agro Based and Forest Industries **7.** Food Processing Industries **8.** Construction Industries	15

❖ अनुक्रमणिका ❖

प्रकरण १

औद्योगिक अर्थशास्त्राची ओळख

- १.१ औद्योगिक अर्थशास्त्र
- १.२ उत्पादकता आणि कार्यक्षमतेची संकल्पना
- १.३ सरंचना आणि वृद्धीची संकल्पना
- १.४ सार्वजनिक क्षेत्रातील उद्योग
- १.५ खासगी क्षेत्रातील उद्योग
- १.६ १९९१ नंतर उद्योगांचे वर्गीकरण
- १.७ १९९१ नंतर कृषी उद्योगांची भूमिका
- १.८ औद्योगिक संयोगीकरण

प्रस्तावना :

अर्थशास्त्र हे एक सामाजिक शास्त्र आहे. मानवाच्या अमर्याद गरजा आणि दुर्मिळ परंतु पर्यायी उपयोगाची साधने यांची सांगड घालताना निर्माण होणाऱ्या आर्थिक समस्या आणि या समस्याची सोडवणूक या विषयीचा अभ्यास यात केला जातो. वस्तुत: अर्थशास्त्र हे आधुनिक सामाजिक शास्त्र असले तरी प्राचीन काळापासून सातत्याने अर्थशास्त्राचा अभ्यास केला जात आहे. तसेच काळानुरूप आणि समस्यानुरूप अर्थशास्त्राच्या अभ्यासात सुधारणा होत आहे. किंबहुना त्यांनाच अर्थशास्त्राच्या शाखा असेही संबोधले जाते. उदा. विकासाशी संबंधित समस्यांचा अभ्यास 'विकासाचे अर्थशास्त्र' या शाखेंतर्गत केला जातो तर कृषीविषयक आर्थिक अभ्यास 'कृषी अर्थशास्त्र' या शाखेंतर्गत केला जातो. उद्योगांविषयीचा आर्थिक समस्यांचा अभ्यास 'औद्योगिक अर्थशास्त्र' या स्वतंत्र शाखेद्वारा केला जातो.

१८ व्या शतकात इंग्लंडमध्ये औद्योगिक क्रांती घडून आली आणि औद्योगिक क्रांतीमुळे संपूर्ण जगाचा चेहरा बदलला. पारंपारिक उत्पादनपद्धती बंद पडून आधुनिक उत्पादन पद्धतीचा वापर केला जाऊ लागला. त्यामुळे औद्योगिक अर्थशास्त्राचे महत्त्व दिवसेंदिवस वाढू लागले. आज तर औद्योगिक विकास म्हणजेच आर्थिक विकास असे समीकरण तयार झाले आहे. त्यामुळे प्रत्येक राष्ट्र औद्योगिक विकास साध्य करण्यासाठी सर्वतोपरी प्रयत्न करीत आहे. भारतातही १९९१ नंतर 'नवीन आर्थिक धोरण कार्यक्रम' अंतर्गत जागतिकीकरण, उदारीकरण आणि खासगीकरणाच्या माध्यमातून औद्योगिक विकासासाठी कसून प्रयत्न केला जात आहे.

१.१ औद्योगिक अर्थशास्त्र :

औद्योगिक अर्थशास्त्र ही संकल्पना सुमारे पाच दशकापूर्वी पी. डब्ल्यू. एस. ॲन्ड्र्युज यांच्या लिखाणात स्वीकारली गेली. त्यानंतर ही संकल्पना अधिकाधिक लोकप्रिय होत गेली. अर्थशास्त्राच्या साहित्यात औद्योगिक अर्थशास्त्र ही शाखा विविध नावांनी ओळखली जाते. उदा. उद्योगांचे अर्थशास्त्र (Economics of Industries), उद्योगधंदा आणि व्यापार (Industry and Trade), वाणिज्य (Commerce), व्यावसायिक अर्थशास्त्र (Business Economics), इत्यादी. औद्योगिक अर्थशास्त्र ही अर्थशास्त्राची एक भिन्न अशी शाखा आहे. औद्योगिक अर्थशास्त्र व्यवसाय संघटना आणि उद्योग यांच्या समस्या तसेच त्यांचा समाजाशी असलेला संबंध यांच्याशी संबंधित आहे. औद्योगिक अर्थशास्त्र आपल्याला आपल्या अमर्याद इच्छा आणि मर्यादित संसाधने यांचा ताळमेळ कसा घालावा याची कल्पना देते.

१.१.१ अर्थ :

औद्योगिक अर्थशास्त्र ही सूक्ष्म अर्थशास्त्राची अशी शाखा आहे की ज्यामध्ये वित्तीय संस्था आणि उद्योग समूह व या दोहोंचा संपूर्ण समाजाशी असलेला संबंध तसेच यांना निर्माण होणारे आर्थिक समस्या यांचा अभ्यास केला जातो. औद्योगिक अर्थशास्त्र ही अर्थशास्त्राची एक वैशिष्ट्यपूर्ण शाखा आहे. ज्यात उद्योग समूह, वित्तीय संस्था यांच्या आर्थिक समस्यांची चर्चा (ऊहापोह) होतो. अर्थशास्त्रीय साहित्यामध्ये औद्योगिक अर्थशास्त्र हे काही सिमांत फरकाने विविध नावांनी ओळखले जाते जसे की, 'उद्योगांचे अर्थशास्त्र', 'उद्योग आणि व्यापार', 'औद्योगिक संघटना आणि धोरणे', 'वाणिज्य' आणि 'व्यवसाय अर्थशास्त्र' इत्यादी. 'औद्योगिक अर्थशास्त्र' ही संज्ञा पी.डब्ल्यू. एस्. ॲन्ड्युजच्या लेखनामधून घेतली गेली. अर्थात जरी हे नाव दिवसेंदिवस प्रसिद्ध होत गेले असले तरी काही लेखक विशेषतः अमेरिकन अर्थशास्त्रीय लेखक आजही 'औद्योगिक संघटना' हे विषयाचे नाव म्हणून पसंत करतात. अगदी आजपर्यंत ही या विषयाच्या नावावरती एकमत होवू शकलेले नाही. औद्योगिक अर्थशास्त्रामध्ये दोन विस्तीर्ण घटक आहेत. त्यापैकी पहिला आहे तो वर्णनात्मक घटक म्हणून ओळखला जातो जो विषयाचा माहिती देणारा आशय आहे. या पहिल्या घटकाचे उद्दिष्ट कारखानदार किंवा उद्योगपती यांना औद्योगिक आणि व्यावसायिक संघटनांचे ज्या त्याच्या स्वतःच्या देशातील आणि परदेशातल्या आहेत पण तो त्यांच्या संपर्कात येवू शकतो त्या सर्वांची इत्यंभूत माहिती पुरवणे हा आहे.

१.१.२ व्याख्या :

औद्योगिक अर्थशास्त्राच्या व्याख्या पुढीलप्रमाणे जाणून घेता येतील :

१) **पी. डब्ल्यू. एस. ॲन्ड्र्युज :**

"औद्योगिक अर्थशास्त्र ही अर्थशास्त्राची एक उपयोजित शाखा असून यात व्यवसायसंस्था (Firms) आणि उद्योगधंदे (Industries) यामधील आर्थिक समस्या आणि त्यांचा समाजाशी असलेला परस्परसंबंध या विषयीचा अभ्यास केला जातो."

२) **पेंग्विन अर्थशास्त्र शब्दकोष :**

"औद्योगिक अर्थशास्त्र ही उपयोजित अर्थशास्त्राची शाखा असून यात उद्योगांची रचना, व्यवस्थापन आणि मालकी हक्क यावर परिणाम करणाऱ्या घटकांचा अभ्यास केला जात असतो."

३) **हॅन्सन :**

''औद्योगिक अर्थशास्त्र ही अर्थशास्त्रीय विश्लेषणाची अशी एक संकल्पना आहे जी उद्योगाला लागू होते.''

अशा प्रकारे औद्योगिक अर्थशास्त्र ही अशी एक शाखा आहे जी सरकार कार्यपद्धती, ग्राहक आणि कामगार इत्यादींशी संबंधित आहे.

१.१.३ औद्योगिक अर्थशास्त्राचे स्वरूप :

औद्योगिक अर्थशास्त्राचे स्वरूप खालील मुद्यांच्या आधारे स्पष्ट करता येईल :

१) मूलभूत शैक्षणिक विषय :

औद्योगिक अर्थशास्त्र ही एक मूलभूत शैक्षणिक शाखा आहे आणि ते विज्ञानाच्या नियमांचे पालन करते. विज्ञान हे ज्ञानाचे पद्धतशीर शास्त्र आहे. ते स्वतःच्या पद्धतीनुसार चालवले जाते. हा मूलभूत शब्द मूलभूत आर्थिक समस्येच्या मानवी क्रियाकलापांच्या क्षेत्राशी संबंधित आहे. आर्थिक समस्या ही मानवतेला भेडसावणारी मूलभूत समस्या आहे. त्याच वेळी, हा एक शैक्षणिक विषय आहे जो चिकित्सक आणि वैज्ञानिक उपचारांना पात्र आहे. विज्ञान म्हणून त्यात सामान्यीकरण, कायदे आणि अंदाज यांचा समावेश होतो.

२) व्यवसाय प्रशासनाचे आर्थिक तर्क :

औद्योगिक अर्थशास्त्र व्यवसायाच्या प्रशासनाशी संबंधित आहे. असे करताना, ते सरावासाठी आर्थिक सिद्धांत आणि कार्यपद्धती लागू करते. दुसऱ्या शब्दांत, कोणताही निर्णय आर्थिक तर्काच्या आधारावर पारखून घ्यावा लागेल. उदाहरणार्थ, खर्च कमी करणारा, महसूल वाढवणारा किंवा बाजार वाढवणारा कोणताही बदल न्याय्य असेल. यालाच आर्थिक तर्क म्हणता येईल.

३) संसाधनांचे वाटप :

अर्थशास्त्रासमोरील प्रमुख आव्हानांपैकी एक म्हणजे संसाधनांचे इष्टतम वाटप होय. संसाधने भीतीदायक असल्यामुळे या संसाधनांचा शक्य तितका सर्वोत्तम वापर करण्याचे ध्येय ठेवले पाहिजे. कुटुंब, राष्ट्र किंवा फर्मला हे लागू होते. कोणत्याही व्यवसाय एककाच्या व्यवस्थापनाने त्याच्या विल्हेवाटीत जे काही मानवी आणि भौतिक संसाधने आहेत त्याचे असे वाटप निश्चितपणे केले पाहिजे. त्याच्या उत्पादनाच्या नफा आणि जाहिरातीसंबंधीच्या त्याच्या खर्चाचा आणि धोरणांचा अभ्यास करून, फर्मने हे उद्दिष्ट साध्य करण्याचा प्रयत्न केला पाहिजे. औद्योगिक अर्थशास्त्र खर्चांचे विश्लेषण करते, बाजाराच्या श्रेणींचे मूल्यांकन करते आणि सूक्ष्म आर्थिक चलांच्या निश्चितीमध्ये त्याच्या धोरणांमध्ये बदल करण्याचा प्रयत्न करते.

४) बाजार परिस्थिती :

बाजार हे एखाद्याची ताकद आजमावण्याचे क्षेत्र आहे. हे एक आव्हान तसेच फर्मची कार्यक्षमता सिद्ध करण्याची संधी आहे. त्यामुळे बाजाराचे ज्ञान शक्य तितके परिपूर्ण असले पाहिजे. बाजाराच्या श्रेण्यांच्या अभ्यासाद्वारे, औद्योगिक अर्थशास्त्र फर्मसाठी उपलब्ध असलेले विविध धोरण पर्याय सादर करते. हे किंमत आणि गैर-किंमत स्पर्धा, विक्री प्रोत्साहन आणि नफा आणि/किंवा विक्री वाढवण्यावरील मर्यादा यांच्या भूमिकांवर चर्चा करते.

५) समग्र परिप्रेक्ष :

एखाद्या फर्मला दिलेल्या अर्थव्यवस्थेच्या समग्र परिप्रेक्षामध्ये कार्य करावे लागते. त्याची संभावना एकूण उत्पन्न, उपभोग पद्धती आणि अर्थव्यवस्थेतील गुंतवणूक आणि बचत पातळींमधील प्रवाहांद्वारे नियंत्रित केली जाते. वाढत्या उत्पन्नाच्या पातळीसह वाढणारी अर्थव्यवस्था वाढत्या संधी प्रदान करतेसमग्र धोरणे या संधी मर्यादित करू शकतात किंवा वाढवू शकतात. औद्योगिक अर्थशास्त्र सामान्यतः सरकारद्वारे वापरल्या जाणाऱ्या धोरणात्मक साधनासह समग्र-अर्थव्यवस्थेचे स्वरूप आणि कार्यप्रणाली विचारात घेते.

६) नफा आणि किंमत :

नफा हे एकाच वेळी उद्दिष्ट असते तसेच फर्मच्या कार्यक्षमतेची चाचणी असते. औद्योगिक अर्थशास्त्र त्यांच्या सर्व पैलूंमध्ये नफ्याचा अभ्यास करते. परंतु नफ्याचा उदय हा अंशतः कंपन्यांनी निर्धारित केलेल्या किंमतीच्या पद्धतींवर अवलंबून असतो. म्हणून या पद्धतींचा औद्योगिक अर्थशास्त्राद्वारे अभ्यास केला जातो.

७) निर्णय घेण्याचा आधार :

औद्योगिक अर्थशास्त्र आर्थिक वातावरणाचा आणि समग्र-स्तरीय नियोजनाचा अभ्यास करून, निर्णय घेण्यास आधार प्रदान करते. हे निर्णय शास्त्रोक्त पद्धतीने घेतले जातात. शोधाचे निकष औद्योगिक अर्थशास्त्राद्वारे प्रदान केले जातात. जसे की समतोल स्थिती अमूर्त आहे आणि व्यवहारात लागू करताना त्यात बदल करणे आवश्यक आहे. अमूर्त प्रतिमानाचे स्वरूप दर्शविल्यानंतर औद्योगिक अर्थशास्त्र अशा बदलांना देखील सूचित करते.

१.१.४ औद्योगिक अर्थशास्त्राची व्याप्ती :

औद्योगिक अर्थशास्त्राच्या अभ्यासाचे वरीलप्रमाणे एकूण सहा विभाग आहेत. उत्पादन म्हणजे उपयोगितेची निर्मिती होय. औद्योगिक उत्पादनात भौतिक (material) तसेच अभौतिक (immaterial) वस्तू व सेवांचा समावेश होतो. उत्पादनविषयक विश्लेषण करण्यासाठी पारंपरिक व आधुनिक सिद्धान्ताची मदत होते. विविध उद्दिष्टांची निश्चिती करून ते साध्य करण्यासाठी प्रयत्न केले जातात. औद्योगिक उत्पादनात सहभागी होणाऱ्या सर्व घटकांच्या कामाचा मोबदला व त्याची निश्चिती याविषयीचा अभ्यास 'वितरण' या विभागाद्वारे होतो. भूमी, श्रम, भांडवल, संयोजक व व्यवस्थापन या पाच प्रमुख घटकांचा मोबदला व त्यांची निश्चिती 'वितरणाचे सिद्धान्त' यात अभ्यासता येते. उपभोग या संकल्पनेद्वारा गरजांची उत्पत्ती, स्वरूप, वैशिष्ट्ये, नियम आणि न्युनतम खर्चातून महत्तम समाधान प्राप्त करण्यासाठीचे प्रयत्न याविषयी अभ्यास केला जातो. औद्योगिक उत्पादनाचे वस्तूविनिमय, देशी व्यापार व आंतरराष्ट्रीय व्यापार, व्यापारविषयक धोरणे याविषयीचा अभ्यास 'विनिमय' या विभागाद्वारे केला जातो. गुंतवणूक म्हणजे भांडवल निर्मितीची प्रक्रिया होय. उत्पादन आधिक्य म्हणजे गुंतवणूक असे सर्वसाधारणपणे संबोधिले जाते. वस्तूसुची गुंतवणूक, स्थिर मालमत्तेच्या रूपातील गुंतवणूक, स्थूल गुंतवणूक व निव्वळ गुंतवणूक अशी गुंतवणुकीची विविध रूपे आहेत तर 'राजकोषीय व्यवहार' या विभागाद्वारे उद्योगांशी संबंधित करविषयक धोरणे, आयात-निर्यात धोरणे, मौद्रिक धोरणे, राजकोषीय धोरणे, औद्योगिक धोरणे, पतधोरणे, बँकिंग धोरणे इत्यादी शासकीय धोरणांचा अभ्यास केला जातो. औद्योगिक अर्थशास्त्राची व्याप्ती खालील मुद्यांच्या साहाय्याने स्पष्ट करता येईल.

१) विपणन संरचनेचे घटक :

औद्योगिक अर्थशास्त्रामध्ये विपणन संरचनेच्या घटकांचा सखोल अभ्यास केला जातो. यामध्ये व्यवसाय संस्था, उद्योग, विपणन, विपणन संरचना, औद्योगिक संरचना इत्यादींसारख्या संकल्पनांचा अभ्यास केला जातो.

२) सिद्धान्त :

औद्योगिक अर्थशास्त्रात किंमत सिद्धान्त आणि व्यवसायाचे आकारमान यांसारख्या सिद्धान्ताचा अभ्यास केला जातो. व्यवसायाचे आकारमान ठरविताना अनेक घटकांचा विचार करावा लागतो. या सर्व घटकांचा विचार औद्योगिक अर्थशास्त्रात केला जातो. हे अर्थशास्त्र अनुयायी अनुकूलता आणि एकाच उद्योगामध्ये छोट्या आणि मोठ्या व्यवसाय संस्था कशा अस्तित्वात येतात याचा अभ्यास करते. यामध्ये इष्टतम व्यवसाय संस्था या संकल्पनेचाही अभ्यास केला जातो.

३) स्थान निश्चिती :

औद्योगिक अर्थशास्त्रात व्यवसाय संस्थेची स्थान निश्चिती हा निर्णय प्रक्रियेतील अत्यंत महत्त्वाचा घटक अभ्यासाला जातो. यामध्ये स्थान निश्चितीचे सिद्धान्त, स्थान निश्चितीवर परिणाम करणारे घटक तसेच उद्योगांची स्थान निश्चिती आणि औद्योगिक वसाहती या संदर्भातील सरकारी धोरणांचा अभ्यास केला जातो.

४) सार्वजनिक क्षेत्राची भूमिका :

नवीन औद्योगिक धोरणाने उद्योगातील सार्वजनिक क्षेत्राची भूमिका पुनश्च निश्चित केली आहे. यामध्ये या क्षेत्राचे महत्त्व थोडे कमी केले आहे. पूर्वी या क्षेत्रासाठी राखीव असलेली उद्योगाची क्षेत्रे आता खासगी उद्योगांना

खुली करण्यात आली आहेत. औद्योगिक अर्थशास्त्रामध्ये या नवीन धोरणाचा सखोल अभ्यास केला जातो.

सरकारने या सार्वजनिक क्षेत्रातील आपली गुंतवणूक कमी करण्याच्या हेतूने निर्गुंतवणूक धोरण जाहीर केलेले आहे. या सर्वांचा अभ्यास औद्योगिक अर्थशास्त्रात केला जातो.

५) एम. आर. टी. पी. कायदा :

ज्या व्यवसाय संस्थाच्या मत्ता १०० करोडपेक्षा जास्त किमतीच्या असतात अशा व्यवसाय संस्थांना एम.आर. टी.पी. संस्था असे संबोधले जाते. मक्तेदारी रोखण्याच्या दृष्टीने अशा व्यवसाय संस्थांचे नियमन कडक असते तसेच त्यांच्यावर कडक नियंत्रणही असते. मात्र नवीन औद्योगिक धोरणामुळे हे नियमन आणि नियंत्रण शिथिल केले गेले आहे. या विषयाचा अभ्यासही औद्योगिक अर्थशास्त्राचा अभ्यास विषय आहे.

६) परकीय गुंतवणूक :

औद्योगिक अर्थशास्त्रामध्ये व्यवसायातील परकीय गुंतवणुकीचा सखोल अभ्यास केला जातो. नवीन औद्योगिक धोरणामध्ये परकीय गुंतवणूक धोरणामध्ये काही बदल केले आहेत. काही विशिष्ट उद्योगांमध्ये ५१ टक्क्यांपर्यंत थेट परकीय गुंतवणुकीला परवानगी देण्यात आली आहे. ज्या उद्योगांमध्ये मोठ्या प्रमाणावर गुंतवणुकीची, प्रगत तंत्रज्ञानाची गरज असते तसेच ज्या उद्योगांना अग्रक्रम असतात अशा उद्योगांना असा फायदा दिला जातो. औद्योगिक अर्थशास्त्रामध्ये या सर्व बाबींचा अभ्यास केला जातो.

७) परकीय तंत्रज्ञान :

परकीय तंत्रज्ञान आयात करण्यातही काही सूट / सवलती दिल्या आहेत. उच्च अग्रक्रम उद्योगांसंदर्भात तंत्रज्ञान करारांसाठी सरकारची मंजुरी आपोआपच मिळते. भारतीय उद्योगात परकीय तंत्रज्ञांना बोलविण्यासाठी परवानगीची गरज नसते. याचाही अभ्यास औद्योगिक अर्थशास्त्रात केला जातो.

८) औद्योगिक उत्पादकता व कार्यक्षमता :

औद्योगिक अर्थशास्त्रामध्ये औद्योगिक उत्पादकता हा महत्त्वाचा अभ्यासविषय असतो. औद्योगिक उत्पादकता मोजणे, त्याची मोजमापे, उत्पादकता कमी असल्यास त्याची कारणे शोधणे त्यावर उपाय शोधणे / सुचविणे यासारखे विषय हाताळले जातात. औद्योगिक अर्थशास्त्रात औद्योगिक कार्यक्षमता तपासली जाते. त्याचे मूल्यमापन करुन कार्यक्षमता वाढविण्यासाठी योग्य ती पावले उचलली जातात.

९) औद्योगिक संबंध :

कामगार आणि व्यवस्थापन यांच्यातील संबंधाचा औद्योगिक कार्यक्षमतेवर मोठ्या प्रमाणावर परिणाम होतो. त्यामुळे औद्योगिक अर्थशास्त्रामध्ये औद्योगिक संबंधांच्या विविध अंगांचा अभ्यास केला जातो. यामध्ये औद्योगिक कलह, किमान वेतन, सामूहिक सौदेबाजी, कामगार संघटना या विषयांचा समावेश होतो. या अभ्यासात कामगार कल्याण आणि कामगारांचा व्यवस्थापनातील सहभाग इत्यादी विषय अभ्यासले जातात.

१०) वैविध्यीकरण आणि औद्योगिक सहयोग संयोग :

औद्योगिक अर्थशास्त्रामध्ये वैविध्यीकरणाचे विविध पैलू अभ्यासले जातात म्हणजेच, वैविध्यीकरण का, कसे आणि किती करायचे हे ठरविले जाते. तसेच औद्योगिक अर्थशास्त्र विविध प्रकारच्या औद्योगिक संयोगांचे प्रकार अभ्यासते. उदा. व्यवस्थापन हाती घेणे, एकत्रीकरण इत्यादी.

११) औद्योगिक आजारपण :

औद्योगिक विकासामध्ये औद्योगिक आजारपण ही महत्त्वाची समस्या आहे. त्यामुळे औद्योगिक अर्थशास्त्र औद्योगिक आजारपणाच्या विविध अंगाचे विश्लेषण करते. उदा. आजारपणाची कारणे, परिणाम, ते दूर करण्यासाठी उपाययोजना, कामगारांचा विरोध इत्यादी.

अशा प्रकारे औद्योगिक अर्थशास्त्र ही अर्थशास्त्राची अशी शाखा आहे ज्यामध्ये अर्थशास्त्राच्या सर्व अंगाचा अभ्यास केला जातो.

१.१.५ औद्योगिक अर्थशास्त्राची गरज :

औद्योगिक अर्थशास्त्रामध्ये उपभोक्ता, उत्पादक, कामगार, श्रमिक, औद्योगिक आदानांचे पुरवठाकर्ते आणि सरकार इत्यादी घटकांना अनुसरुन अभ्यास केला जातो. या सर्वांच्या संदर्भातील सर्व अंगाचा सखोल अभ्यास करण्यासाठी औद्योगिक अर्थशास्त्राचा अभ्यास करणे गरजेचे असते. औद्योगिक अर्थशास्त्राच्या अभ्यासाची गरज खालील मुद्द्यांच्या साहाय्याने स्पष्ट करता येईल.

१) निर्णय प्रक्रिया :

औद्योगिक अभ्यासामध्ये निर्णय प्रक्रिया या अत्यंत महत्त्वाच्या विषयाचा अभ्यास केला जातो. संसाधनांच्या दुर्मीळतेमुळे औद्योगिक अर्थशास्त्राचा अभ्यास महत्त्वाचा ठरतो. कारण या दुर्मीळ संसाधनांचा योग्य वापर करण्याच्या दृष्टीने औद्योगिक अर्थशास्त्राची मदत होते. दीर्घकालीन व्यावसायिक निर्णय प्रक्रियेची निश्चिती करताना औद्योगिक अर्थशास्त्राची मोलाची मदत होते कारण या अर्थशास्त्रामध्ये या सर्व बाबींचा विविधांगाने अभ्यास केला जातो. निर्णय प्रक्रियेमध्ये किंमत निश्चिती, उत्पादनाची तंत्रे, बाजारपेठ विश्लेषण, औद्योगिक संयोग इत्यादी संदर्भातील निर्णयांचा समावेश होतो. हे निर्णय घेण्यासाठी पर्याप्त माहितीची गरज असते. ती माहिती औद्योगिक अर्थशास्त्राच्या अभ्यासामुळे प्राप्त होऊ शकते.

२) सिद्धान्ताचा अभ्यास आणि त्यांचा उपयोग :

सूक्ष्म अर्थशास्त्रातील पायाभूत सिद्धान्ताचे व त्यातील तत्त्वांचे उपयोजन औद्योगिक अर्थशास्त्राच्या अभ्यासाने शक्य होते. उद्योग क्षेत्रात अनेक सिद्धान्त प्रचलित आहेत. या सिद्धान्ताचा बारकाईने अभ्यास करणे गरजेचे असते. या सिद्धान्ताचा योग्य उपयोग करता आला पाहिजे. त्यासाठी त्यांचे सखोल अध्ययन गरजेचे असते जे औद्योगिक शास्त्राच्या अभ्यासामुळे शक्य होते.

३) औद्योगिक धोरण निश्चिती व सूत्रीकरण :

औद्योगिक धोरणांबाबत सखोल माहिती असणे गरजेचे असते. औद्योगिक अर्थशास्त्रामध्ये अशी धोरण निश्चिती, तिच्या मागील कारणमीमांसा, धोरणातील तरतुदी धोरणाचे सूत्रीकरण इत्यादींचे विवेचन केले जाते. सरकार उद्योग क्षेत्राच्या बाबतीत आपले धोरण वेळोवेळी निश्चित करीत असते. उद्योजकांना तसेच इतरांना या धोरणाचे ज्ञान असणे व्यावसायिक यशासाठी आवश्यक असते. औद्योगिक अर्थशास्त्र धोरणांच्या संदर्भातील विविध बाबींचा सखोल अभ्यास करते. त्यामुळे औद्योगिक अर्थशास्त्राचा अभ्यास अपरिहार्य ठरतो.

४) अस्तित्वात असणाऱ्या प्रणालीचे ज्ञान :

अस्तित्वात असणाऱ्या उद्योग प्रणालीचे ज्ञान असणे आवश्यक असते. औद्योगिक अर्थशास्त्रामध्ये प्रचलित उद्योग प्रणालीचा सखोल अभ्यास केला जातो. त्यामुळे ही प्रणाली समजावून घेण्यासाठी औद्योगिक अर्थशास्त्राचा अभ्यास महत्त्वाचा ठरतो.

५) औद्योगिक संबंधांचे ज्ञान :

औद्योगिक अर्थशास्त्रामध्ये औद्योगिक कलह, किमान वेतन, सामूहिक सौदेबाजी, कर्मचारी संघटना इत्यादींसारख्या औद्योगिक संबंधांच्या विविध अंगांचा अभ्यास केला जातो. तसेच यामध्ये कामगार कल्याण आणि कामगारांचा

व्यवस्थापनात सहभाग जो आजच्या औद्योगिक जगताचा आवश्यक घटक आहे, त्याचा अभ्यास केला जातो. औद्योगिक संबंधांच्या या विविध बाजू समजून घेण्यासाठी औद्योगिक अर्थशास्त्राचा अभ्यास करणे गरजेचे आहे.

उत्पादनांच्या निर्मितीपासून ते उपभोक्त्याच्या हातात जाण्यापर्यंतच्या प्रवासात येणाऱ्या प्रत्येक टप्प्यांचे विश्लेषण औद्योगिक अर्थशास्त्रात महत्त्वाचे ठरते. म्हणून औद्योगिक अर्थशास्त्राचा सर्व बाजूने व सर्व टप्प्यांचा या विषयात अभ्यास करणे गरजेचे असते.

१.१.६ औद्योगिक अर्थशास्त्राचे महत्त्व :

आजच्या युगात औद्योगिक अर्थशास्त्राचा अभ्यास महत्त्वाचा ठरतो आहे. अर्थव्यवस्था आणि औद्योगिकरण या दोन्ही गोष्टीचा एकमेकांवर होणारे प्रभाव अभ्यासणे महत्त्वाचे असते. भूतकाळातील अनेक परिमाणांचा अभ्यास करून भविष्यातील स्थिती, स्थित्यंतरांचे विश्लेषणे यात केले जातात. औद्योगिक अर्थशास्त्राच्या अभ्यासाचे महत्त्व खालील मुद्द्यांच्या साहाय्याने स्पष्ट करता येईल.

१) दीर्घकालीन निर्णय प्रक्रिया :

औद्योगिक अर्थशास्त्रामध्ये उपभोक्ता, उत्पादक, कामगार, श्रमिक, पुरवठादार आणि सरकार यासारख्या विषयांचा अभ्यास केला जातो. व्यवसायामध्ये ही सर्व माहिती अत्यंत उपयोगी असते. निर्णय घेणे हे व्यवसाय व्यवस्थापनाचे एक महत्त्वाचे कार्य आहे. व्यवसायात निर्णय प्रक्रिया ही सातत्याने चालणारी प्रक्रिया आहे. या निर्णय प्रक्रियेमध्ये किंमत निश्चिती, उत्पादनाची तंत्रे, बाजारपेठ विश्लेषण, स्थान निश्चिती, व्यवसायांचे आकारमान, औद्योगिक संयोग इत्यादी संदर्भातील निर्णयांचा समावेश होतो. हे सर्व विषय औद्योगिक अर्थशास्त्राचे अभ्यास विषय आहेत. हे सर्व निर्णय घेण्यासाठी पर्याप्त अशा माहितीची गरज असते. औद्योगिक अर्थशास्त्राच्या अभ्यासामुळे ही माहिती उपलब्ध होऊन योग्य निर्णय घेणे सोपे जाते. त्यामुळे औद्योगिक अर्थशास्त्राच्या अभ्यासाला अनन्यसाधारण असे महत्त्व प्राप्त झाले आहे.

२) औद्योगिक धोरण सूत्रीकरण :

औद्योगिक क्षेत्राच्या विविध अंगांचा अभ्यास औद्योगिक अर्थशास्त्रात केला जातो. प्रत्येक अर्थव्यवस्थेमध्ये औद्योगिक धोरण सूत्रीकरण ही अत्यंत महत्त्वाची बाब असते आणि त्यावरच देशाचा आर्थिक विकास अवलंबून असतो. औद्योगिक अर्थशास्त्राच्या अभ्यासामुळे या महत्त्वाच्या विषयासंबंधीची सर्व माहिती आपल्याला उपलब्ध होते. निरनिराळ्या धोरणांबद्दल माहिती मिळते. त्याचप्रमाणे या धोरण निश्चितीसाठी आवश्यक असणारी माहितीही औद्योगिक अर्थशास्त्राच्या अभ्यासामुळे प्राप्त होऊ शकते. त्यामुळे औद्योगिक अर्थशास्त्राचा अभ्यास महत्त्वाचा ठरतो.

३) किंमत पातळीत होणारे बदल :

किंमत निश्चिती हा औद्योगिक अर्थशास्त्राचा अभ्यास विषय आहे. किंमत निश्चितीच्या अनेक बाबी यामध्ये अभ्यासल्या जातात. किंमत पातळीत नेहमीच बदल होत असतात. औद्योगिक अर्थशास्त्रामध्ये अशा बदलांचा अभ्यास करुन त्याची कारणे आणि परिणाम अभ्यासली जातात. ही सर्व माहिती व्यवसायाच्या यशासाठी महत्त्वाची असतात कारण प्रत्येक व्यवसायाला आपल्या वस्तू वा सेवा यांच्या किमती निश्चित कराव्या लागतात. औद्योगिक अर्थशास्त्राच्या अभ्यासामुळे बाजारातील नवनवीन प्रवाहाची माहिती होऊन किंमत निश्चिती निर्णय घेणे सोपे होते. अशा प्रकारे औद्योगिक अर्थशास्त्राच्या अभ्यासामुळे बदलत्या पर्यावरणात योग्य किंमत निश्चिती निर्णय घेणे शक्य होते.

४) आंतरराष्ट्रीय माहितीचे प्रसारण :

औद्योगिक अर्थशास्त्रामध्ये आंतरराष्ट्रीय अर्थशास्त्राचाही अभ्यास केला जातो. यामध्ये आंतरराष्ट्रीय पातळीवर प्रचलित असणाऱ्या विविध प्रवाहांचा अभ्यास केला जातो. आंतरराष्ट्रीय अर्थव्यवस्थेसंबंधित माहिति देशातील धोरण निश्चितीसाठी आवश्यक ठरते. त्यामुळे औद्योगिक अर्थशास्त्र हा आंतरराष्ट्रीय माहिती प्रसारणाचा महत्त्वाचा स्त्रोत बनला आहे.

५) उत्पादन आणि वितरण :

उत्पादन आणि वितरण हा औद्योगिक अर्थशास्त्राचा महत्त्वाचा अभ्यास विषय आहे. उत्पादनविषयक विश्लेषण केले जाते, त्यासाठी विविध सिद्धान्ताची मदत घेतली जाते. उत्पादनाची नवनवीन तंत्रे कोणती आहेत हे अभ्यासले जाते. त्या संदर्भात विविध उद्दिष्टांची निश्चिती करुन ते साध्य करण्यासाठी प्रयत्न केले जातात. औद्योगिक उत्पादनात सहभागी असणाऱ्या सर्व घटकांच्या कामाचा मोबदला व त्याची निश्चिती याविषयीचा अभ्यास वितरण या विभागाद्वारे केला जातो. वितरणाचे नवनवीन मार्ग अभ्यासले जातात. औद्योगिक अर्थशास्त्राच्या अभ्यासामुळे व्यवसायातील या दोन महत्त्वाच्या घटकांबद्दल अत्यंत महत्त्वाची माहिती उपलब्ध होते. ज्याचा व्यवसायाच्या यशामध्ये मोठा वाटा असतो.

६) आर्थिक अस्थैर्याची उकल आणि नियंत्रण :

औद्योगिक अर्थशास्त्रामध्ये आर्थिक वृद्धी/विकास आणि त्यातील अस्थैर्य याचा अभ्यास केला जातो. आर्थिक अस्थैर्य असेल तर त्याची कारणमीमांसा केली जाते. संभाव्य उपाययोजना निश्चित करता येते. औद्योगिक अर्थशास्त्रात अशा आर्थिक अस्थैर्याची कारणे व उपाय यांचा उहापोह केला जातो. आर्थिक अस्थैर्याची उकल करण्यासाठी आणि त्यावर नियंत्रण प्रस्थापित करण्यासाठी औद्योगिक अर्थशास्त्राचा अभ्यास करणे महत्त्वाचे ठरते.

७) पूर्ण रोजगार निर्मितीचे प्रयत्न :

औद्योगिक अर्थशास्त्राचा कामगार विश्व हा महत्त्वाचा अभ्यासविषय आहे. यामध्ये कामगारांच्या कार्यक्षमता, त्यांच्या समस्या इत्यादींचा अभ्यास केला जातो. असा अभ्यास महत्त्वाचा असतो कारण कामगारांची कार्यक्षमता हे औद्योगिक कार्यक्षमतेचे द्योतक असते. याचा संबंध विविध उद्योगांची कार्यक्षमता आणि नफा यांच्यांशी असतो. यामध्ये बेरोजगारीची कारणे शोधली जातात. ती दूर करण्याच्या दृष्टीने योग्य अशा उपाययोजना सुचविल्या जातात व पूर्ण रोजगार निर्मितीचे प्रयत्न केले जातात. त्यामुळे औद्योगिक अर्थशास्त्राच्या अभ्यासाला अनन्यसाधारण महत्त्व प्राप्त होते.

८) अर्थव्यवस्थेतील बदलांचा अभ्यास :

औद्योगिक अर्थशास्त्र भारतीय अर्थव्यवस्थेतील बदलांचा अभ्यास करते. या बदलांची कारणे कोणती याचा सखोल अभ्यास या अर्थशास्त्रात केला जातो. अशा बदलांचा अभ्यास करणे महत्त्वाचे असते त्यामुळे औद्योगिक अर्थशास्त्राचे महत्त्व वाढले आहे.

औद्योगिक धोरण आणि त्याचे विश्लेषण आर्थिक परिस्थिती, उत्पादने आणि उपभोक्ता यातील विविध अंगे आणि रोजगार, बाजार या सोबत होणारे आर्थिक स्थित्यंतरे या गोष्टींचे औद्योगिक अर्थशास्त्रात अनन्यसाधारण महत्त्व आहे. वरील मुद्यांच्या आधारे ते स्पष्ट करता येते.

१.२ उत्पादकता आणि कार्यक्षमतेची संकल्पना :

उत्पादकता आणि कार्यक्षमता या व्यवसाय आणि अर्थशास्त्रातील दोन आवश्यक संकल्पना आहेत ज्या वस्तू किंवा सेवांच्या निर्मितीमध्ये वापरल्या जाणाऱ्या संसाधनांचे उत्पादन आणि परिणामकारकता मोजतात. तसेच या संकल्पना कंपनीच्या कामगिरीच्या विविध पैलूंचे प्रतिनिधित्व करतात.

१.२.१ उत्पादकता :

उत्पादकता हे आदान आणि प्रदान यामधील गुणोत्तर आहे. आपण काय उत्पादन करतो आणि उत्पादनासाठी आपण काय खर्च केला आहे यामध्ये परिमाणात्मक संबंध असतो. उत्पादकता म्हणजे मनुष्य, साहित्य, यंत्र, वेळ, जागा, भांडवल इत्यादी साधनांचा अपव्यय कमी करण्याशिवाय दुसरे काहीही नाही. उत्पादकता सुधारणे म्हणजे योग्य गोष्टी चांगल्याप्रकारे करणे आणि त्याला सतत प्रक्रियेचा एक भाग बनवणे. म्हणून कार्यक्षम उत्पादकता सुधारणा तंत्राचा अवलंब करणे महत्वाचे आहे जेणेकरून व्यक्ती आणि संस्थेची उत्पादकता वाढेल. उत्पादकता हे संस्थेमध्ये संसाधने किती चांगल्या प्रकारे एकत्र आणली जातात आणि परिणामांचा एक संच साध्य करण्यासाठी वापरली जातात याचे मोजमाप आहे. कमीत कमी संसाधनांचा खर्च करून उत्पादकता कामगिरीच्या सर्वोच्च पातळीवर पोहोचविणे आवश्यक आहे.

अ) अर्थ :

उत्पादकता ही कार्यक्षमतेची अनुक्रमणिका आहे जी वस्तू किंवा सेवांच्या निर्मितीमध्ये वापरल्या जाणाऱ्या वैयक्तिक किंवा एकत्रित घटकांची प्रभावीता दर्शवते. अशा प्रकारे उत्पादकता ही उत्पादन करण्याची शक्ती आहे आणि व्यवसायाच्या वाढीची क्षमता आणि सर्व भौतिक प्रगती दर्शवते. माणसे, यंत्रे, साहित्य, भांडवल, शक्ती आणि सेवा या सर्वांचे उत्पादकतेमध्ये योगदान आहे आणि प्रत्येकजण किती प्रमाणात असे करतो हे आदान आणि प्रदानच्या गुणोत्तराद्वारे निश्चित केले जाऊ शकते. उत्पादन प्रमाण, सामग्रीचे वजन, काम केलेले तास किंवा उत्पादनाच्या प्रत्येक किंवा एकत्रित घटकांच्या पैशाच्या मूल्यानुसार व्यक्त केले जाऊ शकते. हे नमूद केले जाऊ शकते की उत्पादनाचा घटक दर्शविणारा एकूण खर्चाचा अपूर्णांक जितका जास्त असेल, तितकेच त्या घटकाची उत्पादकता पूर्णपणे शोषली जाईल याची खात्री करणे अधिक महत्त्वाचे असेल. जेथे श्रम हा एकूण खर्चाचा मोठा भाग दर्शवतो, तेथे श्रमाच्या उत्पादकतेचे मोजमाप आवश्यक आहे.

ब) व्याख्या :

उत्पादकतेच्या व्याख्या खालीलप्रमाणे आहेत :

१) पी.एफ. ड्रकर :

''उत्पादकता वाढवण्याची सर्वात मोठी संधी ज्ञानाच्या कामात आणि विशेषतः व्यवस्थापनामध्ये निश्चितपणे स्थापित केली जाते.''

२) एच. वेईहरीच :

''उत्पादकता म्हणजे गुणवत्तेचा योग्य विचार करून एका कालावधीत आदान आणि प्रदान यामधील गुणोत्तर आहे.''

३) स्वर्गीय लाल बहादूर शास्त्री :

''उच्च उत्पादनक्षमता म्हणजे रोजगारामध्ये सर्व प्रकारच्या संसाधनांचा अधिक कार्यक्षम वापर, त्यांचा वापर करून, कमी आणि कमी किमतीत, ग्राहकांना हव्या असलेल्या आणि दर्जाच्या जास्तीत-जास्त वस्तू आणि सेवांचे उत्पादन करणे. थोडक्यात, सर्व उपकरणे आणि उत्पादन साधनांचा इष्टतम वापर करून अपव्यय टाळणे यात अपेक्षित आहे.''

१.२.२ कार्यक्षमतेची संकल्पना :

कार्यक्षमता म्हणजे संसाधने, वेळ किंवा प्रयत्नांचा किमान वापर करून जास्तीत-जास्त फलित किंवा परिणाम साध्य करण्याची क्षमता होय. विविध संदर्भांमध्ये, कार्यक्षमता व्यक्ती, संस्था किंवा संपूर्ण अर्थव्यवस्थांना लागू होऊ शकते. व्यवसाय, अर्थशास्त्र, अभियांत्रिकी आणि इतर विविध क्षेत्रातील ही एक मूलभूत संकल्पना आहे, जिथे कार्यप्रदर्शन आणि संसाधन वाटप इष्टतम करणे यशासाठी महत्त्वपूर्ण आहे.

अ) अर्थ :

औद्योगिक अर्थशास्त्रात, कार्यक्षमतेचा अर्थ कमीत-कमी संभाव्य खर्चात, कमीत-कमी संसाधनांचा वापर करून, जास्तीत-जास्त उत्पादन किंवा मूल्य मिळवून वस्तू आणि सेवांचे उत्पादन करण्याची व्यवसाय किंवा उद्योगांची क्षमता आहे. औद्योगिक संघटना आणि बाजार संरचनांच्या अभ्यासात ही एक महत्त्वपूर्ण संकल्पना आहे, जिथे कार्यक्षम उत्पादन आणि कार्यप्रणालीद्वारे स्पर्धात्मक फायदा आणि नफा मिळवणे हे व्यवसायाचे उद्दिष्ट आहे.

ब) व्याख्या :

कार्यक्षमतेच्या व्याख्या खालीलप्रमाणे आहेत :

१) ॲडम स्मिथ :

''कार्यक्षमता ही कमीत-कमी संसाधने किंवा आदानांसह सर्वात मोठे प्रदान प्राप्त करण्याची क्षमता आहे.''

२) अल्फ्रेड मार्शल :

''कार्यक्षमता म्हणजे ग्राहकांसाठी जास्तीत-जास्त संभाव्य समाधान किंवा उपयुक्तता निर्माण करण्यासाठी संसाधनांचे इष्टतम वाटप करणे होय.''

३) फ्रेडरिक विन्सलो टेलर :

''कार्यक्षमता म्हणजे वैज्ञानिक विश्लेषण आणि प्रमाणित कार्य पद्धतींद्वारे अपव्यय आणि अकार्यक्षमता दूर करणे होय.''

१.३ संरचना आणि वृद्धीची संकल्पना:

संरचनेची संकल्पना एखाद्या गटाची, घटकाची किंवा प्रणालीची रचना त्याच्या घटकांच्या दृष्टीने संदर्भित करते, जसे की अर्थव्यवस्थेतील क्षेत्रे, लोकसंख्येची रचना किंवा पोर्टफोलिओमधील मालमत्ता वाटप. दुसरीकडे, वृद्धीची संकल्पना कालांतराने वाढणारी, विस्तारणारी किंवा विकसित होण्याच्या प्रक्रियेला सूचित करते, मग ती वाढत्या उत्पादन आणि उपभोगाच्या दृष्टीने आर्थिक वृद्धी असो, लोकसंख्येच्या आकाराच्या विस्ताराच्या दृष्टीने लोकसंख्या वाढ असो किंवा विक्री आणि बाजारपेठेद्वारे व्यवसाय वृद्धी असो. विविध प्रणालींची गतिशीलता आणि उत्क्रांती समजून घेण्यासाठी संरचना आणि वृद्धी दोन्ही आवश्यक आहेत आणि अर्थशास्त्र, वित्तपुरवठा, लोकसंख्याशास्त्र आणि व्यवसाय व्यवस्थापनामध्ये देखील माहितीपूर्ण निर्णय घेण्यासाठी महत्त्वपूर्ण आहेत.

१.३.१ संरचना :

औद्योगिक अर्थशास्त्रात, संरचना म्हणजे अर्थव्यवस्थेतील उद्योगांची संरचना आणि रचना होय. यामध्ये उद्योगांचे वितरण, त्यांचा सापेक्ष आकार आणि एकूण आर्थिक उत्पादन आणि रोजगारामध्ये त्यांचे योगदान यांचे विश्लेषण करणे समाविष्ट आहे. अर्थव्यवस्थेतील उद्योगांची रचना त्यांच्या कार्यक्षमतेवर, स्पर्धात्मकतेवर आणि वाढीच्या शक्यतांवर लक्षणीय परिणाम करू शकते.

अ) अर्थ :

संरचना म्हणजे संपूर्ण अस्तित्व, प्रणाली किंवा लोकसंख्या बनवणारे भिन्न घटक किंवा भाग यांची रचना किंवा व्यवस्था होय. यामध्ये या घटकांचे वितरण आणि वैशिष्ट्ये समजून घेणे आणि ते व्यवस्थेच्या एकूण संरचनेत कसे योगदान देतात हे समजून घेणे समाविष्ट आहे. विविध संदर्भांमध्ये, एखाद्या विशिष्ट घटकाची किंवा समूहाची ताकद, कमकुवतपणा, नमुने आणि प्रवाहामध्ये अंतर्दृष्टी मिळविण्यासाठी संरचनांचे विश्लेषण केले जाऊ शकते, मग ती एखाद्या अर्थव्यवस्थेची त्याच्या क्षेत्रांच्या संदर्भात, लोकसंख्येची लोकसंख्याशास्त्रीय रचना असो. अर्थशास्त्र, वित्तपुरवठा, लोकसंख्याशास्त्र आणि व्यवस्थापन यासह विविध क्षेत्रातील माहितीपूर्ण निर्णय, संसाधन वाटप आणि धोरणात्मक नियोजन यासाठी रचना समजून घेणे महत्त्वाचे आहे.

१.३.२ वृद्धी :

अलीकडच्या इतिहासातील विविध देशांच्या वृद्धीच्या अनुभवात मोठी तफावत ही आर्थिक वृद्धीबाबत एक धक्कादायक वस्तुस्थिती आहे. युनायटेड स्टेट्स किंवा वेस्टर्न युरोप सारख्या जगाच्या काही भागांनी १०० वर्षांहून अधिक कालावधीत शाश्वत आर्थिक वृद्धी अनुभवली, त्यामुळे ऐतिहासिक मानकांनुसार हे देश आता प्रचंड श्रीमंत आहेत. जर आपण संपत्तीचे दरडोई उत्पन्न (म्हणजे, प्रति व्यक्ती जीडीपी) मोजले तर हे केवळ परिपूर्ण अटींमध्येच खरे नाही. याउलट, काही शेकडो वर्षांपूर्वी युरोपियन आणि अमेरिकन लोकांप्रमाणेच असे देश आहेत जिथे आजही लोकसंख्येचा मोठा भाग निर्वाह पातळीच्या जवळ राहतो. तसेच दुसऱ्या महायुद्धाच्या सुमारास तुलनेने गरीब असणाऱ्या देशांच्या गटाने पाश्चात्त्य औद्योगिक देशांपेक्षाही जास्त विकास दर गाठला, त्यामुळे त्यांचे दरडोई उत्पन्न आता पाश्चात्त्य देशांच्या तुलनेत वाढले आहे.

अ) अर्थ :

आर्थिक वृद्धी म्हणजे कालांतराने अर्थव्यवस्थेद्वारे उत्पादित वस्तू आणि सेवांच्या चलनवाढ-समायोजित बाजार मूल्यात वृद्धी होय. हे पारंपारिकपणे वास्तविक सकल देशांतर्गत उत्पादनातील वाढीचा दर किंवा वास्तविक जीडीपी म्हणून मोजले जाते. जीडीपी आणि लोकसंख्येचे गुणोत्तर वाढणे (दरडोई जीडीपी, ज्याला दरडोई उत्पन्न असेही म्हणतात) अधिक महत्त्व आहे. निविष्ठांच्या अधिक कार्यक्षम वापरामुळे (जसे की भौतिक भांडवल, लोकसंख्या किंवा प्रदेश) वृद्धीमध्ये होणारी वृद्धी सघन वृद्धी म्हणून ओळखली जाते. वापरासाठी उपलब्ध असलेल्या आदानांच्या प्रमाणात वृद्धी झाल्यामुळे जीडीपी वृद्धीला व्यापक वृद्धी म्हणतात.

ब) व्याख्या:

आर्थिक वृद्धीच्या व्याख्या पुढीलप्रमाणे आहेत :

१) मायकेल पी. तोवर :

''आर्थिक वृद्धी ही एक स्थिर प्रक्रिया आहे ज्याद्वारे राष्ट्रीय उत्पादन आणि उत्पन्नाची वाढती पातळी आणण्यासाठी अर्थव्यवस्थेची उत्पादक क्षमता कालांतराने वाढविली जाते.''

२) सायमन कुझनेट्स :

''आर्थिक वृद्धी ही एक दीर्घकालीन प्रक्रिया म्हणून परिभाषित केली जाऊ शकते ज्यामध्ये वास्तविक राष्ट्रीय उत्पन्न, एकूण लोकसंख्या आणि वास्तविक दरडोई उत्पन्नामध्ये भरीव आणि शाश्वत वृद्धी होते.''

१.४ सार्वजनिक क्षेत्रातील उद्योग :

सार्वजनिक क्षेत्र, बहुतेकदा राज्य क्षेत्र म्हणून ओळखले जाते, जे प्रामुख्याने वैयक्तिक राज्यांचा एक भाग आहे, जे उत्पादन, वाटप तसेच विविध वस्तू किंवा सेवांचे नागरिक किंवा सरकार यांच्याद्वारे वितरण करते. या क्षेत्रामध्ये शहरी नियोजन प्रशासन, सामाजिक सुरक्षा वितरण आणि राष्ट्रीय संरक्षणाची संघटना समाविष्ट आहे. सार्वजनिक मालकीची कंपनी किंवा महामंडळ आणि आंशिक किंवा पूर्णपणे आउटसोर्स कंपन्यांना सार्वजनिक क्षेत्रातील कंपनी म्हणून संबोधले जाऊ शकते. सध्या भारतातील सार्वजनिक क्षेत्रात कोळसा उद्योग, तेल आणि पेट्रोलियम उद्योग, पोलाद उद्योग, बँकिंग उद्योग, औष्णिक ऊर्जा उद्योग, ज्यूट उद्योग, अन्न उद्योग, विमा उद्योग, दूरसंचार उद्योग, विमान वाहतूक उद्योग, सेवा उद्योग, कृषी उद्योग, उत्पादन उद्योग, खाण उद्योग, विद्युत उद्योग, अभियांत्रिकी उद्योग यासारख्या क्षेत्रांचा समावेश आहे.

१.४.१ सार्वजनिक क्षेत्रातील उद्योगांचे संरचनात्मक परिवर्तन :

सार्वजनिक क्षेत्रातील उद्योगांचे संरचनात्मक परिवर्तन हे राज्य-मालकीच्या किंवा सरकार-नियंत्रित उद्योगांच्या संघटनात्मक आणि कार्यात्मक वैशिष्ट्यांमध्ये बदल करण्याच्या प्रक्रियेस संदर्भित करते. या परिवर्तनामध्ये या क्षेत्रामधील कार्यक्षमता, उत्पादकता आणि स्पर्धात्मकता सुधारण्याच्या उद्देशाने विविध धोरणे आणि सुधारणांचा समावेश असू शकतो. मुख्य उद्दिष्टे सहसा आर्थिक वृद्धी वाढवणे, सार्वजनिक वित्तावरील भार कमी करणे आणि जनतेला सेवा प्रदान करणे ही असतात. सार्वजनिक क्षेत्रातील उद्योगांच्या संरचनात्मक परिवर्तनाच्या काही प्रमुख पैलूंमध्ये खालील बाबी समाविष्ट आहेत :

१) खाजगीकरण :

खाजगीकरण हा सार्वजनिक क्षेत्रातील उद्योगांच्या संरचनात्मक परिवर्तनाचा एक महत्त्वाचा घटक आहे. यात सरकारी मालकीच्या उपक्रमांची मालकी आणि नियंत्रण खाजगी संस्थांकडे हस्तांतरित करणे समाविष्ट आहे. खाजगीकरणाचे उद्दिष्ट बाजारपेठेला शिस्त लावणे, स्पर्धा वाढवणे आणि पूर्वीच्या सरकारी उद्योगांची कार्यक्षमता आणि नफा सुधारणे हे आहे.

२) नियमनमुक्ती :

नियमनमुक्तीमध्ये सार्वजनिक क्षेत्रातील उद्योगांमध्ये स्पर्धा आणि नवकल्पना यांना अडथळा आणणारे सरकारने लादलेले नियम आणि अडथळे कमी करणे किंवा काढून टाकणे समाविष्ट आहे. या क्षेत्रांचे नियंत्रणमुक्त करून, सरकार खाजगी क्षेत्राच्या सहभागाला आणि गुंतवणुकीला चालना देण्याचे उद्दिष्ट ठेवते, ज्यामुळे कार्यक्षमता आणि बाजारपेठेतील प्रतिसाद सुधारतो.

३) बाजारपेठ उदारीकरण :

बाजारपेठ उदारीकरण म्हणजे सार्वजनिक क्षेत्रातील उद्योगांना खाजगी क्षेत्रातील स्पर्धेसाठी खुले करणे होय. या प्रक्रियेमध्ये अनेकदा खाजगी कंपन्यांना सरकारी मालकीच्या उद्योगांचे वर्चस्व असलेल्या क्षेत्रांमध्ये प्रवेश आणि कार्य करण्यास परवानगी दिली जाते. बाजारपेठेतील उदारीकरण नवकल्पना, कार्यक्षमता आणि ग्राहकांची निवड वाढवते.

४) व्यावसायीकरण :

व्यावसायीकरणामध्ये राज्य-मालकीच्या उपक्रमांना अधिक व्यावसायिक-उन्मुख संस्थांमध्ये रूपांतरित करणे समाविष्ट आहे. यामध्ये कार्यप्रदर्शन-आधारित व्यवस्थापन पद्धती, खर्च कार्यक्षमतेचे उपाय आणि नफा-चालित निर्णय घेण्याचा समावेश आहे.

५) सार्वजनिक-खाजगी भागीदारी (PPP) :

सार्वजनिक-खाजगी भागीदारी ही अशी व्यवस्था आहे जिथे सरकार सार्वजनिक सेवा किंवा पायाभूत सुविधा प्रकल्प वितरित करण्यासाठी खाजगी कंपन्यांशी सहयोग करते. सेवा वितरण सुधारण्यासाठी आणि पायाभूत सुविधांचा विकास वाढविण्यासाठी सार्वजनिक-खाजगी भागीदारीत दोन्ही क्षेत्रांच्या सामर्थ्याचा फायदा घेतला जातो.

६) पुनर्रचना आणि फेरबदल :

सार्वजनिक क्षेत्रातील उद्योगांचे कामकाज सुव्यवस्थित करणे हे पुनर्रचना आणि फेरबदलाचे उद्दिष्ट आहे. या प्रक्रियेमध्ये आकार कमी करणे, मालमत्तेचे विनिवेश आणि अनावश्यकता दूर करण्यासाठी आणि एकूण कार्यक्षमता सुधारण्यासाठी कार्यपद्धतीचे एकत्रीकरण यांचा समावेश असू शकतो.

७) कामगिरी-आधारित प्रोत्साहन :

सार्वजनिक क्षेत्रातील उद्योगांमधील कर्मचाऱ्यांसाठी कामगिरी-आधारित प्रोत्साहन आणि बक्षिसे लागू केल्याने कामगारांना उत्पादकता आणि सेवा वितरण सुधारण्यास प्रवृत्त करता येते.

८) तंत्रज्ञानाचा अवलंब :

नवीन तंत्रज्ञानाचा अवलंब केल्याने सार्वजनिक क्षेत्रातील उद्योगांमध्ये कार्यक्षमता वाढू शकते. प्रगत प्रणाली आणि डिजिटल उपाययोजनांची अंमलबजावणी प्रक्रिया स्वयंचलीकरण सुधारू शकते, खर्च कमी करू शकते आणि सेवेची गुणवत्ता वाढवू शकते.

९) कार्यक्षमता निर्मिती आणि प्रशिक्षण :

सार्वजनिक क्षेत्रातील उद्योगांमधील कामगारांची कौशल्ये आणि कार्यक्षमता विकसित करणे यशस्वी परिवर्तनासाठी महत्त्वपूर्ण आहे. प्रशिक्षण कार्यक्रम कर्मचाऱ्यांना नवीन प्रक्रिया आणि तंत्रज्ञानाशी जुळवून घेण्यास आणि त्यांची कार्यक्षमता वाढविण्यात मदत करू शकतात.

१०) शासन आणि पारदर्शकता :

कॉर्पोरेट गव्हर्नन्स मजबूत करणे आणि सार्वजनिक क्षेत्रातील उद्योगांमध्ये पारदर्शकता वाढवणे भ्रष्टाचार रोखण्यासाठी आणि निर्णयक्षमता सुधारण्यासाठी आवश्यक आहे. त्यादृष्टीने प्रयत्न होतांना दिसत आहेत.

१.४.२ सार्वजनिक क्षेत्रातील उद्योगांची बदलती भूमिका :

सार्वजनिक क्षेत्राची भूमिका १९९० च्या दशकाच्या सुरुवातीला जशी होती त्यापेक्षा खूप बदलली आहे. १९४७ मध्ये गरीब आर्थिक परिस्थितीमुळे, भारत एक मजबूत औद्योगिक पाया स्थापित करू शकला नाही आणि कृषी क्षेत्रावर अवलंबून होता. लवकरच, सरकारने सार्वजनिक क्षेत्रातील उद्योगांना प्रोत्साहन देण्यास सुरुवात केली कारण त्यांच्याकडे अधिक महसूल मिळवून देणाऱ्या अवजड उद्योगांमध्ये प्रवेश करण्यासाठी आवश्यक साधनसामग्री आणि आर्थिक क्षमता होती. गेल्या काही वर्षांत, त्यांच्या भूमिका किमती स्थिरीकरण पूर्ण करण्यात मदत करण्यापासून ते जागतिक देशांशी स्पर्धा करण्यापर्यंत बदलल्या आहेत.

अ) सार्वजनिक क्षेत्राचे महत्त्व :

स्वतंत्र भारतात अनेक सार्वजनिक क्षेत्रातील उपक्रमांच्या मदतीने औद्योगिक विकासाने यशाकडे मोठी झेप घेतली. १९९१ मध्ये त्यांच्या भूमिकांबाबत पुनर्विचार करण्यात आला आणि सार्वजनिक क्षेत्रांच्या व्यवस्थापनामध्ये

अकार्यक्षमता आणि अनुत्पादक वर्तनाची अनेक उदाहरणे लक्षात आली. अकार्यक्षमता आणि संघटनेच्या अभावामुळे कंपन्यांचे मोठे नुकसान झाल्याच्या घटना समोर आल्या. तथापि, बऱ्याच काळापासून, सार्वजनिक क्षेत्रांनी अनेक प्रमुख क्षेत्रे व्यवस्थापित केली आहेत जी भारताची आर्थिक स्थिती सुधारण्यासाठी जबाबदार होती.

१) पायाभूत सुविधांचा विकास :

आर्थिक पाठबळाच्या कमतरतेमुळे, खाजगी क्षेत्रे पायाभूत सुविधांच्या प्रकल्पांमध्ये मोठ्या प्रमाणात पैसे गुंतवू शकले नाहीत. त्यामुळे, सार्वजनिक क्षेत्रांनी स्टील प्लांट, रेल्वे, नागरी विमान वाहतूक इत्यादी उद्योगांना पायाभूत सुविधा उपलब्ध करून देण्यात मोठी भूमिका बजावली. त्यांनी पैशाची, प्रगत तंत्रज्ञानाची किंवा अगदी कर्मचाऱ्यांची कमतरता नाही याचीही काळजी घेतली.

२) रोजगार निर्मिती :

बेरोजगारी ही विकास प्रक्रियेतील सर्वात मोठी कमतरता आहे आणि भारतातील सार्वजनिक क्षेत्राची भूमिका पुरेशा नोकऱ्या निर्माण करण्याची आवश्यकता पूर्ण करण्याची होती. कामगारांना कामाच्या परिस्तितीत आणि राहणीमानातही सरकारी मदतीचा फायदा झाला.

३) प्रादेशिक संतुलन राखणे :

खाजगी क्षेत्रांनी औद्योगिक क्षेत्राच्या विकासावर भर दिला, तर सार्वजनिक क्षेत्रांनी प्रादेशिक समतोल राखण्यावर भर दिला. छोटी शहरे आणि सर्व मागासलेले क्षेत्र जिथे लोक आर्थिक वृद्धीमध्ये खूप मागे होते त्यांची स्थिती अजूनही खराब होती. ग्रामीण आणि शहरी दोन्ही भागात सुधारणा दिसू लागल्यावर देशाचा आर्थिक विकास होतो. मागासलेल्या ठिकाणी पाणीपुरवठा, वीज, कर्मचारी वर्ग आदी सुविधा पुरवण्यात खासगी क्षेत्राची भूमिका दिसून आली. सुरुवातीला नसलेली आर्थिक शक्ती पुनर्संचयित करण्यात त्यांनी महत्त्वाची भूमिका बजावली असली तरी, अनेक नवीन सरकारी धोरणांसह, सार्वजनिक क्षेत्राची बदलती भूमिका दृश्यमान होती.

ब) सरकारी धोरणात बदल :

१९९१ मध्ये भारतीय अर्थव्यवस्था आणि उद्योग या दोघांमध्येही सरकारी धोरणांमध्ये लक्षणीय बदल झाला. तथापि, १९५६ च्या औद्योगिक क्रांतीने ही प्रक्रिया सुरू झाली, जिथे सुमारे १७ उद्योग सार्वजनिक क्षेत्राखाली होते. नंतर, १९९१ मध्ये ही संख्या ८ पर्यंत कमी करण्यात आली. इतर काही बदल खालीलप्रमाणे आहेत.

१) निर्गुंतवणूक :

निर्गुंतवणूक ही सार्वजनिक क्षेत्रातील उद्योगांचे समभाग खाजगी क्षेत्राला विकण्याची प्रक्रिया होती. दीर्घकालीन उद्दिष्टे साध्य करण्यासाठी कार्यक्षमता आणि चांगली आर्थिक शिस्त आणणे ही खाजगी क्षेत्राची भूमिका असल्याने याचा सकारात्मक परिणाम झाला. या प्रक्रियेमुळे सरकारला सामाजिक कार्यक्रम आणि सार्वजनिक आरोग्य आणि स्वच्छतेसाठी अतिरिक्त निधी ठेवण्यास मदत झाली. याव्यतिरिक्त, यामुळे ग्राहकांना कमी किमतीत उत्पादने मिळू शकतात.

२) सामंजस्य करार :

सार्वजनिक क्षेत्रातील उद्योगांना त्यांची कामगिरी पुनर्प्राप्त करण्याची संधी देण्यासाठी सरकारने ही प्रणाली सुरू केली. सरकारने ठरवून दिलेली विशिष्ट उद्दिष्टे पूर्ण करणे हे निकष होते आणि ते साध्य केल्याने त्या उद्योगांना त्यांचे स्थान परत मिळण्यास मदत होणार होती.

३) आजारी उद्योग बंद करणे :

या नवीन धोरणांतर्गत, असे ठरविण्यात आले की औद्योगिक आणि आर्थिक पुनर्रचना मंडळ सर्व सार्वजनिक क्षेत्रातील उद्योग आणि त्यांच्या स्थितीचा आढावा घेईल. ते खराब झालेल्या स्थितीतून सावरता येतील की कायमचे कोसळले जातील हे तपासण्यावर लक्ष केंद्रित केले गेले. लवकरच हे लक्षात आले की त्या उद्योगांची पुनर्रचना होऊ शकत नाही; त्यामुळे कामगारांना त्यांच्या नोकऱ्या गमावण्यासाठी सुरक्षा जाळी मिळाली.

सरकारने ठरवलेल्या या सर्व नवीन धोरणांमुळे भारतीय अर्थव्यवस्थेतील खाजगी क्षेत्राची भूमिका लोकांच्या लक्षात येऊ लागली. सार्वजनिक क्षेत्रांच्या सहाय्याने औद्योगिक विकासाचा मोठा भाग साध्य झाला असला तरी त्यांचा विस्तार करण्यात खाजगी क्षेत्रे मोठा वाटा उचलत आहेत. सेवांच्या विस्तृत श्रेणीमुळे, सामान्य लोक बेरोजगारीच्या समस्यांपासून मुक्त झाले आहेत. वाहतुकीपासून ते किरकोळ उद्योगांपर्यंत, आपल्या अर्थव्यवस्थेत खाजगी क्षेत्राची प्रमुख भूमिका दिसून येते.

भारतातील खाजगी क्षेत्राच्या महत्त्वाविषयी बोलत असताना, कृषी उद्योगात लक्षणीय सुधारणा झाली आहे. भारतातील सर्वात वर्चस्व असलेले क्षेत्र असल्याने, प्रगत साहित्य, तंत्रज्ञान, अभियांत्रिकी आणि इलेक्ट्रिकल वस्तू इत्यादी मिळवून त्याला भरपूर फायदे मिळाले आहेत.

१.४.३ सार्वजनिक क्षेत्रातील उद्योगांच्या समस्या :

स्वातंत्र्याच्या वेळी, सार्वजनिक क्षेत्रातील उद्योग व्यवसायात प्रत्यक्ष सहभाग घेऊन किंवा उत्प्रेरक म्हणून काम करून काही उद्दिष्टे साध्य करण्यासाठी महत्त्वाची भूमिका बजावतील अशी अपेक्षा होती. १९९० नंतरच्या काळात, नवीन आर्थिक धोरणांमध्ये उदारीकरण, खाजगीकरण आणि जागतिकीकरणावर भर देण्यात आला. परिणामी, सार्वजनिक क्षेत्राची भूमिका पुन्हा परिभाषित करण्यात आली आणि ती तोटा आणि गुंतवणुकीवर परतावा यासाठी जबाबदार होती. सार्वजनिक क्षेत्रातील अकार्यक्षम उद्योगांच्या कामकाजाचा अभ्यास करण्यासाठी त्यांची व्यवस्थापकीय कार्यक्षमता आणि उत्तरदायित्व कसे सुधारता येईल याविषयीच्या अहवालांसह विविध समित्यांची स्थापना करण्यात आली. सार्वजनिक क्षेत्रातील कंपन्यांना भेडसावणाऱ्या समस्या खालीलप्रमाणे आहेत :

१) खराब प्रकल्प नियोजन :

अनेक सार्वजनिक उपक्रमांमधील गुंतवणुकीचे निर्णय मागणी आणि पुरवठ्याचे योग्य मूल्यमापन, खर्च लाभाचे विश्लेषण आणि तांत्रिक व्यवहार्यता यावर आधारित नसतात. अचूक निकषाचा अभाव आणि नियोजनातील त्रुटींमुळे प्रकल्प सुरू होण्यात अवाजवी विलंब आणि खर्च वाढला आहे. सार्वजनिक क्षेत्रातील अनेक प्रकल्प वेळेनुसार पूर्ण झालेले नाहीत.

२) अति–भांडवलीकरण :

अकार्यक्षम आर्थिक नियोजन, प्रभावी आर्थिक नियंत्रणाचा अभाव आणि सरकारकडून पैशाची सहज उपलब्धता यामुळे अनेक सार्वजनिक उपक्रमांना अति–भांडवलीकरणाचा त्रास होतो. प्रशासकीय सुधारणा आयोगाने हिंदुस्तान एरोनॉटिक्स, हेवी इंजिनिअरिंग कॉर्पोरेशन आणि इंडियन ड्रग्स अँड फार्मास्युटिकल्स लिमिटेड यांना अति–भांडवलीकरण केले होते. अशा अति–भांडवलीकरणामुळे उच्च भांडवल–उत्पादन गुणोत्तर आणि भीतीदायक भांडवली संसाधनांचा अपव्यय होतो.

३) अतिरीक्त खर्च :

सार्वजनिक उपक्रमांना शहर रचना, शाळा, रुग्णालये इत्यादी सामाजिक कार्यांवर मोठा खर्च करावा लागतो. अनेक प्रकरणांमध्ये असा आस्थापना खर्च एकूण प्रकल्प खर्चाच्या १० टक्के इतका असतो. अशा कल्याणकारी

सुविधांच्या देखभालीसाठी आवर्ती खर्च आवश्यक आहे. एकट्या हिंदुस्थान स्टीलने टाऊनशिपवर ७८.२ कोटी खर्च केले. अशा सुविधा इष्ट असू शकतात परंतु त्यावर होणारा खर्च अवास्तव जास्त नसावा.

४) अतिरिक्त मनुष्यबळ :

सार्वजनिक क्षेत्रात मनुष्यबळ नियोजन प्रभावी नाही ज्यामुळे भिलाई स्टील सारख्या अनेक सार्वजनिक उपक्रमांकडे जास्त मनुष्यबळ आहे. भरती योग्य कामगार अंदाजांवर आधारित नाही. दुसरीकडे, आवश्यक कर्मचारी उपलब्ध असतानाही मुख्य कार्यकारी अधिकाऱ्यांची पदे वर्षानुवर्षे भरलेली नाहीत.

५) क्षमतेचा कमी वापर :

सार्वजनिक क्षेत्राची एक गंभीर समस्या म्हणजे स्थापित क्षमतेचा कमी वापर. उत्पादनाचे निश्चित उद्दिष्ट, प्रभावी उत्पादन नियोजन आणि नियंत्रण आणि भविष्यातील गरजांचे योग्य मूल्यांकन यांच्या अनुपस्थितीत, खराब सामग्री व्यवस्थापन किंवा अप्रभावी मालसाठा नियंत्रणामुळे अनेक उपक्रम त्यांच्या कार्यक्षमतेचा पूर्ण वापर करण्यात अयशस्वी ठरले आहेत.

६) योग्य किंमत धोरणाचा अभाव :

सार्वजनिक उपक्रमांसाठी कोणतेही स्पष्ट मूल्य धोरण नाही आणि सरकारने विविध उपक्रमांद्वारे मिळणाऱ्या परताव्याच्या दरासाठी मार्गदर्शक तत्त्वे निश्चित केलेली नाहीत. सार्वजनिक उपक्रमांनी विविध सामाजिक–आर्थिक उद्दिष्टे साध्य करणे अपेक्षित आहे आणि स्पष्ट निर्देश नसताना, किंमतींचे निर्णय नेहमीच तर्कसंगत विश्लेषणावर आधारित नसतात. ताठर किंमत धोरणाव्यतिरिक्त, खर्चाची जाणीव, गुणवत्ता जागरूकता, अपव्यय आणि कार्यक्षमतेवर प्रभावी नियंत्रणाचा अभाव आहे.

७) अकार्यक्षम व्यवस्थापन :

देशातील सार्वजनिक उपक्रमांच्या व्यवस्थापनात खूप गोष्टी आवश्यक असतात. अयोग्य व्यवस्थापन, निरुत्साही नेतृत्व, खूप केंद्रीकरण, वारंवार बदल्या आणि वैयक्तिक भागभांडवल नसल्यामुळे व्यवस्थापकीय कार्यक्षमता आणि परिणामकारकता कमी झाली आहे. उपक्रमाचे व्यवस्थापन करण्यासाठी नियुक्त केलेल्या नागरी सेवकांना बर्याचदा योग्य प्रशिक्षणाचा अभाव असतो आणि नोकरशाही पद्धती वापरतात. दैनंदिन व्यवहारातील राजकीय हस्तक्षेप, कठोर नोकरशाही नियंत्रण आणि अधिकारांचे अप्रभावी प्रतिनिधी पुढाकार, लवचिकता आणि जलद निर्णयांना बाधा आणतात. योग्य प्रोत्साहनांच्या अभावामुळे अधिकारी आणि कामगार दोघांची प्रेरणा आणि मनोबल कमी आहे.

१.५ खाजगी क्षेत्रातील उद्योग :

खाजगी क्षेत्रातील उद्योग हे असे व्यवसाय आणि उपक्रम आहेत जे सरकार किंवा सार्वजनिक प्राधिकरणांच्या मालकीच्या नियंत्रित न राहता खाजगी व्यक्ती किंवा संस्थांद्वारे मालकी, व्यवस्थापित आणि संचालित केले जातात. खाजगी क्षेत्र हे अर्थव्यवस्थेत महत्त्वपूर्ण भूमिका बजावते, कारण ते रोजगार निर्मिती, नवकल्पना, आर्थिक वाढ आणि सर्वांगीण विकासामध्ये महत्त्वपूर्ण योगदान देते.

१.५.१ खाजगी क्षेत्रातील उद्योगांचे संरचनात्मक परिवर्तन :

खाजगी क्षेत्रातील उद्योगांचे संरचनात्मक परिवर्तन हे त्या प्रक्रियेला सूचित करते ज्याद्वारे हे उद्योग त्यांच्या रचना, संघटना आणि क्रियाकलापांमध्ये कालांतराने महत्त्वपूर्ण बदल घडवून आणतात. हे परिवर्तन अनेकदा तांत्रिक प्रगती, ग्राहकांच्या पसंतींमधील बदल, बाजारातील गतिशीलता, जागतिकीकरण आणि सरकारी धोरणांसह विविध घटकांद्वारे चालते. खाजगी क्षेत्रातील उद्योगांच्या संरचनात्मक परिवर्तनाचे काही प्रमुख पैलू येथे आहेत :

१) तांत्रिक प्रगती :

संरचनात्मक परिवर्तनाचा एक प्राथमिक एकक म्हणजे तांत्रिक प्रगती होय. स्वयंचलन, कृत्रिम बुद्धिमत्ता, बिग डेटा, रोबोटिक्स आणि इतर उदयोन्मुख तंत्रज्ञानातील नवकल्पना उद्योगांच्या कार्यपद्धतीत क्रांती घडवू शकतात. ज्यामुळे कार्यक्षमता, उत्पादकता आणि नवीन व्यवसाय प्रारूपे वृद्धिंगत होतात.

२) रोजगार पद्धतींमध्ये बदल :

उद्योग नवीन तंत्रज्ञान आणि उत्पादन पद्धतींचा अवलंब करत असल्याने रोजगाराच्या पद्धतींमध्ये बदल होऊ शकतो. काही पारंपारिक नोकर्या स्वयंचलित किंवा अप्रचलित होऊ शकतात, तर नवीन नोकरीच्या भूमिका उदयास येतात, ज्यासाठी विविध कौशल्य संच आणि पात्रता आवश्यक असतात.

३) विविधीकरण :

संरचनात्मक परिवर्तनामध्ये बहुधा विविधीकरणाचा समावेश होतो, जेथे कंपन्या नवीन बाजारपेठेत प्रवेश करण्यासाठी त्यांचे उत्पादन किंवा सेवा ऑफर वाढवतात आणि एकाच उत्पादनावर किंवा क्षेत्रावरील अति-विश्वासाशी संबंधित जोखीम कमी करतात.

४) जागतिकीकरण आणि बाजारपेठ विस्तार :

जागतिकीकृत अर्थव्यवस्थेमुळे खाजगी क्षेत्रातील उद्योगांना सीमा ओलांडून त्यांचे कार्य विस्तारण्याची परवानगी मिळते. आंतरराष्ट्रीय व्यापार आणि गुंतवणुकीत गुंतलेल्या खाजगी क्षेत्रातील उपक्रमांची बहुराष्ट्रीय कंपन्या ही प्रमुख उदाहरणे आहेत.

५) डिजिटल प्लॅटफॉर्मचे एकत्रीकरण :

ई-कॉमर्स आणि डिजिटल अर्थव्यवस्थेच्या वाढीसह, अनेक खाजगी क्षेत्रातील उद्योगांनी त्यांच्या व्यवसाय प्रारूपांमध्ये डिजिटल प्लॅटफॉर्म समाकलित केले आहेत. ज्यामुळे ते व्यापक ग्राहक आधारापर्यंत पोहोचू शकतात आणि ग्राहक अनुभव वाढवू शकतात.

६) टिकाऊपणावर लक्ष केंद्रित :

पर्यावरण आणि सामाजिक शाश्वतता, पर्यावरणपूरक पद्धती, शाश्वत सोर्सिंग आणि कॉर्पोरेट सामाजिक उत्तरदायित्व उपक्रमांचा अवलंब करण्यासाठी खाजगी क्षेत्रातील उद्योगांचे नेतृत्व करण्यावर वाढता भर आहे.

७) सहयोगी आणि नेटवर्क संरचना :

काही उद्योग अधिक सहयोगी आणि नेटवर्क संरचनांकडे वळले आहेत. एकमेकांच्या सामर्थ्याचा आणि संसाधनांचा फायदा घेण्यासाठी ते इतर कंपन्यांशी भागीदारी आणि युती वाढवत आहेत.

८) सानुकूलन आणि वैयक्तिकरण :

तंत्रज्ञान आणि डेटा ॲनालिटिक्समधील प्रगतीमुळे उद्योगांना वैयक्तिक ग्राहकांच्या पसंती आणि गरजा पूर्ण करून अधिक वैयक्तिक उत्पादने आणि सेवा देऊ करण्यास सक्षम केले आहे.

९) सेवाभिमुख दृष्टीकोन :

अनेक खाजगी क्षेत्रातील उद्योग सेवा-केंद्रित दृष्टिकोनाकडे वाटचाल करत आहेत, जेथे ते ग्राहक सेवेला प्राधान्य देतात आणि ग्राहकांशी दीर्घकालीन संबंध निर्माण करण्यावर लक्ष केंद्रित करतात.

१०) चपळता आणि लवचिकता :

संरचनात्मक परिवर्तनामध्ये कंपन्या अधिक जलद आणि बदलत्या बाजारपेठेतील परिस्थिती आणि ग्राहकांच्या मागणीला त्वरित प्रतिसाद देण्यासाठी अनुकूल बनतात.

१.५.२ खाजगी क्षेत्रातील उद्योगांची बदलती भूमिका :

विविध जागतिक प्रवाह आणि आव्हानांना प्रतिसाद म्हणून खाजगी क्षेत्रातील उद्योगांच्या भूमिकेत अनेक बदल होत आहेत. तथापि, हे लक्षात घेणे महत्त्वाचे आहे की व्यवसायाचा आवाका सतत विकसित होत आहे आणि तेव्हापासून खाजगी क्षेत्रातील उद्योगांची भूमिका अधिक विकसित झाली आहे. खाली काही प्रमुख प्रवाह आणि बदल आहेत जे खाजगी क्षेत्रातील उद्योगांच्या भूमिकेला आकार देतात :

१) **डिजिटल परिवर्तनावर भर :**
खाजगी क्षेत्रातील उद्योग कार्यक्षमता सुधारण्यासाठी, कार्यप्रणाली सुव्यवस्थित करण्यासाठी, ग्राहकांचे अनुभव वाढवण्यासाठी आणि वाढत्या डिजिटल बाजारपेठेचे भांडवल करण्यासाठी डिजिटल तंत्रज्ञानाचा स्वीकार करत आहेत.

२) **शाश्वतता आणि कॉर्पोरेट सामाजिक जबाबदारी (CSR) वर लक्ष :**
खाजगी क्षेत्रातील उद्योग शाश्वतता आणि कॉर्पोरेट सामाजिक जबाबदारी उपक्रमांचे महत्त्व मान्य करत आहेत. अधिक कंपन्या त्यांच्या व्यावसायिक धोरणांमध्ये पर्यावरणीय जबाबदार पद्धती आणि सामाजिक प्रभाव उपक्रम एकत्रित करत आहेत.

३) **दूरस्थ काम आणि लवचिक कामाच्या व्यवस्थेचा अवलंब :**
कोविड-१९ महामारीने दूरस्थ काम आणि लवचिक कामाच्या व्यवस्थेचा अवलंब करण्यास गती दिली. अनेक खाजगी क्षेत्रातील कंपन्या त्यांच्या पारंपारिक कामाच्या संरचनेचे संकरित किंवा पूर्णपणे दूरस्थ काम (रिमोट वर्क) संरचना सामावून घेण्यासाठी पुनर्मूल्यांकन करत आहेत.

४) **ई-कॉमर्स आणि डायरेक्ट-टू-कंझ्युमर (D2C) प्रारूपाचा उदय :**
खाजगी क्षेत्रातील उद्योग, विशेषत: किरकोळ आणि ग्राहकोपयोगी वस्तू, ग्राहकांपर्यंत थेट पोहोचण्यासाठी आणि पारंपारिक वितरण वाहिन्यांवरील अवलंबित्व कमी करण्यासाठी ई-कॉमर्स आणि डायरेक्ट-टू-कंझ्युमर पद्धतींचा अवलंब करत आहेत.

५) **माहितीची गोपनीयता आणि सुरक्षितता :**
व्यवसाय कार्यप्रणालीमध्ये तंत्रज्ञान आणि माहितीच्या वाढत्या वापरामुळे, खाजगी क्षेत्रातील उद्योगांना माहितीची गोपनीयता आणि सायबर सुरक्षिततेबद्दल वाढत्या चिंतेचा सामना करावा लागतो. संवेदनशील माहितीचे संरक्षण करण्यासाठी कंपन्या मजबूत सुरक्षा उपायांमध्ये गुंतवणूक करत आहेत.

६) **सहयोग आणि भागीदारी :**
खाजगी क्षेत्रातील उद्योग संसाधने एकत्र करण्यासाठी, नवीन बाजारपेठांमध्ये प्रवेश करण्यासाठी आणि नवकल्पना वाढवण्यासाठी इतर कंपन्या, स्टार्ट-अप आणि अगदी सरकार यांच्याशी अधिक सहयोग आणि भागीदारी करत आहेत.

७) **विकसीत पुरवठा साखळी :**
साथीच्या रोगामुळे उद्भवलेल्या जागतिक व्यत्ययाने पुरवठा साखळीतील असुरक्षा उघड केल्या आहेत. खाजगी क्षेत्रातील उद्योग लवचिकता वाढवण्यासाठी आणि जोखीम कमी करण्यासाठी त्यांच्या पुरवठा साखळींचे पुनर्मूल्यांकन आणि पुनर्रचना करत होते.

८) **व्यत्यय आणणारे व्यवसाय प्रारूप :**
खाजगी क्षेत्रातील उद्योगांमध्ये स्टार्ट-अप्स आणि तंत्रज्ञान-चालित नवकल्पनांमुळे विस्कळीत व्यवसाय प्रारूपाचा उदय होताना दिसत आहे. प्रस्थापित कंपन्या या अडथळ्यांना तोंड देत स्पर्धात्मक राहण्यासाठी त्यांच्या धोरणांचा अवलंब करतांना दिसतात.

९) कृत्रिम बुद्धिमत्ता आणि स्वयंचालतीकरणाचा प्रभाव :

कृत्रिम बुद्धिमत्ता आणि स्वयंचलतीकरण विविध उद्योगांमध्ये परिवर्तन घडवून आणत आहे. ज्यामुळे उत्पादकता वाढली, प्रक्रिया सुव्यवस्थित झाली आणि कामगारांच्या गतिशीलतेमध्ये घडून आला.

१०) पर्यावरण, सामाजिक आणि प्रशासन गुंतवणूक :

गुंतवणूकदार पर्यावरण, सामाजिक आणि प्रशासन घटकांमध्ये जास्त स्वारस्य दाखवत आहेत. खाजगी क्षेत्रातील कंपन्यांना त्यांच्या धोरणांना शाश्वतता उद्दिष्टे आणि जबाबदार व्यवसाय पद्धतींसह सरेखित करण्यासाठी प्रभावित करतात.

११) व्याप्तीचा विस्तार :

आर्थिक तंत्रज्ञान क्षेत्र झपाट्याने वाढत आहे, आर्थिक उद्योगाला आकार देत आहे आणि बँकिंग, पेमेंट, कर्ज आणि गुंतवणूक यासाठी नवीन उपाय देत आहेत.

१.५.३ खाजगी क्षेत्रातील उद्योगांच्या समस्या :

खाजगी क्षेत्रातील उद्योगांना आर्थिक वृद्धी आणि विकासामध्ये त्यांचे महत्त्वपूर्ण योगदान असूनही, विविध आव्हाने आणि समस्यांना तोंड द्यावे लागते. खाजगी क्षेत्रातील उद्योगांना भेडसावणाऱ्या काही सामान्य समस्या पुढीलप्रमाणे आहेत :

१) भांडवल आणि पत यामध्ये प्रवेशाचा अभाव :

खाजगी क्षेत्रातील उद्योगांसमोरील प्राथमिक आव्हानांपैकी एक म्हणजे पुरेसे भांडवल आणि पत मिळवण्यात अडचण होय. लहान व्यवसाय, स्टार्ट-अप आणि उद्योजकांना कर्ज देण्याचे कठोर निकष आणि वित्तीय संस्थांद्वारे लादलेल्या उच्च-व्याजदरांमुळे निधी सुरक्षित करण्यासाठी अनेकदा संघर्ष करावा लागतो. भांडवलाचा मर्यादित प्रवेश त्यांच्या नवीन तंत्रज्ञानामध्ये गुंतवणूक करण्याच्या, कार्यप्रणालीचाविस्तार करण्याच्या किंवा कार्यरत भांडवलाच्या गरजा पूर्ण करण्याच्या क्षमतेमध्ये अडथळा आणतो. ज्यामुळे त्यांची वृद्धीची क्षमता आणि बाजारपेठेतील स्पर्धात्मकता बाधित होते.

२) नियामक ओझे आणि अनुपालन खर्च :

खाजगी क्षेत्रातील उद्योगांना सरकारद्वारे लादलेल्या जटिल आणि सतत बदलणाऱ्या नियामक चौकटीचा सामना करावा लागतो. विविध कायदे, परवाने आणि प्रमाणपत्रांचे पालन करणे वेळखाऊ आणि महाग असते, विशेषत: मर्यादित संसाधनांसह लहान उद्योगांसाठी हे फार त्रासदायक ठरते. नियमांचे काटेकोर पालन केल्याने नवकल्पना आणि लवचिकता मर्यादित होऊ शकते. ज्यामुळे बाजारातील मागणीला प्रभावीपणे प्रतिसाद देण्याच्या उद्योगाच्या क्षमतेस अडथळा निर्माण होतो.

३) कामगार-संबंधित समस्या :

खाजगी क्षेत्राला अनेकदा कामगार शक्तीशी संबंधित आव्हानांना सामोरे जावे लागते. कौशल्याचा तुटवडा, अपुरे प्रशिक्षण कार्यक्रम आणि कुशल कामगारांना आकर्षित करण्यात आणि टिकवून ठेवण्यात येणाऱ्या अडचणी उत्पादकता आणि कार्यक्षमतेवर विपरित परिणाम करू शकतात. याव्यतिरिक्त, कामगार विवाद, मजुरीच्या मागण्या आणि कठोर कामगार कायदे कार्यात्मक खर्च वाढवू शकतात आणि उत्पादन प्रक्रियेत व्यत्यय आणू शकतात, ज्यामुळे एकूण नफा प्रभावित होतो.

४) बाजारातील स्पर्धा आणि किमतीतील अस्थिरता :

खाजगी क्षेत्रातील उद्योग अत्यंत स्पर्धात्मक बाजारपेठेत चालतात आणि तीव्र स्पर्धेमुळे किमतीतील अस्थिरता आणि नफ्याचे प्रमाण कमी होऊ शकते. मागणी आणि पुरवठ्यातील चढ-उतार, तसेच प्रतिस्पर्ध्यांकडून आक्रमक किंमत धोरणे, व्यवसायांसाठी वेळोवेळी स्थिर महसूल आणि नफा राखणे आव्हानात्मक बनवू शकतात.

५) तांत्रिक अप्रचलितता आणि नाविन्यपूर्ण अंतर :

तांत्रिक प्रगतीचा वेग हे खाजगी क्षेत्रातील उद्योगांसमोर एक महत्त्वपूर्ण आव्हान आहे. उदयोन्मुख तंत्रज्ञान किंवा नवनवीन गोष्टींशी जुळवून घेण्यात अयशस्वी झाल्यास उत्पादने आणि सेवा अप्रचलित होऊ शकतात, ज्यामुळे बाजारातील प्रासंगिकता आणि स्पर्धात्मकता प्रभावित होऊ शकते. नवीन तंत्रज्ञानाचा अवलंब करण्यासाठी महत्त्वपूर्ण गुंतवणुकीची आवश्यकता असते आणि यामुळे पारंपारिक पद्धतींचा प्रतिकार होऊन प्रगतीला अडथळा निर्माण होतो.

६) जागतिक आर्थिक अनिश्चितता आणि व्यापार अडथळे :

खाजगी क्षेत्र जागतिक आर्थिक अनिश्चितता आणि विविध देशांनी लादलेल्या व्यापार अडथळ्यांना बांधील आहे. आर्थिक मंदी, चलनातील चढउतार आणि भू-राजकीय तणाव हे घटक पुरवठा साखळी विस्कळीत करू शकतात, निर्यातीच्या संधी कमी करू शकतात आणि आयात खर्च वाढवू शकतात. अशा घटकांमुळे नफा कमी होऊ शकतो आणि खाजगी क्षेत्रातील उद्योगांच्या आंतरराष्ट्रीय वाढीच्या शक्यतांना अडथळा निर्माण होऊ शकतो.

७) पर्यावरण आणि शाश्वतता :

पर्यावरणीय समस्यांबद्दल जागरूकता वाढत असताना, खाजगी क्षेत्रातील उद्योगांना शाश्वत पद्धतींचा अवलंब करण्यासाठी वाढत्या दबावाचा सामना करावा लागतो. पर्यावरणीय नियमांचे पालन करणे, कार्बन फूटप्रिंट्स कमी करणे आणि इको-फ्रेंडली प्रक्रियांची अंमलबजावणी करणे महाग असू शकते आणि नवीन तंत्रज्ञान व कार्यात्मक बदलांमध्ये भरीव गुंतवणूक करणे आवश्यक आहे.

८) पायाभूत सुविधा आणि लॉजिस्टिक आव्हाने :

अपुऱ्या पायाभूत सुविधा, वाहतूक आणि लॉजिस्टिक यंत्रणा खाजगी क्षेत्रातील उद्योगांच्या सुरळीत कामकाजात अडथळा आणू शकतात. कच्चा माल किंवा तयार मालाची वाहतूक करण्यात उशीर झाल्यामुळे मुदत चुकते, स्टोरेज खर्च वाढतो आणि ग्राहक असंतुष्ट होऊ शकतात. पायाभूत सुविधा आणि लॉजिस्टिक सुधारण्यासाठी अनेकदा सरकार आणि इतर भागधारकांच्या सहकार्याची आवश्यकता असते, ज्यामुळे या आव्हानांना सामोरे जाण्याची जटिलता वाढते.

९) राजकीय अस्थिरता आणि धोरणातील बदल :

खाजगी क्षेत्रातील उद्योग राजकीय अस्थिरता आणि आकस्मिक धोरण बदलांना बळी पडतात, विशेषत: अस्थिर राजकीय हवामान असलेल्या प्रदेशांमध्ये. सरकारी धोरणे, व्यापार करार किंवा कर आकारणी कायद्यातील अचानक बदल व्यवसाय कार्यप्रणाली, गुंतवणुकीचे निर्णय आणि एकूणच आर्थिक स्थिरतेवर लक्षणीय परिणाम करू शकतात.

१०) मक्तेदारी पद्धती आणि अयोग्य स्पर्धा :

खाजगी क्षेत्रातील उद्योगांना मक्तेदारी पद्धती आणि मोठ्या कॉर्पोरेशन्समधील अयोग्य स्पर्धेशी संबंधित समस्या देखील येतात. लहान व्यवसायांना लक्षणीय बाजारपेठेतील प्रबळ प्रतिस्पर्ध्यांशी स्पर्धा करण्यासाठी संघर्ष करावा लागतो, ज्यामुळे वृद्धी आणि विस्तारासाठी मर्यादित संधी निर्माण होतात.

११) सायबर सुरक्षा धोके :

आजच्या डिजिटल युगात, खाजगी क्षेत्रातील उद्योगांसाठी सायबर सुरक्षा धोके ही एक महत्त्वाची चिंता आहे. माहितीचे उल्लंघन, सायबर हल्ला आणि हॅकिंगच्या प्रयत्नांमुळे आर्थिक नुकसान, प्रतिष्ठेचे नुकसान आणि ग्राहकांच्या विश्वासाशी तडजोड होऊ शकते. मजबूत सायबर सुरक्षा उपायांची अंमलबजावणी करण्यासाठी, संवेदनशील माहितीचे संरक्षण करण्यासाठी सतत गुंतवणूक आणि दक्षता आवश्यक असते.

१२) सामाजिक आणि नैतिक आव्हाने :

खाजगी क्षेत्रातील उद्योगांना त्यांच्या सामाजिक आणि नैतिक जबाबदाऱ्यांसाठी अधिकाधिक जबाबदार धरले जाते. कामगार हक्क, पुरवठा साखळी पारदर्शकता आणि कॉर्पोरेट सोशल रिस्पॉन्सिबिलिटी (CSR) शी संबंधित समस्या कंपनीची प्रतिष्ठा आणि ब्रँड इमेज प्रभावित करू शकतात. नैतिक पद्धती त्यांच्या कार्यप्रणालीमध्ये समाकलित केल्या गेल्या आहेत हे सुनिश्चित करताना व्यवसायांनी या आव्हानांना हाताळणे करणे आवश्यक आहे.

१.६ १९९१ नंतर उद्योगांचे वर्गीकरण :

१९९१ नंतरच्या काळात भारतातील उद्योगांचे वर्गीकरण भारतीय अर्थव्यवस्था उदारीकरण आणि खुली करण्यासाठी १९९१ मध्ये सुरू करण्यात आलेल्या आर्थिक सुधारणांच्या संदर्भात समजू शकते. या सुधारणा, ज्यांना सामान्यतः नवीन आर्थिक धोरण किंवा LPG (उदारीकरण, खाजगीकरण आणि जागतिकीकरण) सुधारणा म्हणून ओळखले जाते, त्यांचा उद्देश भूतकाळातील प्रतिबंधात्मक आर्थिक धोरणे मोडून काढणे आणि खाजगी क्षेत्राचा सहभाग, परदेशी गुंतवणूक आणि स्पर्धा यांना प्रोत्साहन देणे आहे. या सुधारणांमुळे घडलेल्या बदलांचा भारतातील उद्योगांच्या संरचनेवर आणि वर्गीकरणावर लक्षणीय परिणाम झाला.

१९९१ पूर्वी, भारताने आर्थिक नियोजन आणि संरक्षणवादाचे धोरण अवलंबले, ज्यामध्ये राज्य हस्तक्षेप, सार्वजनिक क्षेत्रातील वर्चस्व आणि आयात प्रतिस्थापन औद्योगिकीकरण यावर जोर देण्यात आला. उद्योगांचे तीन विस्तृत क्षेत्रांमध्ये वर्गीकरण करण्यात आले होते. प्राथमिक क्षेत्र (शेती आणि संलग्न क्रियाकलाप), दुय्यम क्षेत्र (उत्पादन), आणि तृतीय क्षेत्र (सेवा). या कालावधीत, सरकारने परवाना, कोटा आणि परवानग्यांद्वारे उद्योगांवर मोठ्या प्रमाणात नियंत्रण ठेवले, ज्यामुळे मंद आणि अकार्यक्षम औद्योगिक वृद्धी झाली.

अ) १९९१ नंतरच्या सुधारणा आणि उद्योगांचे वर्गीकरण :

१९९१ च्या आर्थिक सुधारणांनी भारताच्या आर्थिक धोरणांमध्ये बदल घडवून आणला, ज्यामुळे उद्योगांचे उदारीकरण झाले. अधिक बाजार-चालित अर्थव्यवस्थेला चालना देणे, उद्योगांचे नियंत्रणमुक्त करणे आणि थेट विदेशी गुंतवणूक (FDI) आकर्षित करणे हे या सुधारणांचे उद्दिष्ट आहे. भारतातील उद्योगांचे वर्गीकरण या धोरणातील बदलांना आणि आर्थिक क्रियाकलापांमधील बदलांच्या प्रतिसादात विकसित झाले. ते पुढीलप्रमाणे :

१) उत्पादन क्षेत्र :

१९९१ नंतर उत्पादन क्षेत्राने लक्षणीय बदल अनुभवले. केंद्र सरकारच्या मालकीच्या उद्योगांकडून खाजगी उद्योगांकडे ते वळाले. अनेक उद्योगांना परवाना देण्यात आला, ज्यामुळे खाजगी उद्योजकांना या क्षेत्रात मुक्तपणे प्रवेश करता आला. ऑटोमोबाईल्स, इलेक्ट्रॉनिक्स आणि दूरसंचार यांसारख्या सार्वजनिक क्षेत्रासाठी पूर्वी आरक्षित असलेले उद्योग खाजगी गुंतवणुकीसाठी खुले करण्यात आले. त्यामुळे उत्पादन क्षेत्रातील स्पर्धा आणि कार्यक्षमता वाढली. याव्यतिरिक्त, विदेशी गुंतवणूक आकर्षित करण्यासाठी आणि निर्यात-केंद्रित उद्योगांना प्रोत्साहन देण्यासाठी विशेष आर्थिक क्षेत्र (SEZ) स्थापन करण्यात आले. SEZ ने उद्योगांना विविध कर सवलती आणि फायदे प्रदान

केले, ज्यामुळे कापड, फार्मास्युटिकल्स आणि माहिती तंत्रज्ञान यांसारख्या निर्यात-केंद्रित उत्पादन उद्योगांची वाढ झाली.

२) सेवा क्षेत्र :

१९९१ नंतर सेवा क्षेत्रात उल्लेखनीय वाढ आणि वैविध्य दिसून आले. आर्थिक सुधारणांमुळे विविध सेवा उद्योग खाजगी सहभागासाठी खुले झाले आणि सेवा क्षेत्रातील FDI ला प्रोत्साहन मिळाले. यामुळे माहिती तंत्रज्ञान (IT), व्यवसाय प्रक्रिया आऊटसोर्सिंग (BPO), वित्तीय सेवा, पर्यटन आणि आरोग्यसेवा यासारख्या उद्योगांची वाढ झाली. आयटी क्षेत्र, विशेषतः, जागतिक बाजारपेठेत एक प्रमुख स्पर्धक म्हणून उदयास आले आणि भारत हे आयटी सेवांसाठी एक महत्त्वपूर्ण आउटसोर्सिंग गंतव्यस्थान बनले. सेवा क्षेत्राच्या वाढीमुळे भारताच्या आर्थिक विकासाला चालना मिळाली आणि ज्ञानावर आधारित अर्थव्यवस्थेत त्याचे परिवर्तन होण्यास हातभार लागला.

३) कृषी क्षेत्र :

भारतीय अर्थव्यवस्थेचा कणा असलेल्या कृषी क्षेत्राने १९९१ नंतर धोरणात्मक बदल पाहिले. किंमत नियंत्रण आणि सबसिडी वरून बाजार-चालित धोरणांकडे लक्ष केंद्रित केले. सरकारने शेतीमध्ये खाजगी गुंतवणुकीला प्रोत्साहन दिले आणि करार शेती व कृषी निर्यातीला प्रोत्साहन दिले. कृषी उत्पादकता वाढवणे आणि भारतीय शेतकऱ्यांना जागतिक बाजारपेठेशी जोडणे हा यामागचा उद्देश होता. तथापि, जमिनीचे तुकडे करणे, पाण्याची टंचाई आणि आधुनिक तंत्रज्ञानाचा अभाव यासारख्या आव्हानांचा या क्षेत्राच्या वाढीवर परिणाम होत राहिला. शेतकऱ्यांचे उत्पन्न वाढविण्यासाठी कृषी-प्रक्रिया उद्योगांना चालना देण्यासाठी आणि कृषी उत्पादनात मूल्यवर्धन करण्यासाठी प्रयत्न केले गेले.

४) पायाभूत सुविधा क्षेत्र :

या सुधारणांमुळे पायाभूत सुविधा क्षेत्रातही महत्त्वपूर्ण बदल घडून आले. पायाभूत सुविधा प्रकल्पांमध्ये खाजगी गुंतवणूक आकर्षित करण्यासाठी सार्वजनिक-खाजगी भागीदारी (PPPs) ला प्रोत्साहन देण्यात आले. रस्ते, बंदरे, विमानतळ, वीज आणि दूरसंचार यासारख्या क्षेत्रांमध्ये खाजगी क्षेत्राचा लक्षणीय सहभाग आणि आधुनिकीकरण दिसून आले. आर्थिक विकास टिकवून ठेवण्यासाठी आणि परदेशी गुंतवणूक आकर्षित करण्यासाठी पायाभूत सुविधांचा विकास महत्त्वाचा मानला गेला. पायाभूत सुविधांच्या विकासाला चालना देण्यासाठी सरकारने प्रकल्प मंजुरी जलद करण्यासाठी आणि नियम सुलभ करण्यासाठी धोरणे आणली.

६) वित्तीय क्षेत्र :

वित्तीय क्षेत्र हे सुधारणांसाठी मुख्य क्षेत्रांपैकी एक होते. बँकिंग आणि विमा उद्योगांचे उदारीकरण आणि स्पर्धेला प्रोत्साहन देण्यासाठी सरकारने उपाययोजना सुरू केल्या. खाजगी बँकांना राष्ट्रीयीकृत बँकांच्या बरोबरीने काम करण्याची परवानगी देण्यात आली आणि परदेशी बँकांना भारतात शाखा स्थापन करण्याची परवानगी देण्यात आली. याव्यतिरिक्त, शेअर बाजार हे विदेशी संस्थागत गुंतवणूकदारांसाठी खुले करण्यात आले, ज्यामुळे भांडवलाचा ओघ वाढला. या सुधारणांचे उद्दिष्ट वित्तीय प्रणाली मजबूत करणे, पत उपलब्धता वाढवणे आणि गुंतवणूक व बचतीला प्रोत्साहन देणे हे आहे.

६) सार्वजनिक क्षेत्रातील उद्योग :

खाजगीकरणासाठी जोर देऊनही, सार्वजनिक क्षेत्राने काही धोरणात्मक उद्योग आणि राष्ट्रीय सुरक्षा आणि अत्यावश्यक सेवांशी संबंधित क्षेत्रांमध्ये महत्त्वपूर्ण भूमिका बजावली. तेल आणि वायू, संरक्षण आणि रेल्वे यासारख्या क्षेत्रांमध्ये सार्वजनिक क्षेत्रातील युनिट्स (पीएसयू) देखील कायम ठेवण्यात आले.

७) खाजगी क्षेत्रातील उद्योग :

सुधारणांमुळे खाजगी क्षेत्राची क्षमता उघड झाली, ज्यामुळे खाजगी गुंतवणूक आणि उद्योजकता वाढली. उत्पादन, सेवा, दूरसंचार, माहिती तंत्रज्ञान, फार्मास्युटिकल्स आणि ग्राहकोपयोगी वस्तू यासह विविध क्षेत्रांमध्ये खाजगी उद्योगांची भरभराट झाली.

८) थेट विदेशी गुंतवणूक (FDI) चालित उद्योग :

एफडीआय धोरणाच्या उदारीकरणामुळे देशात विदेशी गुंतवणूक आकर्षित झाली. परिणामी, माहिती तंत्रज्ञान, दूरसंचार, किरकोळ आणि ऑटोमोटिव्ह यांसारख्या उद्योगांमध्ये परदेशी भांडवल आणि तंत्रज्ञानाचा लक्षणीय प्रवाह दिसून आला.

९) विशेष आर्थिक क्षेत्र (SEZ) आणि निर्यात-केंद्रित उद्योग :

विशेष आर्थिक क्षेत्राच्या स्थापनेमुळे निर्यात-केंद्रित उद्योगांचा उदय झाला. या क्षेत्रांनी निर्यातीवर लक्ष केंद्रित करणाऱ्या उद्योगांसाठी अनुकूल वातावरण प्रदान केले, ज्यामुळे परकीय चलनाची कमाई आणि रोजगाराच्या संधी वाढल्या.

१०) सूक्ष्म, लघु आणि मध्यम उद्योग (MSME) :

एमएसएमईला चालना देण्यावर सरकारने लक्ष केंद्रित केल्याने विविध क्षेत्रांतील लघु आणि मध्यम उद्योगांची वाढ झाली. या उपक्रमांनी विकेंद्रित औद्योगिक विकास आणि रोजगार निर्मितीमध्ये महत्त्वपूर्ण भूमिका बजावली.

१.७ १९९१ नंतर कृषी उद्योगांची भूमिका :

१९९१ नंतर, भारताने आर्थिक उदारीकरण किंवा नवीन आर्थिक धोरण म्हणून ओळखल्या जाणाऱ्या आर्थिक धोरणांमध्ये महत्त्वपूर्ण परिवर्तन पाहिले. अर्थव्यवस्थेचे पुनरुज्जीवन करण्यासाठी, विकासाला चालना देण्यासाठी आणि जागतिक बाजारपेठेत भारतीय उद्योगांची स्पर्धात्मकता वाढवण्यासाठी या सुधारणा सुरू करण्यात आल्या होत्या. कृषी, कृषी-प्रक्रिया आणि कृषी-व्यवसाय यामध्ये गुंतलेल्या विविध क्षेत्रांचा समावेश असलेल्या कृषी-उद्योगाने या काळात देशाच्या आर्थिक विकासात महत्त्वपूर्ण भूमिका बजावली. या सर्वसमावेशक विश्लेषणामध्ये, १९९१ नंतर कृषी उद्योगांच्या भूमिकेचा सखोल अभ्यास करण्यात आला आहे तसेच त्यांच्या मार्गाला आकार देणाऱ्या प्रमुख घटकांचे परीक्षण करण्यात आले आहे :

१) उदारीकरण आणि जागतिकीकरण :

उदारीकरण आणि जागतिकीकरण हे आर्थिक सुधारणांमुळे सर्वात महत्त्वाचे बदल घडले. भारत सरकारने व्यापारातील अडथळे कमी केले. थेट विदेशी गुंतवणुकीला (एफडीआय) परवानगी दिली आणि कृषी उद्योगांसह विविध उद्योगांमध्ये खाजगी क्षेत्राच्या सहभागाला प्रोत्साहन दिले. अर्थव्यवस्थेच्या या सुरुवातीमुळे भारतीय कृषी-उद्योगांना आंतरराष्ट्रीय बाजारपेठ, प्रगत तंत्रज्ञान आणि परकीय भांडवल उपलब्ध झाले, ज्यांनी या क्षेत्राचा कायापालट करण्यात महत्त्वाची भूमिका बजावली.

२) कृषी निर्यात आणि जागतिक एकत्रीकरण :

१९९१ पूर्वी, भारताचा अर्थव्यवस्थेकडे अंतर्मुख दृष्टीकोन होता, ज्यामुळे कृषी निर्यातीची व्याप्ती मर्यादित होती. उदारीकरण धोरणांमुळे कृषी निर्यातीत वाढ झाली, ज्यामुळे भारतीय कृषी उद्योगांना जागतिक बाजारपेठेत प्रवेश मिळण्यास मदत झाली. बासमती तांदूळ, मसाले, फळे आणि भाज्या या उत्पादनांना आंतरराष्ट्रीय स्तरावर लोकप्रियता मिळाली. जागतिक अर्थव्यवस्थेशी एकीकरणामुळे कृषी उद्योगांना त्यांचा ग्राहक आधार वाढवता आला, ज्यामुळे आर्थिक वाढ आणि परकीय चलन कमाईला हातभार लागला.

३) तांत्रिक प्रगती आणि आधुनिकीकरण :

१९९१ नंतरच्या काळात कृषी उद्योगांमध्ये तंत्रज्ञानाचा अवलंब आणि आधुनिकीकरणावर लक्षणीय भर देण्यात आला. पारंपारिक शेती पद्धतींनी आधुनिक कृषी तंत्र, अचूक शेती आणि अनुवांशिकरित्या सुधारित पिकांचा वापर करण्याचा मार्ग दिला. शेतीमध्ये जैवतंत्रज्ञानाचा वापर केल्याने पीक उत्पादन आणि कीड प्रतिरोधकता सुधारली, ज्यामुळे क्षेत्राची एकूण उत्पादकता वाढली.

४) पायाभूत सुविधांचा विकास :

१९९१ नंतर कृषी-उद्योगाच्या भूमिकेला आकार देण्यासाठी सरकारने पायाभूत सुविधांच्या विकासावर लक्ष केंद्रित करण्यात महत्त्वपूर्ण भूमिका बजावली. सुधारित वाहतूक, कोल्ड स्टोरेज सुविधा, गोदाम आणि कृषी-प्रक्रिया युनिट्सचा फायदा शेतकरी आणि कृषी व्यवसायिकांना झाला. आधुनिक पुरवठा साखळींच्या वाढीमुळे कापणीनंतरचे नुकसान कमी होण्यास मदत झाली आणि उत्पादनाची गुणवत्ता सुधारली, ज्यामुळे ते अधिक विक्रीयोग्य बनले.

५) मूल्यवर्धन आणि कृषी प्रक्रिया :

उदारीकरण धोरणांमुळे कृषी प्रक्रिया आणि मूल्यवर्धन क्रियाकलापांना प्रोत्साहन मिळाले. केवळ कच्च्या कृषी मालाचे उत्पादन करण्याऐवजी, कृषी उद्योगांनी उच्च मूल्याच्या उत्पादनांवर प्रक्रिया आणि उत्पादन करण्यास सुरुवात केली. पॅकेज केलेले खाद्यपदार्थ, खाण्यास तयार जेवण आणि शीतपेयांच्या उत्पादनासह अन्न प्रक्रियेत लक्षणीय वाढ दिसून आली. या परिवर्तनामुळे केवळ कृषी उत्पादनांचा विस्थारच वाढला नाही तर अधिक रोजगार निर्माण झाला आणि शेतकऱ्यांचे उत्पन्नही वाढले.

६) कंत्राटी शेती आणि खाजगी क्षेत्राचा सहभाग :

१९९१ नंतर, कृषी उद्योगांमध्ये व्यवसाय प्रारूप म्हणून कंत्राटी शेतीला महत्त्व प्राप्त झाले. कंत्राटी शेतीमुळे बाजारपेठेतील उत्तम संबंध, खात्रीशीर किमती आणि शेतकऱ्यांसाठी आधुनिक कृषी पद्धती आणि निविष्ठांमध्ये प्रवेश मिळणे शक्य झाले. कृषी उद्योगांमध्ये खाजगी क्षेत्राचा सहभाग वाढला, ज्यामुळे अधिक कार्यक्षम पुरवठा साखळी आणि मूल्य साखळी स्थापन झाली.

७) रोजगार निर्मिती आणि गरिबी निर्मूलन :

कृषी उद्योगांच्या वाढीचा थेट परिणाम ग्रामीण रोजगार आणि दारिद्र्य निर्मूलनावर झाला. वाढीव गुंतवणूक आणि आधुनिकीकरणामुळे, शेती आणि कृषी-प्रक्रिया क्षेत्रात मजुरांची मागणी वाढली. कृषी-आधारित सूक्ष्म, लघु आणि मध्यम उद्योगांच्या (एमएसएमई) वाढीमुळे रोजगाराच्या असंख्य संधी निर्माण झाल्या, ज्यामुळे ग्रामीण जीवनमानाला चालना मिळाली.

८) सरकारी समर्थन आणि धोरणे :

भारत सरकारने कृषी उद्योगांच्या वाढीसाठी विविध धोरणे आणि योजना आणल्या. अनुदाने, कृषी प्रक्रियेसाठी प्रोत्साहन, शेतकऱ्यांसाठी कर्ज सुविधा आणि संशोधन तसेच विकास उपक्रम यांनीकृषी क्षेत्राच्या प्रगतीमध्ये महत्त्वाची भूमिका बजावली. सरकारने अनुकूल धोरणांद्वारे कृषी उद्योगांमध्ये खाजगी गुंतवणुकीसाठी सक्षम वातावरण निर्माण करण्यावर भर दिला.

९) शाश्वत शेती आणि पर्यावरणविषयक संवेदनशीलता :

१९९१ नंतर, शाश्वत शेती आणि पर्यावरण संवर्धनावर भर देण्यात आला. सरकार आणि कृषी उद्योगांनी सेंद्रिय शेती, जलसंधारण तंत्र आणि पर्यावरणपूरक पद्धतींना प्रोत्साहन दिले जेणेकरुन पर्यावरणावर होणारा शेतीचा प्रतिकूल परिणाम कमी होईल.

१०) अन्नसुरक्षेतील भूमिका :

भारताच्या वाढत्या लोकसंख्येसाठी अन्न सुरक्षा सुनिश्चित करण्यात कृषी उद्योगांनी महत्त्वपूर्ण भूमिका बजावली. कृषी उत्पादनात वाढ, उत्तम पुरवठा साखळी व्यवस्थापन आणि कृषी प्रक्रियेतील वाढीव गुंतवणूक यामुळे अन्नधान्याची उपलब्धता आणि परवडण्यामध्ये सुधारणा झाली.

११) शेतीचे विविधीकरण :

१९९१ नंतर, कृषी क्षेत्र पारंपारिक कृषी पिकांकडून उच्च मूल्याच्या बागायती पिकांकडे वळाले. शेतकरी फळे, भाज्या आणि मसाल्यांची लागवड करू लागले, ज्यांना देशांतर्गत आणि आंतरराष्ट्रीय स्तरावर जास्त मागणी होती. या विविधीकरणामुळे शेतकऱ्यांचे उत्पन्न तर सुधारलेच पण काही मुख्य पिकांवरील अवलंबित्वही कमी झाले.

१२) पशुधन आणि दुग्धव्यवसायावर परिणाम :

कृषी उद्योगांमध्ये पशुधन आणि दुग्धव्यवसाय क्षेत्रांचाही समावेश आहे, ज्यात १९९१ नंतर लक्षणीय वाढ झाली. दुग्ध सहकारी संस्था आणि खाजगी डेअरी कंपन्यांच्या वाढीमुळे दूध आणि दुग्धजन्य पदार्थांचे उत्पादन आणि प्रक्रिया करण्यास मदत झाली, ज्यामुळे लाखो शेतकऱ्यांना फायदा झाला.

१३) तंत्रज्ञान हस्तांतरण आणि ज्ञान सामायिकरण :

उदारीकरण युगाने विकसित देशांकडून तंत्रज्ञान आणि ज्ञान भारतात हस्तांतरित करणे सुलभ केले. आंतरराष्ट्रीय कृषी कंपन्या आणि संशोधन संस्थांच्या सहकार्याने भारतीय कृषी उद्योगांना सर्वोत्तम पद्धती आणि अत्याधुनिक तंत्रज्ञानाचा अवलंब करण्याची परवानगी दिली.

१४) आर्थिक वाढीमध्ये भूमिका :

भारताच्या एकूण आर्थिक विकासात कृषी-उद्योगाच्या वाढीचा मोठा वाटा आहे. या क्षेत्राच्या सकारात्मक कामगिरीचा इतर उद्योगांवर गुणाकार परिणाम झाला, ज्यामुळे पुरवठा साखळीमध्ये संपर्क निर्माण झाला आणि आर्थिक विकासाला चालना मिळाली.

१.८ औद्योगिक संयोगीकरण :

१७६० च्या औद्योगिक क्रांतीनंतर कारखानदारी पद्धती अस्तित्वात येवून उत्पादन कार्यात मोठ्या प्रमाणात यांत्रिकीकरण करण्यात आले. जलद औद्योगिकीकरणामुळे औद्योगिक विकास झपाट्याने होऊ लागला. पर्यायाने उद्योजकांची संख्याही वाढू लागली. उद्योजकांमध्ये अस्तित्वासाठी तीव्र स्पर्धा निर्माण होऊ लागली. ही स्पर्धा प्रामुख्याने वस्तू विभेदन (Diversification), गुणवत्ता (Quality), बाजार भाग (Market Share), किंमत युद्ध (Price War), विपणन तंत्र (Marketing Technique) याबाबतीत होती. प्रत्येक उद्योजकाला केवळ अंतर्गत उद्योजकांबरोबर स्पर्धा करावी लागली असे नव्हे तर आंतरराष्ट्रीय स्तरावरील संस्था व उद्योजकांशीही स्पर्धा करावी लागली. पर्यायाने या गळेकापू स्पर्धेचा थेट परिणाम उद्योजकांच्या नफ्यावर होऊ लागला. बाजारपेठेतील या तीव्र स्पर्धेत लहान उद्योजक बळी पडले. त्यांच्या अस्तित्वाचा प्रश्न निर्माण झाला. अशा अनिश्चित परिस्थितीतून मार्ग काढण्यासाठी अनेक उद्योजकांच्या सहकार्यातून 'औद्योगिक संयोग' अस्तित्वात येऊ लागले. या प्रमुख आर्थिक कारणांशिवाय उद्योजकांनी स्वतःचे औद्योगिक साम्राज्य स्थापन करून सामाजिक प्रतिष्ठा मिळविण्याच्या उद्देशानेही औद्योगिक संयोग झाल्याचे दिसून येते.

१.८.१ अर्थ :

१७६० च्या औद्योगिक क्रांतीनंतर कारखानदारी पद्धती अस्तित्वात येवून उत्पादन कार्यात मोठ्या प्रमाणात यांत्रिकीकरण करण्यात आले. जलद औद्योगिकीकरणामुळे औद्योगिक विकास झपाट्याने होऊ लागला. पर्यायाने उद्योजकांची संख्याही वाढू लागली. उद्योजकांमध्ये अस्तित्वासाठी तीव्र स्पर्धा निर्माण होऊ लागली. ही स्पर्धा प्रामुख्याने वस्तू विभेदन (Diversification), गुणवत्ता (Quality), बाजार भाग (Market Share), किंमत युद्ध (Price War), विपणन तंत्र (Marketing Technique) याबाबतीत होती. प्रत्येक उद्योजकाला केवळ अंतर्गत उद्योजकांबरोबर स्पर्धा करावी लागली असे नव्हे तर आंतरराष्ट्रीय स्तरावरील संस्था व उद्योजकांशीही स्पर्धा करावी लागली. पर्यायाने या गळेकापू स्पर्धेचा थेट परिणाम उद्योजकांच्या नफ्यावर होऊ लागला. बाजारपेठेतील या तीव्र स्पर्धेत लहान उद्योजक बळी पडले. त्यांच्या अस्तित्वाचा प्रश्न निर्माण झाला. अशा अनिश्चित परिस्थितीत अनेक मोठ्या उद्योगांनी लहान उद्योग ताब्यात घेतले किंवा लहान उद्योगांचे संलग्न मोठ्या उद्योगात विलीनीकरण झाले. या उद्योग संपादन / विलीनीकरणाच्या प्रक्रियेला 'औद्योगिक संयोग' म्हटले जाते. या प्रमुख आर्थिक कारणांशिवाय उद्योजकांनी स्वतःचे औद्योगिक साम्राज्य स्थापन करून सामाजिक प्रतिष्ठा मिळविण्याच्या उद्देशानेही औद्योगिक संयोग झाल्याचे दिसून येते.

१.८.२ औद्योगिक संयोगाची कारणे :

सर्वसाधारणतः औद्योगिक संयोगाच्या स्थापनेला कारणीभूत ठरणाऱ्या विविध घटकांबद्दल थोडक्यात विवेचन केले आहे.

१) **बाजारपेठेमधील तीव्र गळेकापू स्पर्धा :**

औद्योगिक क्रांतीनंतर उत्पादनसंस्थांची संख्या वाढली. त्याचबरोबर त्यांचे उत्पादनही वाढले. प्रचंड उत्पादनामुळे उत्पादकांमध्ये परस्परांतर्गत स्पर्धा निर्माण झाली. ही स्पर्धा प्रामुख्याने वस्तू विभेदन, गुणवत्ता, बाजार भाग, किंमत व विपणन तंत्र याबाबतीत होती. किंमत युद्धामुळे अनेक उत्पादकांना तोटा होऊ लागला व काहींना आपले उत्पादन बंद करावे लागले. स्पर्धेचे नियंत्रण करण्यासाठी उत्पादकांनी केलेल्या प्रयत्नांमुळेच औद्योगिक संयोग करण्यात येऊ लागले.

२) **मोठ्या प्रमाणावरील उत्पादनाचे फायदे :**

मोठ्या प्रमाणावरील उत्पादनामुळे उत्पादकांना अंतर्गत व बाह्य फायदे प्राप्त होतात. जर उत्पादन मोठ्या प्रमाणावर केले तर सरासरी उत्पादन खर्च कमी होतो. व्यवस्थापन खर्च व स्थिर खर्चात बचत होते. वाहतूक खर्च व विक्री खर्च कमी होऊ लागतो. जाहिरात व विपणन खर्चही कमी होतो. अनेक उत्पादक एकत्र आल्याने कच्च्या मालाची मोठ्या प्रमाणावर खरेदी करता येते. त्यामुळे मोठ्या प्रमाणावरील खरेदीचेही फायदे मिळविता येतात. यांत्रिकीकरण व आधुनिक तंत्रज्ञानाचा वापर करता येतो, उत्पादित मालाची एकत्रित विक्री करता येते. पर्यायाने उत्पादन खर्चात बचत होते. या सर्व लाभांमुळे अनेक लहान उत्पादक एकत्र येवून औद्योगिक संयोगाच्या विकासाला चालना मिळाली.

३) **नफा वाढीची आकांक्षा :**

महत्तम नफा प्राप्त करणे ही प्रत्येक उत्पादकाची आकांक्षा असते. असा महत्तम नफा मिळण्यासाठी वस्तूंच्या उत्पादन खर्चात व विपणन खर्चात बऱ्याच प्रमाणात बचत करणे शक्य झाले पाहिजे. यासाठी उत्पादकांचे व्यक्तिगत पातळीवरील प्रयत्न अपुरे पडतात. एकाच क्षेत्रात काम करणारे उत्पादक एकत्र येवून औद्योगिक संयोगाची स्थापना करून यात प्रभावशाली ठरतात. औद्योगिक संयोगाच्या माध्यमातून सामंजस्य असते. उत्पादन खर्चात व विपणन खर्चात बचत होवून उत्पादकांना मिळणाऱ्या नफ्यात वाढ होऊ लागते. नफ्याच्या प्रमाणात वाढ करण्याच्या अपेक्षेनेही औद्योगिक संयोगीकरण केले जाते.

४) मक्तेदारीची अभिलाषा :

औद्योगिक संयोगीकरणामुळे स्पर्धेचे उच्चाटन होते. मक्तेदारीची स्थापना झाली म्हणजे बाजारपेठेवर नियंत्रण ठेवता येते. उत्पादक उत्पादनाबरोबरच पुरवठ्यावरही नियंत्रण ठेवू शकतो. मागणी जर तटस्थ असेल तर मक्तेदारीमुळे किंमत वाढविता येते आणि नफा वाढविता येतो. मक्तेदारी स्थापन करून नफा मिळवावा या अभिलाषेनेही अनेक उत्पादक एकत्र येतात.

५) व्यापारचक्रे :

व्यापारचक्रामुळे औद्योगिक संयोगाला मोठ्या प्रमाणावर चालना मिळते. तेजीच्या काळात वस्तूंच्या किमती वाढत जातात. पर्यायाने उत्पादक उत्पादनात वाढ करून नफा कमवितात. वाढीव नफ्यावर उद्योगाचे आकारमान वाढविण्याची प्रवृत्ती निर्माण होते. याउलट मंदीच्या काळात वस्तूंच्या किमती कमी होत जातात. मंदी दीर्घकाळ असल्यास लहान उद्योग बंद पडतात. असे होऊ नये म्हणून अनेक लहान उद्योग मोठ्या उद्योगांमध्ये विलीन होवून आपले उत्पादन मर्यादित करतात. औद्योगिक संयोगामुळे मंदीच्या दुष्परिणामांची तीव्रता कमी करता येते. तेजी व मंदीच्या परिस्थितीत औद्योगिक संयोगीकरण ही प्रक्रिया महत्त्वपूर्ण ठरते.

६) स्वदेशी उद्योगांना संरक्षण :

स्वदेशी उद्योगांना विदेशी स्पर्धेपासून संरक्षण देण्यासाठी विदेशी मालाच्या आयातीवर सरकार आयात कर लादते यामुळे विदेशी वस्तूंच्या किमती वाढतात आणि स्वदेशी उत्पादक विदेशी उत्पादकांशी स्पर्धा करू शकतात. यालाच स्वदेशी उद्योगांसाठी अवलंबिण्यात आलेली संरक्षणनीती असेही म्हणतात. जकात धोरणाचा फायदा घेवून किमती वाढवून जास्त नफा मिळवावा यासाठी स्वदेशी उत्पादक एकत्र येवून उद्योगांचे औद्योगिक संयोगीकरण करतात.

७) वैज्ञानिक संशोधन :

आधुनिक काळात नवनवीन वैज्ञानिक संशोधन करून अत्याधुनिक तंत्रज्ञान व यंत्रसामग्रीच्या साहाय्याने वस्तूंची गुणवत्ता सुधारणे व त्यासोबतच उत्पादन खर्चात बचत करणे याबाबतीत उत्पादकांमध्ये स्पर्धा सुरू असते; परंतु हे संशोधन सातत्यपूर्ण चालू ठेवण्याची क्षमता स्वतंत्रपणे एका उद्योगाकडे असेलच असे नाही. अशा वेळी औद्योगिक संयोगीकरणाच्या माध्यमातून लहान लहान उत्पादकांना एकत्र करून अत्याधुनिक वैज्ञानिक संशोधनाचा लाभ मिळवून दिला जातो. पर्यायाने लहान लहान उत्पादक औद्योगिक उत्पादकतेमध्ये वाढ करण्यात यशस्वी होतात.

८) संयुक्त भांडवली कंपन्यांचा विकास :

विसाव्या शतकात संयुक्त भांडवली कंपन्यांचा झपाट्याने विकास झाला. कंपनी या व्यवसाय संघटनेच्या प्रकारामुळे औद्योगिक संयोगीकरण सुलभ झाले आहे. कोणतीही व्यक्ती अथवा संस्था एखाद्या कंपनीतील ५० टक्क्यांपेक्षा जास्त भाग विकत घेऊन त्या कंपनीवर नियंत्रण ठेवू शकते. जर एखादा समूह एकापेक्षा अधिक कंपन्यांवर नियंत्रण ठेवत असेल तर औद्योगिक संयोगीकरण घडवून आणणे सुलभ जाते.

९) वाजवीकरण :

उद्योगांची तांत्रिक व आर्थिक बाजू सुदृढ करण्यासाठी करण्यात येणाऱ्या विविध उपायांचा 'वाजवीकरण' या संकल्पनेमध्ये समावेश होतो. औद्योगिक उत्पादकता व कार्यक्षमता वाढविण्यासाठी उत्पादक स्वयंप्रेरणेने वाजवीकरण करतात. वाजवीकरणासाठी मोठ्या प्रमाणात भांडवलाची आवश्यकता असते. वाजवीकरण करता यावे यासाठी अनेक उत्पादक उद्योगांचे एकत्रीकरण करतात. थोडक्यात, सामुदायिक कृती हा वाजवीकरणाचा

गाभा आहे. लहान उद्योगांपेक्षा मोठ्या उद्योगांना वाजवीकरणाचा लाभ अधिक प्रमाणात प्राप्त होतो. म्हणून औद्योगिक संयोगाची स्थापना होते.

१०) शासकीय धोरणातील अनिश्चितता :

शासकीय धोरणांतर्गत औद्योगिक, करविषयक आणि इतर आर्थिक धोरणांचा समावेश होतो. शासकीय धोरणांमध्ये सातत्याने बदल झाल्यास उद्योगांचा धोका व अनिश्चितता यात वाढ होते. या धोका व अनिश्चिततेवर मात करण्यासाठी उद्योग संघटित होवून औद्योगिक संयोगीकरण करतात. शासकीय धोरणातील अनिश्चितता औद्योगिक संयोगीकरणाला साहाय्यक ठरते.

१.८.३ औद्योगिक विलीनीकरण आणि समामेलन :

विलिनीकरण आणि समामेलन या दोन भिन्न संकल्पना आहेत.

अ) विलिनीकरण :

विलिनीकरण हा उत्पादनसंस्थांचा किंवा उद्योगांचा एकत्रिकरणाचा एक मार्ग आहे. विलिनीकरणांतर्गत एका उत्पादनसंस्थेत इतर एक किंवा अनेक उत्पादनसंस्था विलीन होतात. विलिनीकरणाच्या या योजनेत आर्थिकदृष्ट्या सामर्थ्यवान एक उत्पादनसंस्था आपल्यापेक्षा कमकुवत दुसऱ्या उत्पादनसंस्थेला आपल्यात विलीन करून घेण्यासाठी त्या दुसऱ्या उत्पादनसंस्थेचा व्यवसाय खरेदी करते. अशा वेळेस दुसऱ्या उत्पादनसंस्थेचे अस्तित्व संपुष्टात येते. उदा. 'अ' या उत्पादनसंस्थेने 'ब' आणि 'क' या उत्पादनसंस्था ताब्यात घेतल्यास 'अ' चे अस्तित्व कायम राहून 'ब' आणि 'क' चे अस्तित्व संपुष्टात येईल. असे विलिनीकरण होण्यासाठी विलिनीकरणात सहभागी होणाऱ्या उत्पादनसंस्थामध्ये आपापसात करार होणे आवश्यक असते.

उत्पादनसंस्थाच्या विलिनीकरणाची काही ठळक वैशिष्ट्ये पुढीलप्रमाणे सांगता येतील.

१) विलिनीकरणासाठी अस्तित्वातील दोन किंवा त्यापेक्षा अधिक उत्पादनसंस्थांनी एकत्रिकरणाचा करार करणे आवश्यक आहे.

२) आर्थिक दृष्टीने संपन्न असलेली उत्पादनसंस्था कमजोर उत्पादनसंस्थेचा व्यवसाय खरेदी करते आणि आपल्यात विलीन करून घेते.

३) विलिनीकरणासाठी नवीन उत्पादनसंस्थेची स्थापना करावी लागत नाही.

४) विलीन होणारी उत्पादनसंस्था आपला व्यवसाय बंद करते.

५) दुसऱ्या उत्पादनसंस्थेचे विलिनीकरण करून घेणारी उत्पादनसंस्था मात्र आपल्या जुन्याच नावाने व्यवसाय सुरू ठेवते.

ब) समामेलन :

एकाच प्रकारचा व्यवसाय करणाऱ्या दोन किंवा त्यापेक्षा अधिक उत्पादनसंस्थाचे एकत्रिकरण करण्यासाठी त्या उत्पादनसंस्थाचे भागधारक संयुक्तपणे एका नवीन उत्पादनसंस्थेची निर्मिती करतात. आपले स्वतःचे अस्तित्व नष्ट करतात आणि या नवीन स्वतंत्र उत्पादनसंस्थेच्या नावाने आपला व्यवसाय सुरु करतात. थोडक्यात, अस्तित्वात असलेल्या सर्व उत्पादनसंस्था स्वतःची नावे, अस्तित्व व व्यावसायिक स्वातंत्र्य नष्ट करून एका नवीन उत्पादन संस्थेची स्थापना करतात त्यास समामेलन असे म्हणतात.

उदा. 'अ' आणि 'ब' या एकाच प्रकारचा व्यवसाय करणाऱ्या दोन उत्पादनसंस्थांच्या भागधारकांनी दोन्ही उत्पादनसंस्थाचे एकत्रिकरण करण्याचा निर्णय घेतला व 'क' या नवीन उत्पादनसंस्थेची स्थापना केली. 'क' या उत्पादनसंस्थेने 'अ' व 'ब' यांना योग्य मोबदला देवून या दोन्ही उत्पादनसंस्थांचे व्यवसाय खरेदी केले. त्यामुळे

'अ' आणि 'ब' या उत्पादनसंस्था बंद होवून त्यांच्या एकत्रिकरणातून 'क' ही उत्पादनसंस्था आपला स्वतंत्र व्यवसाय सुरु करेल व 'अ' व 'ब' या उत्पादनसंस्थाचे अस्तित्व नष्ट होईल.

समामेलनाची काही ठळक वैशिष्ट्ये पुढीलप्रमाणे सांगता येतील :

१) समामेलनासाठी कमीत कमी दोन उत्पादनसंस्थाची आवश्यकता असते.

२) अस्तित्वातील उत्पादनसंस्थाचे एकत्रीकरणासाठी एका नवीन स्वतंत्र उत्पादनसंस्थेची निर्मिती आणि स्थापना करावी लागते.

३) एकत्रीकरणाची योजना अंमलात आणण्यासाठी चालू उत्पादनसंस्थाचा व्यवसाय बंद करून त्यांचे निस्तारण (Liquidation) करावे लागते.

४) नव्याने निर्माण केलेली उत्पादनसंस्था निस्तारण होत असलेल्या जुन्या उत्पादनसंस्थाचे व्यवसाय खरेदी करते.

५) निस्तारण होत असलेल्या जुन्या उत्पादनसंस्थाचे भागधारकच संयुक्तपणे नवीन कंपनीची स्थापना करतात.

क) विलिनीकरण आणि समामेलन यातील फरक :

उत्पाादनसंस्थाच्या विलिनीकरण आणि समामेलन यांत पुढीलप्रमाणे मुख्य फरक आहे.

१) विलिनीकरणातंर्गत फक्त विलीन होणाऱ्या उत्पादनसंस्थाचेच कायदेशीर अस्तित्व समाप्त होते. विलीन करून घेणाऱ्या उत्पादनसंस्थेचे अस्तित्व कायम असते. मात्र समामेलनांतर्गत एकत्रीकरण होणाऱ्या सर्वच उत्पादनसंस्थाचे कायदेशीर अस्तित्व समाप्त होते आणि एका नवीनच दुसऱ्या स्वतंत्र उत्पादनसंस्थेचे अस्तित्व तयार होते.

२) विलिनीकरणाच्या योजनेची अंमलबजावणी करण्यासाठी नवीन उत्पादनसंस्था स्थापन करावी लागत नाही. आर्थिक दृष्टीने संपन्न असलेली एक उत्पादनसंस्था इतर उत्पादनसंस्थाचे व्यवसाय खरेदी करून त्यांना आपल्यात विलीन करून घेते. तर समामेलनासाठी नवीन स्वतंत्र उत्पादनसंस्था स्थापन करावी लागते. ही नवीन उत्पादनसंस्था अस्तित्वातील दोन किंवा त्यापेक्षा अधिक उत्पादनसंस्थांचे संमिश्रण घडवून आणण्यासाठी त्यांचे व्यवसाय खरेदी करते.

१.८.४ औद्योगिक संपादन :

संपादन ही एक व्यावसायिक प्रक्रिया असून याद्वारे एखादी व्यक्ती, समूह अथवा कंपनी ही दुसऱ्या व्यक्तीवरती, समुहावरती अथवा कंपनीवरती नियंत्रण ठेवते. या कंपनीला लक्ष्य कंपनी असे म्हणतात. संपादित कंपनी म्हणजे अशी कमानी की जिचे संपादन हे अन्य कंपन्यांमार्फत खरेदीद्वारे केले जाते. केले जाणारे संपादन हे एक तर विरोधी असते किंवा मैत्रीपूर्ण असते. विरोधी संपादनामध्ये ज्या कंपनीचे संपादन केले जाते किंवा जी कंपनी खरेदी केली जाते तिला तिचे संपादन केले जाणार आहे याची माहिती नसते किंवा तशी कोणतीही सूचना ही कंपनीला दिली जात नाही. तर मैत्रीपूर्ण संपादनामध्ये अगदीच आश्चर्यकारकपणे कंपनीचे संपादन केले जाते. दोन कंपन्या संपादनाविषयी चर्चेद्वारे योग्य निर्णय घेतात. या वेळेस जास्तीत-जास्त लघुउद्योग संस्था या मोठ्या उद्योग संस्थांसंदर्भात व्यवस्थापन नियंत्रित करतात. पण याचकाळात दोन्ही कंपन्यांमधील संयोजन राखून ठेवतात. या प्रक्रियेस विपरित कार्यवाही किंवा उलट नियंत्रित असे ओळखले जाते. संपादितामध्ये दोन प्रकार पडतात आणि हे प्रकार कंपनीच्या खरेदीच्या पर्यायी स्विकारण्यावर अवलंबून असतात. एका परिस्थितीत खरेदी कंपनी या लघू उद्योगांकडून किंवा कंपन्यांकडून सर्व शेअर्स खरेदी करतात. दुसरा पर्याय म्हणजे लघू उद्योगांकडून या मालमत्ता खरेदी करतात. संपादनाच्या प्रक्रियेमध्ये दोन कंपन्या या परस्परांना सहकार्य करतात आणि संपादनाच्या दरम्यान कराव्या लागणाऱ्या ज्या काही कृती आहेत

त्या परस्पर सहमतीने करतात. संपादनाचे दोन प्रकार आहेत. यामध्ये खरेदी करणारी जी कंपनी आहे ती सर्व भाग खरेदी करते आणि दुसरा विकल्प म्हणजे जी कंपनी आहे ती लहान कंपनीची मत्ता खरेदी करते.

अ) अर्थ :

संपादनामधून कंपनीची जास्तीत-जास्त वेगाने वृधींगत होण्याची जी इच्छा असते ती दिसून येते तसेच अन्य कंपन्यांबरोबर संबंधित कंपनी ही आत्यंतिक उत्तमपणे स्पर्धा देखील करत असते. संपादनाच्या माध्यमातून कंपनी ही तिला येणाऱ्या ज्या काही व्यावसायिक समस्या आहेत त्यांचे निराकरण देखील करत असते. संपादन जे आहे ते साधारणपणे सक्षम प्रेरणांवरती आधारलेले असते.

ब) संपादनाचे प्रकार :

संपादनाचे प्रकार पुढीलप्रमाणे सांगता येतील :

१) मैत्रीपूर्ण संपादन :

मैत्रीपूर्ण संपादन करत असताना दोन कंपन्या या परस्परांना सहकार्य करत असताना आणि त्यांच्यातील ज्या काही समस्या आहेत त्यांची सोडवणूक करत असतात.

२) होस्टाईल संपादन :

काही वेळेस काही समूह हे एखाद्या विशिष्ट कंपनीला लक्ष्य करतात आणि या लक्ष्य केलेल्या कंपनीचे मोठ्या प्रमाणावरील भाग जे असतात त्यांची खरेदी करतात आणि कंपनीमधील त्यांचे जे हितसंबंध असतात त्यांचे रक्षण आणि नियंत्रण करतात.

क) संपादनाचे फायदे :

संपादनाचे फायदे पुढीलप्रमाणे स्पष्ट करता येतील :

१) कंपनीचे बृहद्दीत्वरण (गती) :

विशेषतः अल्पशः संसाधनामुळे संरोध (सक्ती) होवून अंतर्गत वृद्धी होते. अंतर्गत वृद्धी ही कंपनीच्या विकासाच्या दृष्टीने उत्पादन सुविधा, संशोधन, विपणन इत्यादी कार्यकारी सुविधांद्वारे होते. त्यामुळे या सर्व घटकांची आवश्यकता असते; परंतु संसाधनाच्या कमतरता व अपुरेपणा यामुळे आणि अंतर्गत विकासासाठी वेळेची गरज या दोन गोष्टींच्या सक्तींमुळे कंपनीची वृद्धी होते. म्हणून संपादन आणि विलीनीकरण याद्वारे कंपनी ही इतर सुविधा व त्याच्याबरोबर संसाधनांद्वारे उत्पादन संपादित करू शकते. विशेषतः प्रविष्ट असलेल्या नवीन उत्पादन आणि बाजारात कंपन्यांना तांत्रिक कौशल्यांची कमतरता भासते आणि त्याचबरोबर विशेष विपणन कौशल्याची कमतरता भासते आणि विस्तृत वितरण यंत्रणेद्वारे बाजारात भिन्न विभागात प्रवेश करणे अवघड जाते. त्यामुळे विद्यमान कंपनी किंवा कंपन्या या आवश्यक पायाभूत सुविधा कौशल्य आणि त्वरित वृद्धी याद्वारे कंपनीची वृद्धी गतिशीलतेद्वारे प्राप्त करून घेतात.

२) नफा वाढविण्यासाठी :

दोन किंवा अधिक कंपन्यांच्या एकत्रीकरणामुळे खर्चामधील कपात आणि संसाधनांचा योग्य वापर यामुळे कंपनीचा निकाल हा सरासरी नफा प्राप्तीचा असतो. संसाधनाचा योग्य वापर आणि कमी खर्चाद्वारे कंपन्यांना नफा हा कायदेशीर ठरतो.

३) कंपनी धोकेसंदर्भात विविधता :

जे विशेषतः जेव्हा एखादा व्यवसाय संपादित केलेला असतो तेव्हा त्याचा उत्पन्न प्रवाह हा परस्परसंबंधित नसतो. व्यवसायाशी संबंधित नसलेल्या उद्योगांच्या एकत्रीकरणाद्वारे विविधतेत वाढ घडून येते. त्याचा परिणाम चक्रीय कार्यप्रणालीद्वारे एकूण धोके हे पर्याप्त प्रमाणात कमी होतात. व्यवस्थापनाच्या संयोगामुळे आणि इतर व्यवस्था सशक्तीकरणामुळे एकत्रित व्यापाराची क्षमता ही तीव्रतेने उभी राहून अनपेक्षित अर्थशास्त्रीय घटक हे वैयक्तिक कंपन्यांना धोकाविरहीत उद्योग करण्याची मुभा देतात.

४) विलीनीकरणाचा परिणाम – उद्योगांना वित्तीय समन्वय आणि लाभ हा अनेक मार्गाद्वारे प्राप्त होते :

अ) वित्तीय संरोध दूर करता येतात.

ब) कर्ज क्षमता सुधारित करता येते. वाढ करता येते. हे दोन कंपन्यांच्या विलीनीकरणांमुळे रोखे प्रवाह निश्चित व स्थिर ठेवता येते. व याद्वारे दिवाळखोर सारखे धोके कमी करता येतात व नवीन घटकासाठी पुरवित असलेल्या मोठी कर्जाची सुविधा यांच्या क्षमतेत वाढ करता येते.

क) याद्वारे वित्तीय खर्च कमी होतो. हे तेव्हा शक्य होते. जेव्हा वित्तीय स्थिरता निर्माण होते. विलीनीकरणातील उद्योग हे कमी व्याजदर असलेले कर्ज घेतात.

५) कंपनीच्या बाजार शक्तीच्या वाढीमुळे स्पर्धेची तिव्रता मर्यादित :

विलीनीकरण हे विलीन असलेल्या उद्योगांचे बाजारभाव, (रोखे, शेअर) वाढविण्याचे कार्य करीत असतात. ही सुधारणा अर्थव्यवस्थेच्या प्रमाणामुळे उद्योगांना कायदेशीर ठरते. उद्योगांची सामुदायिक सौदाशक्ती, कामगार, पुरवठादार आणि खरेदीदार यांच्या संबंधित असते. उद्योगातील विलीनीकरण हे अपप्रचलन आणि किंमतविषयक वाद यांच्याविरूद्ध तांत्रिक दृष्टिकोनातून शोषण करतात.

बहुविकल्पी प्रश्न

१) औद्योगिक अर्थशास्त्र हे एक क्षेत्र आहे जे विविध उद्योगांमधील ---------- चे वर्तन, रचना आणि कार्यप्रदर्शन तपासते.

अ) ग्राहक ब) सरकारे क) कंपन्या ड) घरे

२) बाजार ---------- म्हणजे वैयक्तिक कंपन्यांचा त्यांनी ऑफर केलेल्या उत्पादनांच्या किंमती आणि प्रमाणांवर किती प्रभाव असतो.

अ) समतोल ब) शक्ती क) कार्यक्षमता ड) कमतरता

३) ---------- रचना संस्थेशी, कंपन्यांची संख्या आणि विशिष्ट उद्योगातील त्यांच्या परस्परसंवादाशी संबंधित आहे.

अ) बाजार ब) आर्थिक क) तांत्रिक ड) सामाजिक

४) ---------- हे प्रति युनिट आदानाच्या उत्पादनाच्या प्रमाणाचे मोजमाप आहे, जे संसाधनाचा वापर दर्शवते.

अ) अकार्यक्षमता ब) उत्पादकता क) नफा ड) स्पर्धा

५) ---------- कार्यक्षमता कमीत-कमी प्रमाणात आदाने वापरून जास्तीत-जास्त प्रदाने तयार करण्यावर लक्ष केंद्रित करते, अपव्यय कमी करते.

अ) संसाधन ब) ऑपरेशनल क) श्रम ड) उत्पादक

६) जेव्हा एखादी फर्म तिच्या ---------- वर चालते, तेव्हा ती सर्वात कमी सरासरी खर्चात उत्पादन करते, इष्टतम कार्यक्षमता प्राप्त करते.

अ) खर्च वक्र ब) नफा मार्जिन क) ब्रेक-इव्हन पॉइंट ड) मार्केट शेअर

७) ---------- रचना अर्थव्यवस्थेच्या सकल देशांतर्गत उत्पादनामध्ये (ऋऊझ) विविध क्षेत्रांच्या सापेक्ष योगदानाचा संदर्भ देते.

अ) आर्थिक ब) औद्योगिक क) सामाजिक ड) लोकसंख्याशास्त्रीय

८) आर्थिक ---------- अर्थव्यवस्थेच्या उत्पादनाचा दीर्घकालीन विस्तार दर्शवितो, जो जीडीपी वाढीच्या दराने मोजला जातो.

अ) समतोल ब) स्पर्धा क) वाढ ड) स्तब्धता

९) कृषी-आधारित अर्थव्यवस्थेकडून सेवा-केंद्रित अर्थव्यवस्थेकडे बदल आर्थिक क्रियाकलापांच्या ---------- मधील बदल प्रतिबिंबित करते.

अ) नवोपक्रम ब) रचना क) वितरण ड) नियमन

१०) सार्वजनिक क्षेत्रातील उद्योग ---------- च्या मालकीचे असतात आणि चालवले जातात.

अ) खाजगी क्षेत्र ब) परदेशी गुंतवणूकदार क) सरकार ड) आंतरराष्ट्रीय संस्था

११) सार्वजनिक क्षेत्रातील उद्योग अनेकदा समान प्रवेश आणि सामाजिक कल्याण सुनिश्चित करण्यासाठी ---------- वस्तू आणि सेवा प्रदान करतात.

अ) लक्झरी ब) खाजगी क) सार्वजनिक ड) ग्राहक

१२) ---------- ही खाजगी क्षेत्रातील उद्योगांना सरकारी मालकीमध्ये हस्तांतरित करण्याची प्रक्रिया आहे.

अ) जागतिकीकरण ब) राष्ट्रीयीकरण क) खाजगीकरण ड) नियंत्रणमुक्त

१३) खाजगी क्षेत्रातील उद्योग नफा कमावण्याच्या उद्देशाने ---------- संस्थांच्या मालकीचे असतात आणि चालवतात.

अ) सरकारी ब) सहकारी संस्था क) खाजगी ड) धर्मादाय संस्था

१४) खाजगी क्षेत्रातील उद्योगांचे प्राथमिक उद्दिष्ट ---------- निर्माण करणे आहे.

अ) कार्यक्षमता ब) इक्विटी क) नफा ड) सार्वजनिक सेवा

१५) खाजगी क्षेत्रातील उद्योगांमध्ये, निर्णय अनेकदा ---------- विचारांद्वारे चालवले जातात.

अ) राजकीय ब) सामाजिक क) आर्थिक ड) नियामक

१६) सार्वजनिक, खाजगी आणि संयुक्त क्षेत्रांमध्ये उद्योगांचे वर्गीकरण ---------- सुधारणांमुळे प्रभावित झाले.

अ) १९९१ पूर्वीचे ब) १९९१ नंतरचे क) जागतिक ड) ऐतिहासिक

१७) ---------- क्षेत्रामध्ये अशा उद्योगांचा समावेश होतो जिथे मालकी सरकारी आणि खाजगी संस्थांमध्ये सामायिक केली जाते.

अ) सहकारी ब) सार्वजनिक क) खाजगी ड) संयुक्त

१८) ---------- आर्थिक उदारीकरणानंतर सार्वजनिक, खाजगी आणि संयुक्त अशा क्षेत्रांमध्ये उद्योगांचे वर्गीकरण करण्यात आले.

अ) १९९१ पूर्वीचे ब) १९९१ नंतरचे क) २००० चे दशक ड) १९८० चे दशक

१९) कृषी उद्योग ---------- विकासात, ग्रामीण भागात रोजगार निर्मितीमध्ये महत्त्वपूर्ण भूमिका बजावतात.

अ) शहरी ब) कृषी क) औद्योगिक ड) जागतिक

२०) कृषी उद्योगांमध्ये कृषी ---------- प्रक्रिया, मूल्यवर्धन आणि वितरणाशी संबंधित व्यवसायांचा समावेश होतो.

अ) अन्न ब) माहिती क) तंत्रज्ञान ड) खनिज

२१) कृषी उद्योगांच्या भूमिकेला १९९१ नंतर ---------- सुधारणांमुळे महत्त्व प्राप्त झाले.

अ) औद्योगिक ब) कृषी क) नियामक ड) आर्थिक

२२) मोठ्या आणि अधिक ---------- कंपन्या निर्माण करण्यासाठी औद्योगिक संयोजनांमध्ये विलीनीकरण, अधिग्रहण आणि धोरणात्मक युती यांचा समावेश होतो.

अ) स्पर्धात्मक ब) मक्तेदारी क) सहकारी ड) सरकारी

२३) औद्योगिक संयोजनाच्या उद्देशामध्ये अनेकदा बाजारपेठेत ---------- मिळवणे आणि मोठ्या प्रमाणावर अर्थव्यवस्था साध्य करणे समाविष्ट असते.

अ) कार्यक्षमता ब) वर्चस्व क) विकेंद्रीकरण ड) जोखीम

२४) नियामक प्राधिकारी औद्योगीक संयोगांवर देखरेख ठेवतात ज्यामुळे स्पर्धा-विरोधी पद्धती रोखतात आणि ---------- स्पर्धा सुनिश्चित करतात.

अ) नैतिक ब) न्याय्य क) मक्तेदारी ड) जागतिक

२५) ---------- मध्ये दोन किंवा अधिक कंपन्यांचे संयोजन सामायिक ओळख असलेली नवीन संस्था बनवते.

अ) विलीनीकरण ब) संपादन क) ताब्यात घेणे ड) समूह

२६) ---------- हा एक व्यवसाय व्यवहार आहे ज्यामध्ये एक कंपनी दुसर्या कंपनीची मालमत्ता किंवा भाग खरेदी करते.

अ) एकत्रीकरण **ब)** विलीनीकरण **क)** संपादन **ड)** एकत्रीकरण

२७) ---------- मध्ये, अधिग्रहित कंपनी अधिग्रहन कंपनी शोषून घेते, जी स्वतंत्र अस्तित्व म्हणून अस्तित्वात नाही.

अ) संपादन **ब)** एकत्रीकरण **क)** एकत्रीकरण **ड)** समूह

२८) एक ---------- ही व्यवसायांना पूरक उत्पादने किंवा सेवांसह एकत्रित फायदे प्राप्त करण्यासाठी एक धोरणात्मक चाल आहे.

अ) प्रतिकूल टेकओव्हर **ब)** अनुलंब एकत्रीकरण **क)** क्षैतिज विलीनीकरण **ड)** समूह

२९) क्षैतिज विलीनीकरणामध्ये ---------- उद्योग किंवा बाजारपेठेत कार्यरत कंपन्यांचे एकत्रीकरण समाविष्ट आहे.

अ) असंबंधित **ब)** समान **क)** भिन्न **ड)** जागतिक

३०) ---------- हे सहसा लक्ष्य कंपनी संपादनास विरोध करते, प्रक्रिया अधिक आव्हानात्मक बनवते.

अ) मैत्रीपूर्ण टेकओव्हर **ब)** शत्रुत्वाने ताब्यात घेणे **क)** अनुलंब एकत्रीकरण **ड)** संयुक्त उपक्रम

३१) ---------- ही अशी परिस्थिती आहे जिथे एखादी मोठी कंपनी आपली उत्पादन श्रेणी किंवा बाजारातील उपस्थिती वाढवण्यासाठी एक लहान कंपनी मिळवते.

अ) समूह **ब)** क्षैतिज विलीनीकरण **क)** असंबंधित विलीनीकरण **ड)** अधिग्रहण

३२) ---------- विलीनीकरणामध्ये, विविध उद्योगांमधील कंपन्या त्यांच्या व्यावसायिक हितसंबंधांमध्ये विविधता आणण्यासाठी विलीन होतात.

अ) अनुलंब **ब)** क्षैतिज **क)** समूह **ड)** मैत्रीपूर्ण

३३) ---------- हा कॉर्पोरेट पुनर्रचनाचा एक प्रकार आहे ज्याचा उद्देश संसाधने एकत्र करून कार्यक्षमता आणि स्पर्धात्मकता वाढवणे आहे.

अ) संपादन **ब)** एकत्रीकरण **क)** विलीनीकरण **ड)** विक्री

३४) ---------- हे विलीनीकरण आहे जे सामील कंपन्यांच्या परस्पर संमतीने केले जाते, अनेकदा धोरणात्मक उद्दिष्टे साध्य करण्यासाठी.

अ) शत्रुत्वाचा ताबा **ब)** संयुक्त उपक्रम **क)** मैत्रीपूर्ण विलीनीकरण **ड)** विक्री

उत्तरे : १) क, २) ब, ३) अ, ४) ब, ५) ड, ६) अ, ७) अ, ८) क, ९) ब, १०) क, ११) क, १२) ब, १३) क, १४) क, १५) क, १६) ब, १७) ड, १८) ब, १९) ब, २०) अ, २१) अ, २२) अ, २३) ब, २४) ब, २५) अ, २६) क, २७) अ, २८) क, २९), ब, ३०) ब, ३१) ड, ३२) क, ३३) क, ३४) क.

सरावासाठी प्रश्न

प्र. १. औद्योगिक अर्थशास्त्राची व्याख्या करा. औद्योगिक अर्थशास्त्राची व्याप्ती आणि महत्त्व स्पष्ट करा.

प्र. २. औद्योगिक अर्थशास्त्र म्हणजे काय? औद्योगिक अर्थशास्त्राचे स्वरूप आणि व्याप्ती स्पष्ट करा.

प्र. ३. उत्पादकता आणि कार्यक्षमतेची संकल्पना स्पष्ट करा.

प्र. ४. रचना आणि वाढीच्या संकल्पनेबद्दल स्पष्टीकरण द्या.

प्र. ५. सार्वजनिक क्षेत्रातील उद्योगांच्या संरचनात्मक परिवर्तनाचे वर्णन करा.

प्र. ६. खाजगी क्षेत्रातील उद्योगांचे संरचनात्मक परिवर्तन स्पष्ट करा.

प्र. ७. १९९१ नंतरच्या काळातील उद्योगांचे वर्गीकरण करा.

प्र. ८. १९९१ नंतरच्या काळातील कृषी उद्योगांची भूमिका विशद करा.

प्र. ९. सार्वजनिक क्षेत्र आणि खाजगी क्षेत्रातील उद्योगांची बदलती भूमिका स्पष्ट करा.

प्र. १०. सार्वजनिक क्षेत्रातील उद्योगांच्या समस्यांवर प्रकाश टाका.

प्र. ११. खाजगी क्षेत्रातील उद्योगांना भेडसावणाऱ्या समस्या सांगा.

प्र. १२. औद्योगिक संयोगाची कारणे तपशीलवार स्पष्ट करा.

प्र. १३. विलीनीकरण म्हणजे काय? विलीनीकरणाचे फायदे आणि तोटे स्पष्ट करा.

प्र. १४. एकत्रीकरण म्हणजे काय? एकत्रीकरणाचे फायदे आणि तोटे सांगा.

प्र. १५. संपादन म्हणजे काय? संपादनाचे फायदे आणि तोटे स्पष्ट करा.

प्र. १६. **खालील विषयांवर टिपा लिहा :**

अ) औद्योगिक अर्थशास्त्राचे स्वरूप.

ब) औद्योगिक अर्थशास्त्राची व्याप्ती.

क) औद्योगिक अर्थशास्त्राची गरज.

ड) उत्पादकता.

इ) कार्यक्षमता.

ई) रचना.

फ) वाढ.

ग) विलीनीकरण.

ह) एकत्रीकरण.

स) संपादन.

प्रकरण २

औद्योगिक स्थाननिश्चिती आणि प्रादेशिक विकास

प्रस्तावना :

उद्योगांची किंवा कारखान्यांची स्थापना करण्यापूर्वी उद्योजकांना आणि व्यवस्थापकांना काही महत्त्वपूर्ण निर्णय घ्यावे लागतात कारण उद्योगांची स्थापना करताना उद्योजक दीर्घकालीन उद्दिष्ट्ये निर्धारित करतात. यामुळे उद्योगाची स्थापना कोठे करावी? हा तसा अवघड प्रश्न आहे. साधारणत: उद्योगांची किंवा कारखान्यांची स्थाननिश्चिती करताना उद्योजकाला तीन महत्त्वपूर्ण निर्णय घ्यावे लागतात.

१) उत्पादनसंस्थेचे उत्पादन+ मान किती असावे?

२) कोणत्या उत्पादन तंत्राचा अवलंब करावा?

३) उत्पादनसंस्था कोठे स्थापन करावी?

फ्रेडरिच यांच्या मते, ॲडमस्मिथपासून ते पिगूपर्यंतच्या आर्थिक विचारात उत्पादनसंस्थाच्या स्थाननिश्चयनाविषयी निगमनात्मक दृष्टीने विश्लेषण करण्यात आलेले नाही. त्यामुळे उद्योगांची पर्याप्त स्थाननिश्चिती विषयीचे विश्लेषण करणे तसे अवघड कार्य आहे. मात्र आधुनिक अर्थशास्त्रज्ञांनी उदा. आल्फ्रेड वेबर, सार्जन्ट फ्लॉरेन्स इत्यादींनी औद्योगिक स्थाननिश्चितीच्या समस्येकडे विश्लेषणात्मक दृष्टिकोनातून बघितले.

२.१ औद्योगिक स्थाननिश्चिती :

राष्ट्रीय आणि आंतरराष्ट्रीय स्तरावरती उद्योग व्यवसाय संस्थांची नव्याने स्थापना करत असताना औद्योगिक स्थाननिश्चिती विषयक निर्णयन हे खूप महत्त्वाची भूमिका बजावत असल्याचे दिसून येते. कोणतीही उद्योग व्यवसाय संस्था नव्याने सुरु करत असताना औद्योगिक स्थान हे त्याच्यावर महत्त्वपूर्ण परिणाम किंवा प्रभाव टाकते. औद्योगिक स्थाननिश्चितीद्वारे संतुलित औद्योगिक विकासाच्या संधी प्राप्त करून दिल्या जातात.

२.१.१ अर्थ :

औद्योगिक स्थाननिश्चितीच्या संदर्भात तीन महत्त्वपूर्ण संकल्पना आहेत त्या पुढीलप्रमाणे :

१) स्थानीयकरण (Location),

२) स्थानियीकरण (Localisation) आणि

३) नियोजित स्थानीयकरण (Planned Location).

स्थानीयकरण ही संकल्पना, उद्योगाच्या स्थापनेसाठी आवश्यक ते सर्व घटक विचारात घेऊन, घटकांच्या उपलब्धतेनुसार उद्योगांची पर्याप्त जागा शोधताना निर्माण होणाऱ्या समस्येशी संबंधित आहे. म्हणून "जेव्हा उद्योजकांकडून आपल्या उद्योगाची स्थापना कमीत कमी उत्पादन खर्च येईल अशा ठिकाणी केली जाते तेव्हा त्यास 'उद्योगाचे स्थानीयकरण' असे म्हणतात" आणि "जेव्हा अनुकूल परिस्थितीमुळे विशिष्ट प्रदेशात उद्योगांचे केंद्रीकरण होऊ लागते तेव्हा त्यास 'उद्योगांचे स्थानियीकरण' असे म्हणतात".

२.१.२ व्याख्या :

लॉर्ड बेव्हरीज :

"नियोजित स्थानीयकरण म्हणजे विशिष्ट प्रदेशातील उद्योगांचे केंद्रीकरण टाळून नियोजनपूर्वक उद्योगांचे विकेंद्रीकरण करणे होय, जेणेकरून सर्वत्र संतुलित औद्योगिक विकासाची संधी प्राप्त होईल."

२.१.३ औद्योगिक स्थाननिश्चितीवर परिणाम करणारे घटक :

उद्योगांच्या स्थापनेसाठी निश्चित स्थानाची निवड करणे हा एक अत्यंत महत्त्वाचा निर्णय असतो कारण उद्योगांच्या स्थापनेसाठी काही घटक अनिवार्य असतात तर काही घटकांचे महत्त्व तुलनेने कमी असते. अनुकूल घटकांमुळे एकाच ठिकाणी उद्योगांचे केंद्रीकरण होणे संभवते. मात्र या केंद्रिकरणामुळे प्रादेशिक असंतुलनाची समस्या निर्माण होते. तसेच बाह्य बचतींचे प्रमाण हळूहळू कमी होऊ लागते. परिणामी, उद्योग इतरत्र स्थापन होतात तेव्हा औद्योगिक स्थाननिश्चितीचा निर्णय खासगी उद्योजक, समाज आणि शासनसंस्था यांच्या दृष्टीने महत्त्वाचा असतो.

अ) तांत्रिक घटक (Technical Factors) :

१) भूमीची उपलब्धता (Availability of Land) :

उद्योगाच्या स्थापनेसाठी जागा म्हणजे भूमी हा अत्यंत महत्त्वाचा घटक आहे. जागेसाठी येणारा खर्च हा उद्योगासाठी लागणाऱ्या जागेचा आकार आणि त्या संबंधित जागेची किंमत या दोन घटकांवर अवलंबून असतो. भूमी या संज्ञेत सपाटता, सूपीकता, पाणी, खनिजसंपत्ती, वन्यसंपत्ती, शेतीवस्तू, समुद्रकिनारा इत्यादी घटकांचाही समावेश होतो. काही उद्योग आकाराने मोठे असतात. शिवाय उद्योगाची स्थापना करताना त्याच ठिकाणी प्रशिक्षण देणारी संस्था, औद्योगिक वसाहत, दळणवळण सुविधा, वाहतूक सुविधा इत्यादी सुविधांची निर्मिती करतात. यासाठी लागणारी जागा भरपूर मोठी असावी लागते. शिवाय ती स्वस्तही असावी लागते. म्हणून बऱ्याचदा असे उद्योग शहरांपासून लांब अंतरावर स्थापन झालेले दिसतात. ज्या उद्योगांना भविष्यात विस्ताराची संधी आहे असे उद्योग सुरूवातीस आकाराने मोठी जागा निवडतात. काही उद्योग खनिजसंपत्तीवर आधारित असतात तेव्हा असे उद्योग खनिजसंपत्तीच्या सान्निध्यात स्थापन होतात. पाण्याची उपलब्धता आणि हवामान या दोन घटकांच्या दृष्टीनेही भूमीचे महत्त्व असते.

२) कच्च्या मालाची उपलब्धता (Availability of Raw Material) :

उद्योगाच्या एकूण उत्पादन खर्चापैकी कच्च्या मालावरील खर्च जवळ जवळ ५०% इतका असतो. तेव्हा कच्च्या मालाच्या उपलब्धतेबरोबरच गुणवत्तादेखील महत्त्वाची असते. शिवाय असा कच्चा माल सर्वत्र सारखा

उपलब्ध असेल असे नाही. उद्योगांच्या स्थाननिश्चितीमध्ये सर्वत्र उपलब्ध असणाऱ्या कच्च्या मालापेक्षा विशिष्ट ठिकाणीच उपलब्ध असणारा कच्चा माल (स्थानीय कच्चा माल) जास्त महत्त्वपूर्ण ठरतो. उदा. भारतात ताग उद्योग पश्चिम बंगालमध्ये, कापड उद्योग मुंबई व अहमदाबादमध्ये, साखर उद्योग उत्तर प्रदेशमध्ये केंद्रित झालेले दिसतात. ताग, ऊस, कोळसा, लोखंड यांसारख्या कच्च्या मालाचा वापर करणारे उद्योग वाहतूक खर्चात बचत होण्याच्या दृष्टीने त्याच परिसरात स्थापन झालेले दिसतात.

३) भौगोलिक रचना (Geographical Structure) :

भौगोलिक घटकांत जमीन, जमिनीची रचना, उंची, हवामान, पर्जन्यमान, पिकांची रचना, खनिजसंपत्ती, पाण्याची उपलब्धता इत्यादी घटकांचा समावेश होतो. कृषीजन्य वस्तूंच्या उत्पादनासाठी पर्जन्यमान अनुकूल असावे लागते. वाहतुकीचे जाळे तयार करणे सुलभ व्हावे म्हणून जमिनीची उंची व सपाटता महत्त्वाची आहे अन्यथा वाहतूक खर्चात वाढ होते. रसायने व वीजनिर्मिती करणाऱ्या उद्योगांसाठी पाणी हा घटक महत्त्वाचा आहे. हवामानाचा जसा पीक उत्पादनावर परिणाम होतो तसाच श्रमिकांच्या उत्पादकतेवरही होतो. अनुकूल हवामान असल्यास श्रमिकांची उत्पादकता वाढते. मुंबई व अहमदाबाद येथील दमट हवामानामुळे कापड उद्योग केंद्रित झाले आहेत कारण दमट हवामानामुळे लांब धागा तयार केला जातो. सर्वच भौगोलिक घटकांच्या अनुकूलतेमुळे उद्योगांचा एकूण उत्पादन खर्च कमी होतो आणि उत्पादन क्षमता वाढते. म्हणून अनुकूल भौगोलिक वातावरणात उद्योगांची स्थापन होण्याची प्रवृत्ती असते.

४) मानवी साधनसंपत्तीची उपलब्धता (Availability of Human Resources) :

उद्योगांच्या स्थापनेसाठी जशी औद्योगिक घटकांची अनुकूलता असावी लागते. त्याचप्रमाणे मानवी साधनसंपत्ती विपुल प्रमाणात उपलब्ध असावी लागते. या मानवी साधनसंपत्तीत प्रामुख्याने अकुशल श्रमिक, कुशल श्रमिक, कुशल तंत्रज्ञ, व्यवस्थापक, विविध क्षेत्रातील तज्ज्ञ व्यक्ती उदा. सल्लागार, अर्थतज्ज्ञ, जनसंपर्क अधिकारी, संख्याशास्त्रज्ञ, इत्यादींचा समावेश होतो. वस्तू किंवा सेवा उत्पादनासाठी यांची आवश्यकता असते. ज्या उद्योगांना विशेष प्रकारच्या श्रमिकांची आवश्यकता नसते असे उद्योग विपूल श्रमपुरवठा केंद्राच्या ठिकाणी स्थापन होतात आणि ज्या उद्योगांना उच्च प्रशिक्षित आणि कौशल्य असलेल्या श्रमिकांची आवश्यकता असते असे उद्योग साधारणत: नागरी केंद्राच्या सभोवताली स्थापन होतात. उदा. ग्रेट ब्रिटनमधील लँकेशायर येथे कापड उद्योग स्थापन होण्यामागे केवळ योग्य हवामान हा घटक महत्त्वाचा नसून कुशल श्रमिकांची उपलब्धता हा घटकही महत्त्वाचा आहे. भारतात रंगकाम व छपाई उद्योग फरूकाबाद येथे, काचवस्तू उद्योग फिरोझाबाद येथे, कापडावरील नक्षीकाम करणारे उद्योग बनारस आणि लखनौ येथे केंद्रित होण्यामागे कुशल श्रमिकांची उपलब्धता व गुणवत्ता हे घटक महत्त्वाचे आहेत.

५) मूलभूत संरचना (Basic Infrastructure) :

मूलभूत संरचनेत प्रामुख्याने रस्ते, वीज, (इंधन), पाणी, वाहतूक व दळणवळण सुविधा, आरोग्यविषयक सेवा, प्रशिक्षण संस्था इत्यादींचा समावेश होतो. या सर्व घटकांच्या उपलब्धतेवर औद्योगिक विकास अवलंबून असतो. शिवाय यासाठी प्रचंड गुंतवणूक करावी लागते. त्यामुळे शक्यतो सरकारकडूनच या सुविधा निर्माण केल्या जातात. कच्च्या व पक्क्या मालाच्या वाहतूकीसाठी रेल्वेमार्ग, रस्ते विपूल असणे महत्त्वाचे आहे. रसायने व खतनिर्मिती तयार करणाऱ्या कारखान्यांसाठी विपूल प्रमाणात पाण्याची आवश्यकता असते. वीज हा एक महत्त्वाचा घटक असून स्वस्त व भरपूर वीजपुरवठा असणाऱ्या ठिकाणी हे उद्योग केंद्रित होतात. शहरांपासून लांब अंतरावर कारखाने काढल्यास कामगारांसाठी आरोग्यविषयक सेवा व त्यांच्या मुलांसाठी शैक्षणिक सेवा उपलब्ध करून

द्यावी लागते. उदा. महाराष्ट्रात महाराष्ट्र औद्योगिक विकास महामंडळाने (MIDC) पुणे, नाशिक, औरंगाबाद, ठाणे या ठिकाणी अशी मूलभूत संरचना उपलब्ध करून दिल्यामुळे या शहरांमध्ये मोठ्या प्रमाणात उद्योगांची स्थापना झाली आहे.

ब) आर्थिक घटक (Economic Factors) :

१) बाजारपेठेचे स्वरूप (Nature of Markets) :

उत्पादकाने उत्पादित केलेल्या मालाची विक्री त्या उत्पादनास लाभलेल्या मागणीवर अवलंबून असते. अशा मागणीचे ठिकाण पर्यायाने बाजारपेठेचे सान्निध्य उत्पादकाच्या दृष्टीने महत्त्वाचे असते. म्हणून जेथे बाजारपेठ मोठ्या प्रमाणात उपलब्ध आहे ते ठिकाण उद्योगांच्या स्थापनेसाठी योग्य असते. नाशवंत वस्तूंचे उत्पादन करणारे उद्योग बाजारपेठेच्या सान्निध्यात असणे योग्य असते. ज्या उद्योगांमध्ये शुद्ध कच्चा माल वापरला जातो असे उद्योग बाजारपेठेच्या सान्निध्यात, तर स्थानीय कच्चा माल वापरणारे उद्योग कच्च्या मालाच्या सान्निध्यात स्थापन होणे इष्ट ठरते. डॉ. एन. एस. आर. शास्त्री यांच्या मते, बाजारपेठ सान्निध्याचा फायदा केवळ वाहतूक खर्चाच्या दृष्टीने महत्त्वाचा नसून उद्योजकांना इतर उत्पादकांशी आणि उपभोक्त्यांशी संपर्क साधता यावा यादृष्टीने महत्त्वाचा आहे. मागणीतील बदलांप्रमाणे पुरवठ्यात बदल करता यावा म्हणून उत्पादक नेहमी दक्ष असतात.

२) भूमी व इमारतीचा खर्च (Cost of Land and Buildings) :

व्यवसायसंस्थेचा खर्च दोन प्रकारचा असतो. पहिला म्हणजे स्थिर खर्च व दुसरा म्हणजे बदलता खर्च. स्थिर खर्चात प्रामुख्याने जमिनीची खरेदी, यंत्रसामग्रीची खरेदी, इमारतबांधणी, कायम नोकरांचा पगार, भांडवलावरील व्याज इत्यादींचा समावेश होतो. जमीन, इमारत बांधणी आणि यंत्रसामग्री यावरील खर्च सुरुवातीस करावा लागतो. जर उत्पादनसंस्थेला आकाराने मोठी जमीन खरेदी करावयाची असेल तर ती उत्पादनसंस्था शहरांपासून लांब अंतरावरील स्थानाची निवड करेल. प्रत्येक उद्योजक जागा व इतर सेवा स्वस्त दराने उपलब्ध आहेत अशा ठिकाणी उद्योग स्थापन करण्यासाठी प्रयत्नशील असतो. लहान उद्योगांना लागणारी जागा तुलनेने कमी असल्याने जमिनीवरील खर्च कमी असतो म्हणून असे उद्योग शहरांजवळ किंवा बाजारपेठेच्या सान्निध्यात स्थापन होतात.

३) मूलभूत संरचनेवरील खर्च (Cost of Basic Infrastructure) :

उद्योगांच्या स्थापनेसाठी काही निश्चित अशा पायाभूत सुविधांची गरज असते. यात रस्ते, वीज, पाणी, वाहतूक व दळणवळण सुविधा, आरोग्य केंद्रे, शैक्षणिक संस्था इत्यादींचा समावेश होतो. अशा पायाभूत सुविधा जेथे असतात तेथे उद्योगांचे केंद्रीकरण होते. मात्र यासाठी करावा लागणारा खर्च प्रचंड असतो. औद्योगिक विकासासाठी अशा पायाभूत सुविधा सर्वप्रथम सरकारकडूनच पुरविल्या जातात कारण असा खर्च लहान व मध्यम उद्योजकांच्या मर्यादेबाहेर असतो. बऱ्याचदा मोठे उद्योजक अशा सुविधा पुरविण्याची तयारी दर्शवितात. मात्र त्या मोबदल्यात त्यांना सरकारकडून काहीना काही सवलती हव्या असतात. थोडक्यात, अशा पायाभूत सुविधा जेथे स्वस्त दराने उपलब्ध होतात तेथे उद्योगांची स्थापन होण्याची प्रवृत्ती असते.

४) मजुरी आणि वेतनावरील खर्च (Cost of Wages and Salaries) :

श्रम हा उत्पादन घटकातील एक महत्त्वपूर्ण घटक आहे. प्रत्येक उद्योगासाठी श्रमिकांची संख्या कमी अधिक प्रमाणात आवश्यक असते. श्रमप्रधान उद्योगांमध्ये श्रमिकांची संख्या जास्त असते तर भांडवलप्रधान उद्योगांमध्ये श्रमिकांची संख्या तुलनेने कमी असते शिवाय त्यांना कुशल श्रमिकांची आवश्यकता जास्त असते. कुशल श्रमिक आणि अकुशल श्रमिकांच्या वेतनदरात तफावत असते किंबहुना श्रमिकांकडील कौशल्य जेवढे विशेष तेवढे वेतन दर जास्त असतात. बऱ्याचदा मोठ्या उद्योगांमध्ये श्रमिकांची संख्या कमी असते. मात्र विशेष कौशल्यामुळे त्यांचा

वेतनावरील खर्च जास्त असतो. यात प्रामुख्याने कुशल तंत्रज्ञ, व्यवस्थापक, सल्लागार, अर्थतज्ज्ञ, संख्याशास्त्रज्ञ, इत्यादींचा समावेश होतो. श्रमप्रधान उद्योग वेतनावरील खर्च कमी व्हावा म्हणून श्रमिक केंद्राच्या सान्निध्यात स्थापन होतात. तर भांडवलप्रधान उद्योग शहरी भागाच्या सान्निध्यात स्थापन होतात.

५) वित्तीय सुविधा (Financial Facilities) :

उद्योगांच्या स्थापनेसाठी 'भांडवल' हा घटक महत्त्वपूर्ण भूमिका बजावतो. किमान व्याज दरात विपूल भांडवल ज्या ठिकाणी उपलब्ध असते त्या ठिकाणी उद्योगांची स्थापना होण्याची प्रवृत्ती असते. आधुनिक काळात भांडवल हा गतिक्षम घटक ठरला आहे. उद्योगांच्या स्थापनेसाठी विपूल भांडवलाची आवश्यकता असते. तेव्हा साहजिकच, खासगी उद्योजक भांडवलासाठी सरकारवर अवलंबून असतात. मंदीच्या परिस्थितीत तर ही समस्या अधिकच बिकट होते. भांडवलाचा पुरवठा विकसित नाणेबाजार, भांडवलबाजार आणि विशेष वित्तीय संस्थांकडून उपलब्ध होतो. ज्या ठिकाणी विविध वित्तीय संस्था कमी व्याज दराने भांडवलाचा पुरवठा करतात त्याठिकाणी उद्योग स्थापन होतात. सध्या तर सरकारने मागास भागांचा विकास व्हावा म्हणून मागास प्रदेशात वित्तीय सुविधा देऊ केल्या आहेत. परिणामी, या भागात विविध उद्योग स्थापन होत असल्याचे दिसून येते.

६) आर्थिक अनुकूलता / बचती (Economies of Scale) :

ए. के. मुखर्जी यांच्या मते तीन प्रकारच्या अनुकूलतेचा उद्योगांच्या स्थाननिश्चितीवर परिणाम होतो. तो पुढीलप्रमाणे

१) अंतर्गत अनुकूलता (Internal Economies) :

उद्योगांचा आकार वाढत असताना उद्योगांना तांत्रिक, व्यवस्थापकीय, विपणनविषयक आणि वित्तीय अनुकूलता इत्यादी गोष्टी प्राप्त होतात. याचा परिणाम म्हणजे उद्योगांच्या एकूण उत्पादन खर्चात बचत होते. अनेक लहान लहान संयंत्राचा विस्तार करण्यापेक्षा एकाच मोठ्या संयंत्राची स्थापना केल्यास आर्थिक बचती प्राप्त होतात.

२) बहिर्गत अनुकूलता (External Economies) :

एकाच ठिकाणी उद्योगांची वाढ झाल्यामुळे उद्योगांना सुधारीत वाहतूक सुविधा, बँकिंग सेवा, कुशल श्रमिकांची उपलब्धता, विपणन सेवा, संरचनात्मक सेवा, माहितीविषयक सेवा इत्यादी लाभ प्राप्त होतात. परिणामी, उद्योगांच्या एकूण उत्पादन खर्चात बचत होण्यास मदत होते.

३) समुहन अनुकूलता (Agglomeration Economies) :

मोठ्या उद्योगांच्या स्थापनेमुळे त्याच परिसरात सहाय्यक उद्योगांची स्थापना होते. परिणामी, त्याच प्रदेशात सामान्य आर्थिक व्यवहारांत वृद्धी होते. उत्पादन, विनिमय, उपभोग यातील वृद्धीमुळे अनेक नवीन उद्योग आकर्षित होतात. परिणामी, त्या प्रदेशांचा औद्योगिक विकास जलद गतीने साध्य होतो.

क) इतर घटक (Other Factors) :

१) शासकीय धोरणे (Government Policies) :

राष्ट्राचा औद्योगिक विकास जलद गतीने साध्य होण्याकरिता त्या त्या राष्ट्रातील सरकार औद्योगिक धोरण निश्चित करते आणि त्या धोरणात आर्थिक व राजकीय परिस्थितीनुरूप बदल करीत असते. संमिश्र अर्थव्यवस्थेत तर सरकारी धोरण खूप महत्त्वाचे असते. देशातील मागास भागांचा विकास व्हावा म्हणून सरकारी अनुदाने, कर सवलती, स्वस्त दराने जमिनीचा पुरवठा, वीज व पाणी पुरवठा, रस्ते, विशिष्ट वस्तू उत्पादनाचे आरक्षण, वस्तू विक्रीची हमी, गोदामांची व्यवस्था यांसारख्या धोरणांचा अवलंब केला जातो. परिणामी, अशा मागास भागात उद्योगांना आकर्षित केले जाते. याउलट शहरी भागात उद्योगांचे केंद्रीकरण टाळावे म्हणून औद्योगिक परवाना पद्धती करांमध्ये वाढ, अनुदानात कपात यांसारख्या धोरणांचा अवलंब केला जातो. थोडक्यात, उद्योगांच्या स्थाननिश्चितीमध्ये शासकीय धोरणे महत्त्वपूर्ण भूमिका बजावितात.

२) वैयक्तिक घटक (Personal Factors) :

वैयक्तिक घटकात उद्योजकांची स्थानाविषयीची आवड व उद्योजकांकडील संयोजन कौशल्य यांचा समावेश होतो. प्रत्येक उद्योजक केवळ आर्थिकदृष्ट्या अनुकूल असलेल्या स्थानाचीच निवड करेल असे नाही तर तेथे भावनिकता हा घटकही महत्त्वपूर्ण ठरतो. बरेच उद्योजक आपापल्या जन्मगावी उद्योगांची स्थापना करताना दिसतात. उदा. अमेरिकेत श्री. फोर्ड यांचा डेट्राइट या जन्मठिकाणी मोटारगाड्यांचा कारखाना सुरू करण्यामागे केवळ भावनिकता हा घटक प्रभावी ठरला. तसेच ज्या ज्या उद्योजकांकडे संयोजन कौशल्य विपूल प्रमाणात आहे ते ते उद्योजक आघाडीवर असतात. असे संयोजन कौशल्य उपलब्ध असलेल्या ठिकाणी उद्योगांचे केंद्रीकरण होते. उदा. भारतात कानपूर आणि मुंबई येथे उद्योगांचे केंद्रीकरण होण्यामागे संयोजन कौशल्याची उपलब्धता हा एक घटक महत्त्वाचा आहे.

३) ऐतिहासिक घटक (Historical Factors) :

काही विशिष्ट ठिकाणी उद्योगांच्या स्थापनेमागे केवळ ऐतिहासिक घटना महत्त्वपूर्ण ठरते. एकदा का एका ठिकाणी एका उद्योगाची स्थापना झाली की, कालांतराने इतरही उद्योग त्याच ठिकाणी सुरू होतात. परिणामी, त्या परिसरात कालांतराने उद्योगांचे केंद्रीकरण होऊ लागते. उदा. भारतात ब्रिटीशांनी व्यापार विकसित होण्याच्या दृष्टीने मुंबई, मद्रास आणि कोलकता या बंदराच्या ठिकाणी मोठे उद्योग सुरू केलेत. त्यानंतर उद्योगांना आवश्यक असणाऱ्या सुविधा उपलब्ध करून देण्यात आल्या. परिणामी, औद्योगिक व्यवहारांचे जाळे या ठिकाणी वाढू लागले. तेव्हापासून ते आजतागायत महाराष्ट्र, तामिळनाडू आणि पश्चिम बंगाल ही राज्ये औद्योगिक विकासाच्याबाबतीत अग्रेसर आहेत.

२.२ औद्योगिक स्थाननिश्चितीचे सिद्धांत :

औद्योगिक स्थाननिश्चितीच्या सिद्धांतांच्याद्वारे एखाद्या विशिष्ट ठिकाणी उद्योगांचे केंद्रीकरण का झालेले आहे? औद्योगिक स्थाननिश्चिती म्हणजे काय? औद्योगिक केंद्राचे स्थान का हलवले गेले आणि एखाद्या विशिष्ट उद्योगासाठी एखादे विशिष्ट ठिकाण का योग्य असते? या प्रश्नांची उत्तरे या सिद्धांतांद्वारे प्राप्त होतात. औद्योगिक स्थाननिश्चितीचे सिद्धांत पुढील मुद्यांच्या आधारे स्पष्ट करता येतील :

२.२.१ औद्योगिक स्थाननिश्चितीविषयीचा आल्फ्रेड वेबर यांचा सिद्धांत

औद्योगिक स्थाननिश्चितीविषयीच्या सिध्दांताचे विश्लेषणात्मक दृष्टिकोनातून मांडणी करण्याचे प्रथम श्रेय आल्फ्रेड वेबर यांना जाते. वेबर या जर्मन अर्थशास्त्रज्ञाने १९०९ मध्ये 'Theory of the Location of Industries' या ग्रंथातून औद्योगिक स्थाननिश्चितीविषयीच्या सिद्धांताची मांडणी केली. त्यांचा हा सिद्धांत 'शुद्ध सिद्धांत'(Pure Theory) म्हणूनही ओळखला जातो. वेबर यांनी स्थाननिश्चितीविषयीच्या सिद्धांताची मांडणी करताना निगमनात्मक पद्धतीचा अवलंब करून विविध भौगोलिक प्रदेशांमध्ये विशिष्ट उद्योगांच्या आकर्षणासाठी कोणते घटक कारणीभूत आहेत याविषयीचा उहापोह केला आहे. हा सिद्धांत उद्योगांच्या स्थाननिश्चितीचे घटक आणि हे घटक ज्या पद्धतीने परिणाम करतात त्यांच्या नियमांचे विश्लेषण करतो.

वेबर यांनी या घटकांचे वर्गीकरण पुढील दोन भागात केले आहे :

अ) प्राथमिक घटक (Primary Factors)

ब) दुय्यम / सहाय्यकारी घटक (Secondary Factors)

प्राथमिक घटक म्हणजे असे घटक की जे विभिन्न प्रदेशातील उद्योगांच्या वितरणावर परिणाम करतात आणि दुय्यम/सहाय्यकारी घटक म्हणजे असे घटक की, जे विशिष्ट प्रदेशातील उद्योगांच्या केंद्रिकरणावर अथवा विकेंद्रिकरणावर परिणाम करतात.

वेबर यांच्या मते, एखादी व्यवसायसंस्था अथवा उद्योगधंदा विशिष्ट ठिकाणी स्थापन करताना त्या संबंधित व्यवसायसंस्थेचा उत्पादन खर्च किमान असणे आणि कमाल नफा मिळविणे हे उद्दिष्ट असते. अशा व्यवसायसंस्थांच्या उत्पादन खर्चात प्रामुख्याने जमिनीची किंमत, इमारत, यंत्रसामग्री आणि इतर स्थावर मालमत्तेवरील खर्च, वीज, इंधन, कच्च्या मालाची किंमत, श्रमिकांवरील खर्च, वाहतूक खर्च, व्याज दर, स्थावर मालमत्तेचा घसारा इत्यादींचा समावेश होतो. म्हणून उत्पादन खर्च कमीत कमी असणारे स्थान उद्योगांच्या स्थापनेसाठी महत्त्वाचे असते.

अ) प्राथमिक घटक :

वेबर यांनी आपल्या सिद्धांतात, प्राथमिक घटकांतर्गत दोन प्रकारचा खर्च विचारात घेतला आहे. १) वाहतूक खर्च, २) श्रमिकांवरील खर्च.

उद्योगांच्या स्थाननिश्चितीमध्ये वाहतूक खर्च अत्यंत महत्त्वाची भूमिका बजावतो. प्रत्येक उत्पादनसंस्था अशाच स्थानाची निवड करते की, जेथे येणारा वाहतूक खर्च कमीत कमी राहील. अर्थात, साधनसामग्रीची उपलब्धता आणि बाजारपेठेचे ठिकाण यामध्ये समन्वय साधला जात असतो. असा वाहतूक खर्च (१) ज्या वस्तूंची वाहतूक करावयाची आहे त्याचे वजन आणि (२) वाहतुकीचे अंतर या दोन घटकांवर अवलंबून असतो. शिवाय वाहतूक खर्च दोन प्रकारचा असतो. तो म्हणजे (१) कच्चा माल व्यवसायसंस्थेपर्यंत आणण्याचा खर्च, (२) व्यवसायसंस्थेतील पक्का माल बाजारपेठेपर्यंत पोहचविण्याचा खर्च. वेबर यांच्या मते, "कच्च्या मालाचे ठिकाण आणि बाजारपेठेचे ठिकाण यापैकी जे ठिकाण किमान वाहतूक खर्चाच्या दृष्टीने अनुकूल असेल त्या ठिकाणी उद्योगांची स्थापना करणे इष्ट ठरेल."

वेबर यांनी कच्च्या मालाचे वर्गीकरण दोन भागात केले आहे ते पुढीलप्रमाणे :

१) स्थानीय कच्चा माल की, जो विशिष्ट ठिकाणीच उपलब्ध असतो. उदा. कोळसा, खनिजसंपत्ती, कच्चा ताग इत्यादी.

२) सर्वत्र उपलब्ध होणारा कच्चा माल उदा. पाणी, माती, दगड, विटा इत्यादी.

यापैकी स्थानीय कच्च्या मालाचा प्रभाव औद्योगिक स्थाननिश्चितीवर अधिक होतो. असा स्थानीय कच्चा माल पुढील दोन प्रकारचा असतो :

१) शुद्ध स्वरूपाचा कच्चा माल की, ज्यामुळे वस्तू उत्पादनाच्या प्रक्रियेत वजनात फारशी घट होत नाही.

२) अशुद्ध स्वरूपाचा कच्चा माल की, ज्यामुळे वस्तू उत्पादनाच्या प्रक्रियेत वजनात घट होते.

वाहतूक खर्चात बचत होण्याच्या दृष्टीने उद्योगांची स्थापना केली जाईल. म्हणून उत्पादन प्रक्रियेतील स्थानीय कच्च्या मालाच्या वजनाचे उत्पादित वस्तूंच्या कार्याशी काय प्रमाण राहील यानुसार स्थाननिश्चितीचा निर्णय घेतला जाईल. यासाठी वेबर यांनी भौतिक निर्देशांक (Material Index) ही संकल्पना वापरली.

$$\text{भौतिक निर्देशांक} = \frac{\text{स्थानीय कच्च्या मालाचे वजन}}{\text{उत्पादित वस्तूंचे वजन}}$$

जर भौतिक निर्देशांक एकापेक्षा जास्त असेल तर उद्योग हे कच्च्या मालाच्या सान्निध्यात स्थापन होतील आणि हा निर्देशांक एकापेक्षा कमी असेल तर उद्योग बाजारपेठेच्या सान्निध्यात स्थापन होतील.

थोडक्यात, कच्चा माल उत्पादनसंस्थेपर्यंत आणि उत्पादनसंस्थेतील पक्का माल बाजारपेठेपर्यंत वाहतूक करताना येणारा वाहतूक खर्च कमीत कमी होण्यासाठी उद्योगाची स्थापन होण्याची प्रवृत्ती राहील.

परंतू ज्या ठिकाणी वाहतूक खर्च किमान राहील अशाच ठिकाणी उद्योगांची स्थापना होईल असे नाही कारण उद्योजक वाहतूक खर्चाबरोबरच एकूण उत्पादन खर्चाचाही अंदाज घेतो. या एकूण खर्चात वाहतूक खर्चाबरोबर श्रमिकांवरील खर्चही महत्त्वाचा आहे.

वेबर यांच्या सिद्धांतातील दुसरा महत्त्वाचा घटक म्हणजे श्रमिकांवरील एकूण खर्च होय. हा खर्च श्रमिकांची उपलब्धता (श्रमिकांचा पुरवठा), श्रमिकांचे कौशल्य व ज्ञान, श्रमिकांची गतिशीलता, श्रमिकांमधील एकजूट, यांसारख्या घटकांवर अवलंबून असतो. वेबर यांनी आपल्या सिद्धांतात श्रमिकांचा पुरवठा अमर्याद असतो, श्रमिकांमध्ये गतिशीलतेचा अभाव असतो अशी गृहीत परिस्थिती विचारात घेतली आहे.

उद्योजक उद्योगांची स्थापना करताना वाहतूक खर्च आणि श्रमिकांवरील खर्च विचारात घेऊन एकूण खर्चात बचत कशी होईल यासाठी प्रयत्नशील असतात. अशावेळी वाहतूक खर्चापेक्षा श्रमिकांवरील खर्च जर जास्त असेल तर उद्योग किमान वाहतूक खर्चाच्या ठिकाणी स्थापन न होता किमान श्रमिक खर्चाच्या ठिकाणी स्थापन होण्याची प्रवृत्ती राहील.

या संदर्भात वेबर यांनी दोन संकल्पना मांडल्या त्या पुढीलप्रमाणे :

१) श्रम खर्च निर्देशांक (श्रमिकांवरील खर्चाचे उत्पादित वस्तूंच्या वजनाशी असलेले प्रमाण) आणि

२) स्थानियीकरण भार (संपूर्ण उत्पादन प्रक्रियेच्या काळात केल्या जाणाऱ्या वाहतुकीचे वजन)

या दोन संकल्पनाच्या सहाय्याने 'श्रम गुणांक' (Labour Co-efficient) मोजला जातो.

$$\text{श्रम गुणांक} = \frac{\text{श्रम खर्च निर्देशांक}}{\text{स्थानियीकरण भार}}$$

यावरून श्रम गुणांकाचे मूल्य अधिक असल्यास उद्योग श्रमिक केंद्राच्या सान्निध्यात आणि श्रम गुणांकाचे मूल्य कमी असल्यास उद्योग वाहतूक खर्च कमी होण्याच्या दृष्टीने कच्च्या मालाच्या सान्निध्यात स्थापन होण्याची प्रवृत्ती राहील. थोडक्यात, श्रमिक खर्च आणि वाहतूक खर्च यांचे सापेक्ष महत्त्व विचारात घेऊन उद्योगांची स्थाननिश्चिती होते.

ब) दुय्यम/सहाय्यकारी घटक :

वाहतूक खर्च आणि श्रमिकांवरील खर्च या दोन प्राथमिक घटकांव्यतिरिक्त इतर घटक उद्योगांच्या स्थाननिश्चितीवर परिणाम करताना दिसतात, यांना 'दुय्यम/सहाय्यकारी घटक' (Secondary Factor) असे संबोधले जाते. यात प्रामुख्याने बँकिंग सुविधा, विमा, पतव्यवस्था, सुलभ दळणवळण व्यवस्था, करपद्धती, आदानांच्या स्वस्त किंमती इत्यादी घटकांचा समावेश होतो. या घटकांच्या अनुकूलतेमुळे उद्योग विशिष्ट प्रदेशात स्थापन होण्याची प्रवृत्ती असते. त्यामुळे अशा घटकांना 'समूहकारी घटक' (Agglomerative Factors) असे ही म्हटले जाते. याउलट वरील घटकांच्या प्रतिकूलतेमुळे (उदा. जमिनीच्या वाढत्या किंमती, स्थानिक करांमध्ये वाढ, आदानांची टंचाई इत्यादी) उद्योगांची इतरत्र जाण्याची प्रवृत्ती असते तेव्हा या घटकांना 'विसमूहकारी घटक' (Deglomerative Factors) असे म्हटले जाते.

उद्योगांच्या स्थापनेसाठी उद्योगांना प्राप्त होण्याऱ्या बाह्य बचती आणि बाह्य तोटे यांचा विचार करता बाह्य बचती जास्त असल्यास उद्योगांमध्ये केंद्रिकरणाची प्रवृत्ती आणि बाह्य तोटे जास्त असल्यास विकेंद्रिकरणाची प्रवृत्ती आढळून येते असे म्हणता येईल.

उद्योगांमधील केंद्रिकरणाच्या आणि विकेंद्रिकरणाच्या प्रवृत्तीचे मापन करण्यासाठी वेबर यांनी उत्पादन गुणांक (Co-efficient of Manufacture) ही संकल्पना मांडली.

$$\text{उत्पादन गुणांक} = \frac{\text{उत्पादन निर्देशांक}}{\text{स्थानियीकरण भार}}$$

उत्पादन निर्देशांक म्हणजे वस्तूंच्या उत्पादन खर्चाचे उत्पादित वस्तूंच्या वजनाशी असलेले प्रमाण होय. यावरून उत्पादन गुणाकांचे मूल्य अधिक असल्यास उद्योगांची केंद्रिकरणाची आणि उत्पादन गुणांकाचे मूल्य कमी असल्यास उद्योगांची विकेंद्रीकरणाची प्रवृत्ती असते.

वेबर यांच्या सिद्धांताचे टिकात्मक परीक्षण :

वेबर यांचा सिद्धांत काही विशिष्ट गृहितकांवर आधारित आहे. या अवास्तव गृहितकांना अनुसरून सार्जन्ट प्लॉरेन्स, रॉबिन्सन, डेनिसन, फ्रेडॉल इत्यादी अर्थशास्त्रज्ञांनी केलेल्या टिका पुढीलप्रमाणे :

१) वेबर यांनी आपल्या सिद्धांताचे विवेचन करताना वाहतूक खर्च आणि श्रमिकांवरील खर्च या दोन आर्थिक घटकांना जास्त महत्त्व दिले. सार्जन्ट प्लॉरेन्स यांच्या मते, या आर्थिक घटकांव्यतिरिक्त अनेक आर्थिकेतर घटक (उदा. भौगोलिक हवामान, राजकीय व सामाजिक परिस्थिती, शासकीय धोरण इत्यादी) उद्योगांच्या स्थाननिश्चितीमध्ये महत्त्वपूर्ण ठरतात. उदा. मुंबई आणि अहमदाबाद येथील कापड उद्योगांच्या केंद्रिकरणामागे त्या ठिकाणातील दमट हवामान हा घटकही महत्त्वाचा ठरतो.

२) वाहतूक खर्चाच्या संदर्भात वेबर यांनी वाहतुकीचे अंतर आणि मालाचे वजन या दोन घटकांना महत्त्व दिले. वस्तुत: वाहतुकीचा प्रकार, वाहतुकीचा मार्ग, रस्त्यांची भौगोलिक रचना, ज्या वस्तूंची वाहतूक करायची आहे त्या वस्तूंच्या मागणीचा काळ, मालाची किंमत या सर्व घटकांनुसार वाहतूक खर्च बदलणारा असू शकतो.

३) वेबर यांनी श्रमकेंद्रे निश्चित असून, अस्तित्वातील वेतन दरास श्रमिकांचा पुरवठा अमर्याद असतो, शिवाय श्रमिकांमध्ये गतिशीलतेचा अभाव असतो अशी गृहितके मांडली आहेत. ही गृहितके वस्तूस्थितीला अनुसरून नाहीत. वाहतूक आणि दळणवळण साधनांच्या विस्तारामुळे श्रमिकांची गतिशीलता सुलभ झाली आहे. त्यामुळे ज्या ठिकाणी उद्योगांची स्थापना होते त्या ठिकाणी श्रमिकांचे स्थलांतर होते आणि नवीन श्रमकेंद्रे उदयास येतात. डेनिसन यांच्या मते, एखादा उद्योग श्रमकेंद्राच्या ठिकाणी स्थापन होण्याऐवजी औद्योगिक स्थानियीकरण श्रमकेंद्र निर्मितीचे कारण होऊ शकतो. तसेच निरनिराळ्या ठिकाणच्या मजुरी दरात बदल संभवतो.

४) वेबर यांनी वस्तूंची उपभोगकेंद्रे म्हणजे बाजारपेठ निश्चित ठिकाणी केंद्रित असतात असे गृहितक मांडले. परंतु आधुनिक स्पर्धात्मक युगात जाहिरातीच्या माध्यमातून नवीन उपभोगकेंद्रे निर्माण केली जातात. उपभोक्ता वर्ग उत्पादकाच्या दृष्टीने महत्त्वाचा असल्याने असा उपभोक्ता वर्ग संपूर्ण देशात विखुरलेला असतो. रॉबिन्सन यांच्या मते, अशी उपभोगकेंद्रे उद्योगाच्या स्थाननिश्चितीचे कारण व परिणाम असू शकतो. यावरून उपभोगकेंद्रे निश्चित असतात असे म्हणता येणार नाही.

५) अँड्रीज फ्रेडॉल यांच्या मते, वेबर यांचा सिद्धांत निगमन स्वरूपाचा नसून तो केवळ निवडक स्वरूपाचा आहे. वेबर यांनी सामान्य घटक आणि विशेष घटक यामध्ये कृत्रिम भेद केला आहे. व्यवस्थापकीय खर्च, भांडवली खर्च याविषयीचे स्पष्टीकरण केलेले नाही. तसेच डेनिसन यांच्या मते, वेबर यांचा सिद्धांत खर्च, किंमत, उत्पन्न या घटकांना महत्त्व न देता उत्पादन गुणांक, श्रम गुणांक, पदार्थ निर्देशांक या तांत्रिक घटकांना जास्त महत्त्व देतो.

वेबर यांच्या सिद्धांतावर वरीलप्रमाणे टिका केल्या जात असतील तरीसुद्धा यामुळे या सिद्धांताचे महत्त्व निश्चितच कमी होत नाही. औद्योगिक स्थाननिश्चितीविषयी शास्त्रीय विश्लेषणाचा प्रारंभ वेबर यांनी या सिद्धांताद्वारे केला. अँन्ड्रीज फ्रेडॉल यांच्या मते, या सिद्धांतात काही महत्त्वपूर्ण सुधारणा करणे आवश्यक आहे त्या म्हणजे :

१) वाहतूक खर्च विचारात घेताना केवळ वाहतुकीचे अंतर आणि वाहतुकीच्या मालाचे वजन या घटकांना महत्त्व न देता वाहतूक दरातील तफावत, वाहतुकीची साधने, भौगोलिक रचना यांसारखे घटकही विचारात घेतले जावे.

२) निरनिराळ्या ठिकाणातील मजुरी दरात बदल घडून येतात आणि या मजुरी दरास अमर्याद श्रमिक पुरवठा उपलब्ध असेल असेही नाही.

३) उपभोगकेंद्राच्या संदर्भात, विक्रेत्यांमधील स्पर्धेचा दर विचारात घ्यावा. असे झाल्यास हा सिद्धांत सार्वत्रिक स्वीकारला जाऊ शकतो.

२.२.२ औद्योगिक स्थाननिश्चिती विषयीचा सार्जन्ट फ्लॉरेन्स यांचा सिध्दांत :

सार्जन्ट फ्लॉरेन्स यांनी विगमनात्मक (Inductive) पद्धतीच्या सहाय्याने औद्योगिक स्थाननिश्चितीविषयीचे विश्लेषण केले आहे. त्यांच्या मते, 'एखाद्या उद्योगाचा विशिष्ट प्रदेशाशी असणाऱ्या संबंधापेक्षा त्या उद्योगाचा संपूर्ण देशभर वितरीत झालेल्या कर्त्या लोकसंख्येशी असलेला संबंध जास्त महत्त्वपूर्ण असतो.' औद्योगिक स्थाननिश्चितीच्या बाबतीत लोकसंख्येचे व्यावसायिक वितरण हा प्रमुख घटक आहे.

फ्लॉरेन्स यांनी विभिन्न उद्योगातील केंद्रिकरणाच्या दराचे सांख्यिकीय मापन करण्यासाठी पुढील दोन संकल्पना सांगितल्या आहेत :

१) स्थानीयकरण घटक (Location Factor)

स्थानीयकरण घटक म्हणजे विशिष्ट प्रदेशातील किंवा ठिकाणातील उद्योगाच्या केंद्रीकरण दराचा निर्देशांक होय. यामुळे एखाद्या प्रदेशात एखाद्या उद्योगाचे किती प्रमाणात केंद्रीकरण झाले आहे ते समजते. यासाठी पुढील सूत्राचा वापर केला जातो :

$$\text{स्थानीयकरण घटक} = \frac{\dfrac{\text{'अ' प्रदेशातील 'ब' उद्योगातील श्रमिक}}{\text{'ब' उद्योगातील देशातील एकूण श्रमिक}}}{\dfrac{\text{'अ' प्रदेशातील एकूण श्रमिक}}{\text{देशातील एकूण श्रमिक}}}$$

वरील सूत्रावरून जर स्थानीयकरण घटकाचे मूल्य एक असेल तर याचा अर्थ त्या उद्योगाचा देशातील सर्व प्रदेशात समान विकास झाला आहे व या उद्योगाचे विकेंद्रिकरण झाले आहे असा होतो. जर हे मूल्य एकापेक्षा जास्त असेल तर त्या उद्योगाचा सर्वत्र समान विकास झालेला नसून विशिष्ट प्रदेशात केंद्रीकरण झाले आहे आणि हे मूल्य एकापेक्षा फार कमी असेल तर त्या उद्योगाची कमी वाढ झाली आहे असेसमजावे.

उदाहरणार्थ :

अ) देशातील एकूण श्रमिकांची संख्या ४०,००० इतकी आहे.

ब) साखर उद्योगातील देशातील श्रमिकांची संख्या ४,००० इतकी आहे.

क) महाराष्ट्रातील एकूण श्रमिकांची संख्या २०,००० इतकी आहे.

ड) महाराष्ट्रातील साखर उद्योगातील श्रमिकांची संख्या ३,००० इतकी आहे.

असे गृहीत धरल्यास स्थानीयकरण घटक पुढीलप्रमाणे काढता येतील :

सूत्रात किंमती टाकल्यास;

$$= \frac{\frac{३,०००}{४,०००}}{\frac{२०,०००}{४०,०००}}$$

$$= \frac{\frac{३}{४}}{\frac{२}{४}}$$

$$= \frac{३}{४} \times \frac{४}{२}$$

$$= १.५$$

स्थानीयकरण घटकाचे मूल्य १.५ आहे. यावरून साखर उद्योगाचे महाराष्ट्रात केंद्रीकरण झाले आहे असे म्हणता येईल.

२) स्थानियीकरण सहगुणांक (Co-efficient of Localisation)

स्थानियीकरण सहगुणांकाच्या साहाय्याने विशिष्ट उद्योगाची विशिष्ट प्रदेशात संकेंद्रित होण्याची (Concentrate) किंवा विकेंद्रित (Dispersal) होण्याची कितपत प्रवृत्ती आहे याविषयीचे मापन केले जाते.

स्थानियीकरण सहगुणांकाचे मापन पुढीलप्रमाणे केले जाते :

अ) प्रत्येक प्रदेशानुसार एकूण श्रमिकांची टक्केवारी काढावी.

ब) विशिष्ट उद्योगातील श्रमिकांची प्रदेशानुसार टक्केवारी काढावी.

क) २ आणि १ मधील विचलन काढावे.

ड) सर्व धन विचलनांची बेरीज करावी आणि

ई) येणाऱ्या बेरजेला १०० ने भागावे.

स्थानियीकरण सहगुणांकांचे मूल्य नेहमी ० ते १ या दरम्यान असते. जर सहगुणांक १ किंवा १ च्या जवळपास असल्यास विशिष्ट प्रदेशात उद्योगांची संकेंद्रित होण्याची प्रवृत्ती असते. ज्या उद्योगांमध्ये बाजारपेठ या घटकापेक्षा कच्चा माल हा घटक जास्त प्रभावी ठरतो अशा उद्योगांची संकेंद्रित होण्याची प्रवृत्ती जास्त असते. उदा. कोळसा, लोखंड, पोलाद, साखर, सिमेंट इत्यादी.

जर सहगुणांक ० किंवा ० च्या जवळपास असल्यास त्या उद्योगांची सर्व प्रदेशात विकेंद्रित होण्याची प्रवृत्ती असते. उदा. मिनरल पाणी, बेकरी, विटभट्टी इत्यादी.

उदाहरणार्थ :

प्रदेश	प्रदेशानुसार एकूण श्रमिकांची टक्केवारी	साखर उद्योगातील श्रमिकांची प्रदेशानुसार टक्केवारी	विचलन
अ	३०	२०	−१०
ब	२०	३०	+१०
क	३५	२५	−१०
ड	१५	२५	+१०

वरील उदाहरणातील धन विचलनांची बेरीज २० इतकी आहे.

स्थानियीकरण सहगुणांक $= \frac{२०}{१००}$ = ०.२ इतका आहे.

यावरून साखर उद्योगाची विकेंद्रित होण्याची प्रवृत्ती आहे असे आपणास म्हणता येईल.

सार्जन्ट फ्लॉरेन्स यांच्या सिद्धांतावरून उद्योगांची विशिष्ट प्रदेशात संकेंद्रित होण्याची वा सर्वत्र विकेंद्रित होण्याची कितपत प्रवृत्ती आहे हे समजते. यामुळे औद्योगिक स्थाननिश्चितीच्या संदर्भात निश्चित धोरण ठरविताना नियोजनकारांना या सिद्धांताची मदत होते. संतुलित प्रादेशिक विकासासाठी स्थानीयकरण घटक आणि स्थानियीकरण सहगुणांक या सांख्यिकीय साधनांची मदत होते.

फ्लॉरेन्स यांच्या सिद्धांतावरील टिका

१) उद्योगांच्या स्थाननिश्चितीच्या निवडीवर परिणाम करणाऱ्या घटकांचे स्पष्टीकरण करण्यास हा सिद्धांत अपयशी ठरतो. हा सिद्धांत केवळ संपूर्ण देशातील उद्योगांबाबतची वर्तमान स्थिती काय आहे याविषयीचे स्पष्टीकरण करतो.

२) प्रदेशाची निवड करताना प्रदेशाबरोबर प्रदेशाचा आकार हा घटकही महत्त्वाचा आहे. केवळ सांख्यिकीय साधनांच्या सहाय्याने एका छोट्या प्रदेशाचे दुसऱ्या मोठ्या प्रदेशाशी तुलना करणे चुकीचे ठरू शकते. प्रदेशवार विचार करताना राजकीय घटकांपेक्षा आर्थिक घटकांना जास्त महत्त्व असावे.

३) स्थानीयकरण घटक आणि स्थानियीकरण सहगुणांकाचे मापन करताना सार्जेन्ट फ्लॉरेन्स यांनी 'श्रमिकांची संख्या' या घटकाला आधार मानले. यामुळे कदाचित एखाद्या प्रदेशात विशिष्ट उद्योगातील श्रमिकांच्या रोजगाराचे प्रमाण जास्त असेल परंतु विभिन्न प्रदेशात वापरात असलेली उत्पादन तंत्रे आणि उत्पादन पद्धती भिन्न असल्यास श्रमिकांची उत्पादकता भिन्न राहील. शिवाय श्रमिकांऐवजी भांडवलप्रधान तंत्राच्या सहाय्याने उत्पादन केले जात असल्यास अशावेळी रोजगार कमी असेल परंतु उत्पादन मान जास्त असल्यास उद्योगाचे संकेंद्रित किंवा विकेंद्रित आधार प्रवृत्तीचे मापन करण्यास श्रमिकांची संख्या हा एकमेव आधार होऊ शकत नाही.

वेबर यांच्या सिद्धांताप्रमाणे, फ्लॉरेन्स यांच्या सिद्धांतावरही टिका करण्यात आली. मात्र असे असले तरी देशातील औद्योगिक स्थाननिश्चितीमधील गतिमान बदल अभ्यासण्यासाठी फ्लॉरेन्स यांनी सांगितलेल्या संकल्पनांची खूप मदत होऊ शकते. त्यांच्या आधारे औद्योगिक विकासाचे प्रवाहांविषयी मार्गदर्शन मिळते.

अर्थात, आल्फ्रेड वेबर आणि सार्जन्ट फ्लॉरेन्स यांनी आपल्या सिद्धांताची मांडणी भांडवलशाही अर्थव्यवस्थेला अनुसरून केली आहे. भारतासारख्या संमिश्र अर्थव्यवस्थेच्या संदर्भात औद्योगिक स्थाननिश्चितीचा अभ्यास करताना या दोन्हीही सिद्धांताचे एकत्रित विश्लेषण करणे फायदेशीर ठरेल.

२.२.३ औद्योगिक स्थाननिश्चितीचा मॅट्रिक्स सिद्धांत:

प्रेडने वर्तणूक मॅट्रिक्सवर आधारित एक प्रतिनिधित्व विकसित केले जेथे एक अक्ष उपलब्ध माहिती आणि स्थानिक निर्णयांमधील वर्तणुकीशी संबंधित घटकांच्या जटिलतेचा विचार करण्यासाठी वापरण्याची क्षमता दर्शवितो. यात असे मानले जाते की जरी बरीच माहिती उपलब्ध असली तरीही, ही माहिती योग्यरित्या वापरली जाऊ शकत नाही किंवा चुकीचे विश्लेषण देखील केले जाऊ शकते. काही निर्णय घेणारे इतरांपेक्षा चांगले असतात. हे प्रतिनिधित्व असे गृहीत धरते की बहुतेक स्थानिक निर्णय इष्टतम नसतात परंतु स्वीकार्य असतात, जे फायदेशीर असतात. फायदेशीर स्थान स्थानिक नफाक्षमता मार्जिनमध्ये असते, जे फक्त स्थानांचा एक संच असतो, जिथे एखाद्या क्रियाकलापातून मिळणारा महसूल त्या स्थानाच्या (भाडे, श्रम इ.) खर्चापेक्षा श्रेष्ठ असतो.

अ) स्थानासाठी वर्तणुकीचा दृष्टीकोन :

१) स्थान निर्णय नेहमीच पूर्णपणे तर्कसंगत नसतात, कारण निर्णय घेणार्यांना सर्व आवश्यक माहिती प्राप्त नसते किंवा उपलब्ध माहिती प्रभावीपणे वापरता येत नाही.

२) स्थानिक माहितीची उपलब्धता मर्यादित, खर्चिक किंवा मिळवण्यासाठी वेळखाऊ असू शकते, ज्यामुळे निर्णय घेण्यामध्ये संभाव्य अंतर निर्माण होऊ शकते.

३) निर्णय घेणार्यांची माहिती प्रभावीपणे वापरण्याची क्षमता ही कौशल्ये, अनुभव आणि कॉर्पोरेट गव्हर्नन्स यांसारख्या घटकांवर अवलंबून असते, ज्यामुळे काही निर्णय घेणारे इतरांपेक्षा चांगले बनतात.

४) स्थानिक शिफारशी अनेकदा विशिष्ट सल्लागारांकडून मागवल्या जातात ज्यांना एखाद्या प्रदेशाचे नियामक आणि सामाजिक आर्थिक संदर्भ समजतात.

ब) प्रेडचे वर्तणूक मॅट्रिक्स :

१) प्रेडचे वर्तणूक मॅट्रिक्सवर आधारित स्थानिक निर्णयांचे प्रतिनिधित्व विकसित केले.

२) मॅट्रिक्समध्ये दोन अक्ष असतात: एक उपलब्ध माहितीचे प्रतिनिधित्व करतो आणि दुसरा निर्णय घेणार्याची माहिती वापरण्याची क्षमता दर्शवतो.

३) मॅट्रिक्स स्थानिक निर्णयांवर प्रभाव टाकणाऱ्या वर्तणुकीशी संबंधित घटकांच्या जटिलतेचा विचार करते.

४) आदर्श परिस्थिती एक परिपूर्ण माहिती देणारा निर्णय घेणारा (होमो इकॉनॉमिकस) दर्शवितो ज्याला सर्व उपलब्ध माहितीमध्ये प्रवेश असतो, परिणामी जास्तीत-जास्त नफ्यासह इष्टतम स्थानिक निर्णय घेतले जातात.

५) माहितीचा वापर करण्याची आणि त्यात प्रवेश करण्याची चांगली क्षमता असलेले निर्णयकर्ते नफ्याच्या मार्जिनमध्ये स्थानिक निर्णय घेतात, ज्यामुळे फायदेशीर परिणाम समोर येतात.

६) मर्यादित माहिती आणि क्षमता असलेले निर्णय घेणारे देखील योगायोगाने किंवा इतर घटकांद्वारे फायदेशीर स्थानिक निर्णय घेऊ शकतात.

क) अनिश्चितता आणि उप-इष्टतम निर्णय :

१) वर्तणूक मॅट्रिक्स निर्णय घेण्याच्या जटिल वास्तविकतेमुळे उप-इष्टतम स्थानिक निर्णयांची शक्यता दर्शविते.

२) अनिश्चितता निर्णय प्रक्रियेत अंतर्निहित आहे, कारण जोपर्यंत निवड होत नाही आणि महसूल आणि खर्चाचे आकडे उपलब्ध होत नाहीत तोपर्यंत परिणामाच्या नफ्याची हमी दिली जात नाही.

३) सर्व आवश्यक माहिती उपलब्ध असली तरीही निवडलेले स्थान फायदेशीर असेल याची खात्री नसते.

४) निर्णय-निर्मात्यांना ट्रेड-ऑफला सामोरे जावे लागेल आणि उपलब्ध माहिती आणि ती प्रभावीपणे वापरण्याची क्षमता यावर आधारित इष्टतम निवड करण्याऐवजी स्वीकार्य निर्णय घ्यावे लागतील.

ड) वास्तविक जगात उपयोजन :

१) प्रेडचे वर्तणूक मॅट्रिक्स संपूर्णपणे वास्तविक जगाला लागू करणे आव्हानात्मक असू शकते, परंतु ते स्थान निर्णयांमध्ये मानवी आणि वर्तणुकीच्या पैलूंचा विचार करण्याच्या महत्वावर जोर देते.

२) प्रेडचे वर्तणूक मॅट्रिक्स ओळखते की स्थानिक निर्णयांमध्ये निव्वळ तर्कशुद्धतेच्या पलीकडे अंतर्निहित अनिश्चितता आणि गुंतागुंत असते.

थोडक्यात, स्थानाचा वर्तणुक दृष्टीकोन तर्कसंगत निर्णय घेण्याच्या मर्यादा आणि माहितीची उपलब्धता आणि निर्णय घेणार्यांची ती प्रभावीपणे वापरण्याची क्षमता यांच्या प्रभावाचा विचार करतो. प्रेडचे वर्तणूक मॅट्रिक्स उपलब्ध माहिती आणि निर्णय घेणाऱ्यांची ती वापरण्याची क्षमता यांच्यातील परस्परसंवादावर आधारित स्थानिक निर्णयांमधील संभाव्य परिणामांचे प्रतिनिधित्व करते. हे उप-इष्टतम निर्णयांची शक्यता आणि निर्णय प्रक्रियेतील अनिश्चिततेची भूमिका अधोरेखित करते. जरी मॅट्रिक्स संपूर्णपणे व्यावहारिकदृष्ट्या लागू होऊ शकत नाही, तरीही ते वास्तविक जगात स्थानिक निवडी समजून घेण्यासाठी वर्तणुकीशी संबंधित घटकांचा विचार करण्याची आवश्यकता अधोरेखित करते.

२.३ औद्योगिक असमतोल :

देशाच्या आर्थिक विकासात औद्योगिक विकास महत्वपूर्ण भूमिका बजावतो. आर्थिक नियोजनाद्वारे औद्योगिक विकासाला गती दिली जाते. म्हणून १९५६ च्या औद्योगिक धोरणामध्ये 'समतोल प्रादेशिक विकास' हे उद्दिष्ट निश्चित केले. परंतू भारतातील नियोजन कालीन औद्योगिक विकास पाहता असे दिसून येते की भारतात राज्यतिहास व राज्यांतर्गत विभागतिहास औद्योगिक असमतोल दिसून येतो व नियोजन काळात ही प्रवृत्ती कायम राहिली आहे. महाराष्ट्र राज्यही यांस अपवाद नाही. प्रस्तुत प्रकरणात औद्योगिक असमतोल त्याची कारणे, परिणाम व त्यासाठीच्या उपाय खोजता याविषयीची चर्चा केली आहे.

२.३.१ औद्योगिक असमतोलाचा अर्थ :

औद्योगिक असमतोल म्हणजे समतोल किंवा संतुलित स्वरूपात विकास घडून न येणे होय. याचाच अर्थ औद्योगिक असमतोल म्हणजे देशातील विविध राज्यांत किंवा प्रदेशात औद्योगिक विकास समान प्रमाणात घडून न येणे होय. मात्र, विविध राज्यांचा किंवा प्रदेशांचा समान औद्योगिक विकास याचा अर्थ औद्योगिक विकासाच्या बाबतीत सर्व राज्ये किंवा प्रदेश समान पातळीवर येणे असा होत नाही, तर याचा अर्थ त्या त्या राज्यातील साधनसामग्री व विकासाची क्षमता विचारात घेऊन पुरेशा प्रमाणात औद्योगिक विकास घडून येणे होय. औद्योगिक असमतोल औद्योगिक विकासाच्या बाबतीत राज्या राज्यांत किंवा प्रदेशा प्रदेशांत फार मोठ्या प्रमाणात तफावत असल्याचे स्पष्ट करतो. याचाच अर्थ काही राज्ये किंवा प्रदेश औद्योगिक विकासाच्या बाबतीत फारच पुढे गेलेली आहेत, तर काही फारच मागे पडलेली आहेत. अशी स्थिती म्हणजेच औद्योगिक असमतोल होय.

भारतातील विविध राज्ये व प्रदेशांत समान प्रमाणात औद्योगिक विकास घडून आलेला नाही. भारतातील उद्योगाची सुरुवातीच्या काळातील विभागणी ही ब्रिटिशांच्या राजवटीतील वृद्धीच्या प्रक्रियेने निश्चित झालेली होती. त्यामुळे

बहुतेक उद्योगांचे काही थोड्या केंद्रात केंद्रीकरण झालेले होते. स्वातंत्र्योत्तर काळातही ही रचना तशीच राहिली. त्यात फारसा बदल झाला नाही.

२.३.२ संतुलित प्रादेशिक विकासाची गरज :

समतोल प्रादेशिक विकासाची गरज खालील मुद्यांच्या आधारे स्पष्ट करता येईल :

१) अर्थव्यवस्थेच्या विकासाला गती देण्यासाठी :

विकासाचा वेग वाढवण्यासाठी समतोल प्रादेशिक विकास आवश्यक आहे. समतोल प्रादेशिक विकास हा त्या विशिष्ट क्षेत्रातील नैसर्गिक संसाधनांच्या उपलब्धतेवर आधारित प्रत्येक क्षेत्राचा विकास देखील सुलभ करतो. विकासासाठी त्या क्षेत्रातील उपलब्ध मनुष्यबळाचा जास्तीत-जास्त वापरही करता येतो.

२) अर्थव्यवस्था सुरळीतपणे विकसित करण्यासाठी :

समतोल प्रादेशिक विकास अर्थव्यवस्थेचा सुरळीत विकास सुलभ करते. सर्व क्षेत्रांचा समान विकास झाल्यास त्या क्षेत्रांमध्ये परस्पर सहकार्याची शक्यता निर्माण होते. प्रादेशिक असमतोलाच्या बाबतीत, मागास भागातील उत्पन्नाचा निम्न स्तर विकसित क्षेत्रांनी साधलेली वाढ कमी करण्यात यशस्वी होईल. विकसित भागात उत्पादित होणाऱ्या वस्तू आणि सेवांवर त्याचा परिणाम होईल. दुसरे म्हणजे संतुलित प्रादेशिक विकासाच्या मदतीने वाहतूक आणि वस्तूंच्या पुरवठ्यावर परिणाम करणारे अडथळे देखील दूर केले जाऊ शकतात. अर्थव्यवस्थेतील चलनवाढीचा दबाव कमी होण्यासही मदत होईल.

३) संसाधने विकसित आणि संरक्षित करण्यासाठी :

प्रादेशिक विकासाचे प्रमुख उद्दिष्ट उपलब्ध स्थानिक संसाधनांचा जास्तीत-जास्त वापर सुनिश्चित करणे हे आहे. प्रादेशिक विकासाच्या प्रक्रियेमुळे संसाधनांच्या विध्वंसक वापरावरही नियंत्रण येते. विविध औद्योगिक युनिट्सच्या स्थापनेमुळे स्थानिक पातळीवर उपलब्ध नैसर्गिक आणि मानवी संसाधनांचा उत्तम वापर आणि संवर्धन शक्य होते.

४) रोजगाराच्या मोठ्या संधींना प्रोत्साहन देण्यासाठी :

अविकसित अर्थव्यवस्थेत प्रादेशिक असमानतेची परिस्थिती कमी पातळीवर उत्पन्न, रोजगार आणि उत्पादनाला प्रोत्साहन देते. विविध क्षेत्रांत उद्योगांची स्थापना आणि मागासलेल्या भागात पायाभूत सुविधांचा विकास यामुळे रोजगाराच्या अधिक संधी निर्माण होतात. हे प्रति भांडवली उत्पादन आणि उत्पन्न देखील सुधारते.

५) राजकीय स्थिरता राखण्यासाठी :

राजकीय स्थैर्य राखण्यासाठी समतोल प्रादेशिक विकासही आवश्यक आहे. काही क्षेत्रांमध्ये प्रादेशिक विषमता असेल आणि इतर क्षेत्रांमध्ये उत्पन्नात वाढ होत असेल तर ती संपूर्ण राष्ट्रासाठी धोकादायक ठरू शकते. मागासलेले भाग विकासाचे स्वप्न पूर्ण करण्यासाठी मुख्य प्रवाहापासून वेगळे होण्याची मागणी करतात. अशा परिस्थितीत समतोल प्रादेशिक विकास आवश्यक असतो.

६) देशाचे रक्षण करण्यासाठी :

देशाला परकीय आक्रमणापासून वाचवण्यासाठी प्रादेशिक विकास अत्यंत महत्त्वाचा आहे. जर सर्व क्षेत्रांचा समान विकास झाला आणि उद्योगधंदे विखुरले गेले तर हवाई हल्ल्याला कोणत्याही अडथळ्याशिवाय तोंड देता येईल. जर काही प्रदेश विकसित केले गेले असतील आणि काही भागात उद्योग केंद्रित केले गेले असतील तर बाह्य आक्रमकता अर्थव्यवस्थेला अडचणीत आणू शकते. अशाप्रकारे, राष्ट्रीय संरक्षण आणि त्याच्या सुरक्षिततेच्या दृष्टिकोनातून संतुलित प्रादेशिक विकास आवश्यक आहे.

७) सामाजिक वाईट गोष्टींवर नियंत्रण ठेवण्यासाठी :

समतोल प्रादेशिक विकासाच्या मदतीने मोठी शहरे आणि शहरांमधील उद्योगांचे केंद्रीकरण सहज नियंत्रित केले जाऊ शकते आणि या भागातील सामाजिक वाईट गोष्टी दूर होण्यास मदत होते. औद्योगिक एकाग्रता विविध प्रकारच्या प्रदूषणांना प्रोत्साहन देते आणि त्या विशिष्ट क्षेत्रात राहणाऱ्या लोकांच्या आरोग्यावर आणि कार्यक्षमतेवर विपरित परिणाम करते. जगण्याचा खर्च देखील वाढतो ज्यामुळे शेवटी गरीबी आणि सार्वजनिक अशांतता वाढते. या सर्व समाजकंटकांवर नियंत्रण ठेवण्यासाठी समतोल प्रादेशिक विकास आवश्यक आहे.

२.३.३ औद्योगिक असमतोलाची कारणे :

भारतात औद्योगिक असमतोल मोठ्या प्रमाणात आहे. या असमतोलास जबाबदार असलेली कारणे पुढीलप्रमाणे आहेत.

१) ब्रिटिशांची राजवट :

भारतातील औद्योगिक असमतोलास भारतातील ब्रिटिशांची राजवट मोठ्या प्रमाणात जबाबदार आहे. ब्रिटिश उद्योगपतींनी महाराष्ट्र, पश्चिम बंगाल अशा काही राज्यांनाच पसंती दिली. ब्रिटिशांच्या राजवटीत मुंबई, कोलकाता व चेन्नई अशा शहरांतच उद्योगांची वाढ झाली. स्वातंत्र्योत्तर काळातही याच शहरांत मोठ्या प्रमाणात उद्योगांची स्थापना झाली. इतर भागात मात्र उद्योगांची वाढ मर्यादित राहिली.

२) भौगोलिक स्थिती व हवामान :

औद्योगिक असमतोलास भौगोलिक स्थिती व हवामानही जबाबदार ठरलेले आहे. देशातील ज्या राज्यात डोंगराळ प्रदेश मोठ्या प्रमाणात आहे तेथे औद्योगिक विकास मर्यादित आहे. उदा. उत्तर प्रदेश व बिहार राज्यातील डोंगराळ भाग असलेल्या जिल्ह्यात उद्योगधंद्याची फार वाढ झालेली नाही. काही भागात उद्योगधंद्याची वाढ न होण्यास हवामान हा घटकही कारणीभूत ठरलेला आहे.

३) विशिष्ट स्थान फायदेशीर असणे :

देशातील काही विशिष्ट भागात उद्योगांची वाढ होण्यास त्या ठिकाणी उद्योग सुरू करण्यात असलेला फायदाही कारणीभूत आहे. लोखंड व पोलाद कारखाने, तेल शुद्धीकरण प्रकल्प वगैरेची स्थापना देशातील कोणत्याही भागात करून चालत नाही. कच्चा माल उपलब्ध असलेल्या ठिकाणी लोखंड व पोलाद कारखाना सुरू करणे फायदेशीर असते.

४) पायाभूत सुविधांचा विकास :

उद्योगांच्या विकासासाठी वाहतूक, दळणवळण वित्तपुरवठा, उर्जा वगैरे पायाभूत सुविधांची उपलब्धता महत्त्वाची असते. देशातील ज्या भागात अशा सुविधा मोठ्या प्रमाणात उपलब्ध आहेत त्या भागात उद्योगांची वाढ मोठ्या प्रमाणात झालेली आहे. ज्या भागात या सुविधा कमी प्रमाणात आहेत. तेथील औद्योगिक प्रगती मर्यादित आहे. पायाभूत सुविधांच्या मोठ्या प्रमाणावरील उपलब्धतेमुळे देशातील मुंबई, कोलकाता, चेन्नई वगैरे शहरांत उद्योगांची वाढ मोठ्या प्रमाणात झाली आहे.

५) विकसित क्षेत्रात नवीन गुंतवणूक :

खासगी क्षेत्रातील नवीन गुंतवणुकीची आधीच विकसित झालेल्या क्षेत्रात केंद्रीकरणाची प्रवृत्ती असते, कारण त्यातून बाह्य बचती उपलब्ध होतात. विकसित क्षेत्रात श्रमिक, पायाभूत सुविधा आणि बाजार याबाबतीत खासगी गुंतवणूकदारांना फायदेशीर ठरेल अशी स्थिती असते. त्यामुळे भारतात विकसित झालेल्या क्षेत्रातच मोठ्या प्रमाणात उद्योगांची वाढ झालेली आहे.

६) असमतोल विरोधी धोरणांची मर्यादित परिणामकारकता :

देशात नियोजनाला सुरुवात केल्यापासूनच औद्योगिक असमतोलाची समस्या तीव्र स्वरूपाची आहे. नियोजन काळात समतोल औद्योगिक विकासासाठी अनेक धोरणात्मक उपाययोजना करण्यात आल्या. मात्र, त्या फारशा परिणामकारक ठरल्या नाहीत. नियोजन काळातील औद्योगिक धोरणात औद्योगिक असमतोल दूर करण्यावर भर देण्यात आला. मात्र, या बाबतीत फारशी प्रगती झाली नाही. परवाना धोरणाचा वापर प्रभावीपणे करण्यात आला नाही. त्यामुळे औद्योगिक असमतोल दूर करणे शक्य झाले नाही.

७) राज्य सरकारांनी औद्योगिक विकासावर दिलेला भर :

स्वातंत्र्योत्तर काळातील वाढत्या औद्योगिक असमतोलास देशातील काही राज्य सरकारांनी औद्योगिक विकासावर दिलेला भरही जबाबदार आहे. महाराष्ट्र, गुजरात, तामिळनाडू, पंजाब, हरियाना वगैरे राज्यांतील सरकारांनी आपल्या प्रदेशात औद्योगिक विकास घडवून आणण्यासाठी जाणीवपूर्वक प्रयत्न केले. त्यामुळे या राज्यात औद्योगिक विकास घडून आला, तर इतर राज्यांत औद्योगिक विकास मर्यादित राहून औद्योगिक असमतोल कायम राहिला.

२.३.४ औद्योगिक असमतोल कमी करण्यासाठी सरकारने केलेले उपाय :

भारतात स्वातंत्र्य मिळाल्यापासूनच औद्योगिक असमतोल दिसून येतो. औद्योगिक असमतोल दूर करण्यासाठी नियोजन काळात अनेक धोरणे आखण्यात आली असून, त्या धोरणांना अनुसरून अनेक उपाययोजना करण्यात आल्या आहेत.

भारतात दुसऱ्या योजनेपासून प्रादेशिक असमतोलाच्या समस्येचा विचार करण्यात आला. दुसऱ्या व तिसऱ्या योजनेत कमी विकसित क्षेत्रात पायाभूत उद्योग सुरू करण्याची आवश्यकता स्पष्ट करण्यात आली. १९६८ मध्ये राष्ट्रीय विकास परिषदेने (National Development Council - NDC) राज्यातील औद्योगिक मागासलेपणाची समस्या विचारात घेतली आणि औद्योगिकदृष्ट्या मागासलेली राज्ये कोणती ते ठरविण्यासाठीच्या निकषांची शिफारस केली. राष्ट्रीय विकास परिषदेने औद्योगिकदृष्ट्या मागासलेली राज्ये व केंद्रशासित प्रदेश कोणते ते ठरविण्यासाठी पांडे गटाची नेमणूक केली, तर मागासलेल्या क्षेत्रात उद्योग सुरू करण्यासाठी कोणत्या राजकोषीय व वित्तीय सवलती देण्यात याव्यात, याविषयी शिफारशी करण्यासाठी वांछू गटाची (समितीची) स्थापना केली. त्यांनी केलेल्या शिफारशी बऱ्याच प्रमाणात सरकारकडून स्वीकारण्यात आल्या.

सहाव्या योजनेच्या काळात उच्चस्तरीय मागास क्षेत्र विकासासाठी राष्ट्रीय समितीची (National Committee for the Development of Backward Areas - NCDBA) स्थापना केली. या समितीने मागासलेल्या क्षेत्राच्या विकासासाठी केलेल्या सर्वसाधारण शिफारशीबरोबरच औद्योगिकरणाद्वारे मागासलेल्या क्षेत्राचा विकास साधण्याच्या बाबतीत अनेक शिफारशी केल्या. उद्योजकांनी त्यांचे युनिट मागासलेल्या क्षेत्रात सुरू करण्यास प्रोत्साहन देण्यासाठी सवलतीने वित्तपुरवठा व अर्थसाहाय्य हे घटक महत्त्वाचे असल्याचे समितीने लक्षात घेतले. या आधारावर समितीने अनेक शिफारशी केल्या. भारत सरकारने सहाव्या योजनेच्या काळात त्यांची अंमलबजावणी केली.

नियोजन काळात सरकारने मागासलेल्या प्रदेशात औद्योगिकरणाचा वेग वाढविण्यासाठी उपाययोजना करण्याच्या बाबतीत शिफारशी करण्यासाठी नेमलेल्या समितीच्या शिफारशींच्या आधारे अनेक उपाययोजना केल्या आहेत. औद्योगिक समतोलासाठी करण्यात आलेल्या उपाययोजना थोडक्यात पुढीलप्रमाणे स्पष्ट करता येतील.

१) वित्तीय साधनसामग्रीचे हस्तांतर :

भारतातील वित्तीय आयोगाच्या शिफारशीनुसार केंद्राकडून राज्याला मागासलेपणाच्या आधारावर वित्तीय साधनसामग्रीचे हस्तांतर करण्यात आले आहे. त्यामुळे मागासलेल्या राज्याच्या विकासाला व त्यातून औद्योगिक विकासास हातभार लागलेला आहे.

२) केंद्र सरकारकडून गुंतवणुकीस प्रोत्साहन :

मागासलेल्या क्षेत्रात खासगी गुंतवणुकीला प्रोत्साहन देण्यासाठी केंद्र सरकारने अनेक सवलती दिलेल्या आहेत. यात मागासलेल्या क्षेत्रात सुरू करण्यात आलेल्या नवीन औद्योगिक युनिटला प्राप्ती करात सवलत, अर्थसाहाय्य, औद्योगिक परवाना देताना प्राधान्य वगैरेंचा समावेश होतो.

३) राज्य सरकारकडून प्रोत्साहन :

मागासलेल्या क्षेत्रात खासगी क्षेत्रातील औद्योगिक युनिट आकर्षित करण्यासाठी राज्य सरकारकडूनही प्रोत्साहन देण्यात आलेले आहे. यात 'ना नफा ना तोटा' या आधारावर वीज आणि पाण्यासह विकसित प्लॉटची उपलब्धता, काही वर्षे पाणी खर्चाच्या रकमेत सवलत, काही वर्षे मालमत्ता कराच्या रकमेत सवलत, औद्योगिक गृहनिर्माण योजनांवर अर्थसाहाय्य वगैरेंचा समावेश होतो.

४) प्रमुख वित्तीय संस्थांकडून सवलतीने वित्तपुरवठा :

औद्योगिक असमतोल दूर करण्याच्या बाबतीत देशातील प्रमुख वित्तीय संस्थाही महत्त्वाची भूमिका बजावत आहेत. भारतीय औद्योगिक विकास बँक, भारतीय औद्योगिक वित्त महामंडळ आणि औद्योगिक पत व गुंतवणूक महामंडळ या वित्तसंस्थांकडून मागासलेल्या क्षेत्रातील औद्योगिक प्रकल्पांना सवलतीच्या दराने वित्तपुरवठा केला जात आहे. कमी व्याज दराने व १५ ते २० वर्षे अशा मोठ्या काळासाठी अशा संस्थांकडून वित्तपुरवठा केला जातो.

५) मागासलेल्या भागात सार्वजनिक क्षेत्रातील प्रकल्प :

मागासलेल्या भागात औद्योगिक विकास घडून येण्यासाठी आणि औद्योगिक असमतोल दूर होण्यासाठी सार्वजनिक क्षेत्रातील अनेक प्रकल्प मागासलेल्या प्रदेशात सुरू करण्यात आले. बिहार, मध्य प्रदेश आणि ओरिसा या मागासलेल्या राज्यात सार्वजनिक क्षेत्रातील अनेक प्रकल्प सुरु करण्यात आले. मात्र, या प्रकल्पामुळे या राज्यांच्या औद्योगिक विकासास फार मोठ्या प्रमाणात हातभार लागला नाही.

६) उद्योजकांना प्रोत्साहन :

मागासलेल्या क्षेत्रात उद्योग सुरू करण्यासाठी उद्योजकांना प्रोत्साहन देण्यात येत आहे. या उद्योजकांना अर्थसाहाय्य दिले जात आहे. तसेच राष्ट्रीयीकृत बँका व वित्तीय संस्थांकडून सवलतीच्या दराने वित्तपुरवठा केला जात आहे.

७) औद्योगिक परवाना धोरण :

मागासलेल्या भागात औद्योगिक विकास घडून येण्यासाठी औद्योगिक परवाना धोरणाचा अवलंब करण्यात आला आहे. मागासलेल्या भागात उद्योग सुरू करू इच्छिणाऱ्यांना परवाना देण्याच्या बाबतीत प्राधान्य देण्याचे धोरण स्वीकारले गेले. मात्र, औद्योगिक परवाना धोरणाला याबाबतीत फारसे यश मिळालेले नाही.

८) पायाभूत सुविधांचा विकास :

मागासलेल्या भागाचा विकास घडून येण्यासाठी व त्यासाठी औद्योगिक विकास घडून येण्यासाठी पायाभूत सुविधांचा विकास करण्यावर भर देण्यात आला. वाहतूक, दळणवळण वगैरे सुविधांत वाढ करण्यासाठी प्रयत्न करण्यात आले.

९) इतर उपाययोजना :

मागासलेल्या भागात औद्योगिक प्रगती घडून येऊन औद्योगिक असमतोल दूर करण्यासाठी वरील उपाययोजनांबरोबर इतरही उपाययोजना करण्यात आल्या. मागासलेल्या भागांचा विकास करण्यासाठी विशेष योजना राबविण्यात आल्या आहेत. शेती व संलग्न व्यवसायाचा विकास करण्यावर भर देण्यात येत आहे. त्यातून अप्रत्यक्षपणे औद्योगिक विकासास हातभार लागणे शक्य आहे.

अशा प्रकारच्या विविध उपाययोजना औद्योगिक असमतोल दूर करण्यासाठी केलेल्या आहेत. मात्र, अशा उपाययोजना करूनही औद्योगिक असमतोलाची समस्या फारशी सुटलेली नाही. नवीन आर्थिक धोरणात खासगीकरण, शिथिलीकरण व जागतिकीकरण यावर भर दिलेला असून, यामुळे या समस्येची तीव्रता वाढण्याची शक्यता नाकारता येत नाही.

२.४ असंतुलित वाढीचा हिर्शमन सिद्धांत :

असंतुलित वाढीचा हिर्शमन सिद्धांत, ज्याला हिर्शमन-रोसेनस्टाईन-रोडन प्रारूप असेही म्हणतात, हा एक आर्थिक विकास सिद्धांत आहे जो विकसनशील देशांमध्ये असंतुलित वाढ आणि आर्थिक परिवर्तन निर्माण करण्यासाठी औद्योगिकीकरण आणि गुंतवणुकीच्या भूमिकेवर लक्ष केंद्रित करतो. १९५० च्या दशकात अर्थशास्त्रज्ञ अल्बर्ट ओ. हिर्शमन यांनी हा सिद्धांत मांडला होता, जो पॉल रोसेनस्टाईन-रोडन सारख्या इतर अर्थशास्त्रज्ञांच्या विचारांवर आधारित होता.

अ) असंतुलित वाढीच्या हिर्शमनच्या सिद्धांताची ओळख :

कमी विकसित देशांमध्ये दुसऱ्या महायुद्धानंतरच्या आर्थिक विकासाच्या प्रयत्नांच्या संदर्भात हिर्शमनचा सिद्धांत उदयास आला. आर्थिक स्थैर्य आणि सामाजिक प्रगती सुनिश्चित करण्यासाठी देशांनी सर्व क्षेत्रांमध्ये समतोल विकास साधणे आवश्यक आहे, असे त्यावेळचे प्रचलित मत होते. तथापि, हिर्शमनने या कल्पनेला आव्हान दिले आणि असा युक्तिवाद केला की काही विशिष्ट परिस्थितींमध्ये, असंतुलित वाढीची रणनीती आर्थिक विकास आणि औद्योगिकीकरणासाठी अधिक प्रभावी ठरू शकते. हिर्शमनच्या सिद्धांताची मुख्य अंतर्दृष्टी अशी आहे की विकसनशील देशांमध्ये, विकासातील अडथळे दूर करण्यासाठी मोठा धक्का (बिग पुश) आवश्यक आहे. या मोठ्या धक्क्यामध्ये आर्थिक परिवर्तनाची स्वयं-मजबूत प्रक्रिया तयार करण्यासाठी अनेक उद्योगांमध्ये समन्वित आणि एकाच वेळी गुंतवणूक समाविष्ट आहे.

ब) हिर्शमनच्या सिद्धांताची गृहीतके :

हिर्शमनच्या सिद्धांताची गृहीतके खालीलप्रमाणे आहेत :

१) बेरोजगारी :

हिर्शमनने असे गृहीत धरले की विकसनशील देशांना पारंपारिक आणि कृषी क्षेत्रांमध्ये कमी बेरोजगारी आणि अतिरिक्त श्रमांचा सामना करावा लागतो. हे अतिरिक्त श्रम औद्योगिकीकरणाद्वारे शोषले जाऊ शकतात.

२) पूरकता :

सुरुवातीच्या मोठा धक्का गुंतवणुकीसाठी निवडलेल्या उद्योगांमध्ये मजबूत पूरकता आहे असे गृहीत धरले जाते, म्हणजे त्यांची वाढ आणि यश एकमेकांना मजबूत करतात.

३) अधोगामी आणि उर्ध्वगामी सांगड :

गुंतवणुकीसाठी लक्ष्यित केलेल्या उद्योगांचा अर्थव्यवस्थेच्या इतर क्षेत्रांशी मजबूत अधोगामी आणि उर्ध्वगामी संबंध असणे अपेक्षित आहे. अधोगामी सांगड म्हणजे एका उद्योगाने दुसऱ्या उद्योगाच्या उत्पादनांसाठी निर्माण केलेली मागणी, तर उर्ध्वगामी सांगड इतर उद्योगांच्या आदानांच्या मागणीचा संदर्भ देते.

४) सकारात्मक बाह्यत्वे :

एका उद्योगातील गुंतवणुकीमुळे इतर क्षेत्रांवर सकारात्मक बाह्यता किंवा स्पिलओव्हर प्रभाव निर्माण होणे अपेक्षित आहे, ज्यामुळे आर्थिक वाढीस आणखी हातभार लागेल.

क) मोठा धक्का व्यूहरचना :

हिर्शमनच्या सिद्धांताची मूळ कल्पना मोठा धक्का व्यूहरचनेत आहे, जिथे विकसनशील देश एकाच वेळी औद्योगिकीकरण आणि आर्थिक वाढीचे स्वयं-मजबूत करणारे चक्र तयार करण्यासाठी अनेक उद्योगांमध्ये गुंतवणूक करतात. मोठा धक्का रणनीतीमध्ये समाविष्ट असलेल्या मुख्य पायऱ्या खालीलप्रमाणे आहेत :

१) प्रमुख उद्योग ओळखणे :

सरकार किंवा धोरणकर्ते मजबूत पूरकता, अधोगामी-उर्ध्वगामी सांगड आणि संभाव्य सकारात्मक बाह्यतेसह प्रमुख उद्योगांचा संच ओळखतात.

२) एकाच वेळी गुंतवणूक :

निवडलेल्या उद्योगांना एकाच वेळी भरीव गुंतवणूक आणि धोरण समर्थन मिळते. औद्योगिकीकरणासाठी आवश्यक गती निर्माण करण्यासाठी हा समन्वयित प्रयत्न महत्त्वपूर्ण आहे.

३) बाह्यता परिणाम :

लक्ष्यित उद्योग जसजसे वाढतात आणि विस्तारतात तसतसे ते इतर उद्योगांकडून उत्पादने आणि सेवांना मागणी निर्माण करतात. ज्यामुळे त्या क्षेत्रातील रोजगार आणि आर्थिक क्रियाकलाप देखील वाढतात.

४) विस्तार आणि विविधीकरण :

प्रमुख उद्योगांमधील सुरुवातीच्या यशांमुळे अर्थव्यवस्थेचा आणखी विस्तार आणि वैविध्यता वाढू शकते. ज्यामुळे नवीन उद्योगांचा उदय होतो आणि आर्थिक संरचनेत सतत परिवर्तन होते.

५) आत्मनिर्भर वाढ :

असंतुलित वाढीची प्रक्रिया स्वावलंबी बनते, कारण औद्योगिकीकरण आणि आर्थिक विकास गुंतवणुक, रोजगार आणि एकूण वाढीचे सद्गुण चक्र निर्माण करतात.

ड) वास्तविक जगात उपयोजन आणि उदाहरणे :

विविध देश आणि प्रदेशांमध्ये विकास धोरणे तयार करण्यात हिर्शमनचा सिद्धांत प्रभावी ठरला आहे. असंतुलित वाढीच्या धोरणांचा अवलंब करणाऱ्या देशांच्या काही ऐतिहासिक उदाहरणांमध्ये पुढील देश समाविष्ट आहेत:

१) भारत :

स्वातंत्र्योत्तर काळात भारताने पोलाद, अवजड यंत्रसामग्री आणि पायाभूत सुविधा यासारख्या महत्त्वाच्या उद्योगांमध्ये भरीव सार्वजनिक गुंतवणुकीसह मोठा धक्का धोरण स्वीकारले. या दृष्टिकोनाने देशाच्या औद्योगिकीकरणाचा आणि आर्थिक विविधीकरणाचा पाया घातला.

२) दक्षिण कोरिया :

१९६० आणि १९७० च्या दशकात दक्षिण कोरियाचा आर्थिक चमत्कार मोठा धक्का रणनीतीचा यशस्वी वापर म्हणून अनेकदा संबोधित केला जातो. देशाच्या जलद औद्योगिकीकरणाला हातभार लावणाऱ्या समन्वित गुंतवणूक आणि समर्थनासाठी सरकारने वस्त्र, पोलाद आणि इलेक्ट्रॉनिक्स सारख्या उद्योगांना लक्ष्य केले.

३) ब्राझील :

ब्राझीलने १९५० आणि १९६० च्या दशकात लोखंड आणि पोलाद, पेट्रोकेमिकल्स आणि ऑटोमोबाईल्स यांसारख्या उद्योगांमध्ये लक्षणीय गुंतवणूक करून असंतुलित विकास धोरणाचा अवलंब केला.

२० व्या शतकाच्या मध्यात हिर्शमनचा सिद्धांत विकसित झाला असताना, त्याची मूलभूत तत्त्वे आजही प्रासंगिक आहेत, विशेषत: औद्योगिकीकरण आणि आर्थिक परिवर्तनाला प्रोत्साहन देऊ पाहणाऱ्या देशांसाठी. धोरणात्मक

उद्योगांमध्ये सकारात्मक बाह्यताः प्रभाव आणि स्वयं-शाश्वत वाढ निर्माण करण्यासाठी समन्वित, एकाचवेळी चालना देण्याची कल्पना धोरणकर्त्यांसह सर्वसमावेशक आणि शाश्वत विकासाला गती देण्याच्या उद्देशाने प्रतिध्वनित होते.

इ) हिर्शमनच्या सिद्धांतावरील टीका आणि मर्यादा :

हिर्शमनचा असंतुलित वाढीचा सिद्धांत, प्रभावशाली आणि अंतर्ज्ञानी असताना देखील त्याने अनेक वर्षांमध्ये अनेक टीका आणि मर्यादांचा सामना केला आहे. काही प्रमुख टीका खालीलप्रमाणे आहेत :

१) जटिलता आणि समन्वय आव्हाने :

एकाधिक उद्योगांमध्ये समन्वित गुंतवणुकीसह मोठा धक्का धोरणाची अंमलबजावणी करणे हे एक जटिल आणि आव्हानात्मक कार्य आहे. यासाठी विविध सरकारी संस्था, उद्योग आणि भागधारकांमध्ये मजबूत समन्वय आणि धोरणात्मक सुसंगतता आवश्यक आहे. विशेषतः नोकरशाही अकार्यक्षमता आणि राजकीय मर्यादा असलेल्या देशांमध्ये असा समन्वय साधणे कठीण होऊ शकते.

२) प्रमुख उद्योगांची निवड :

सुरुवातीच्या गुंतवणुकीसाठी योग्य उद्योग ओळखण्यावर मोठा धक्का धोरणाचे यश अवलंबून असते. योग्य उद्योग निवडण्यासाठी त्यांच्या संभाव्य अधोगामी आणि उर्ध्वगामी दुवे आणि सकारात्मक बाह्यतेचे काळजीपूर्वक विश्लेषण आणि अंदाज आवश्यक आहे. जर निवड योग्यरित्या केली गेली नाही, तर ते व्यर्थ गुंतवणूक आणि मर्यादित यशास कारणीभूत ठरू शकते.

३) बाह्य घटक :

हिर्शमनचा सिद्धांत प्रामुख्याने देशांतर्गत घटकांवर केंद्रित आहे आणि आंतरराष्ट्रीय व्यापार, तांत्रिक प्रगती आणि जागतिक बाजार परिस्थिती यासारख्या बाह्य घटकांच्या प्रभावाचा पुरेसा विचार करत नाही. हे बाह्य घटक देशाच्या विकासाच्या संभाव्यतेवर लक्षणीय परिणाम करू शकतात आणि मोठा धक्का धोरणाच्या गृहितकांशी पूर्णपणे जुळत नाहीत.

४) राजकीय अर्थव्यवस्थेचा विचार :

मोठा धक्का धोरणाची अंमलबजावणी राजकीय अर्थव्यवस्थेच्या विचारांच्या अधीन आहे, ज्यात निहित स्वार्थ, भ्रष्टाचार आणि भाडे मागण्याची प्रवृत्ती समाविष्ट आहे. राजकीय अभिजात वर्ग आणि प्रभावशाली हितसंबंध एकंदर विकासाच्या उद्दिष्टांपेक्षा त्यांच्या स्वतःच्या स्वार्थांना प्राधान्य देऊ शकतात, ज्यामुळे सर्वोत्कृष्ट परिणाम मिळू शकत नाही.

५) अनुभवजन्य पुराव्यांचा अभाव :

हिर्शमनचा सिद्धांत मौल्यवान अंतर्दृष्टी देऊ करताना, मोठा धक्का धोरणाची परिणामकारकता निर्णायकपणे सिद्ध करण्यासाठी त्याकडे मर्यादित अनुभवजन्य पुरावे आहेत. विशिष्ट केस स्टडीजच्या यशाचे श्रेय असमतोल वाढीच्या पलीकडे असलेल्या घटकांच्या संयोजनास दिले जाऊ शकते, ज्यामुळे कारणात्मक संबंध स्थापित करणे आव्हानात्मक होते.

६) विकासाचे गतिमान स्वरूप :

हिर्शमनचा सिद्धांत एकाचवेळी गुंतवणुकीची एक स्थिर परिस्थिती गृहीत धरतो, परंतु प्रत्यक्षात आर्थिक परिस्थिती, धोरण प्राधान्ये आणि बाह्य संदर्भ कालांतराने विकसित होतात. बदलत्या परिस्थितीला सामावून घेण्यासाठी विकास धोरणे अनुकूल आणि लवचिक असणे आवश्यक असते.

७) विषमता आणि असमानता :

असंतुलित वाढीचा दृष्टिकोन औद्योगिक आणि गैर-औद्योगिक प्रदेशांमध्ये असमानता निर्माण करू शकतो. काही क्षेत्रांमध्ये गुंतवणुकीचे केंद्रीकरण प्रादेशिक आणि सामाजिक असमानता वाढवू शकते, ज्यामुळे स्थानिक असंतुलन निर्माण होऊ शकते.

८) आर्थिक अडचणी :

मोठा धक्का धोरणामध्ये एकाच वेळी अनेक उद्योगांमध्ये भरीव गुंतवणूक समाविष्ट असते. अनेक विकसनशील देशांना आर्थिक अडचणी आणि मर्यादित संसाधनांचा सामना करावा लागतो, ज्यामुळे त्यांना अशा महत्त्वाकांक्षी दृष्टिकोनाचा अवलंब करणे कठीण होते.

९) अकार्यक्षम औद्योगिकीकरणाचा धोका :

मोठा धक्का धोरणाशी संबंधित जलद औद्योगिकीकरणामुळे अकार्यक्षम आणि अनुत्पादक उद्योगांची निर्मिती होऊ शकते. हे उद्योग दीर्घकालीन आर्थिक आव्हाने उभी करून सतत सरकारी समर्थन आणि संरक्षणावर अवलंबून राहू शकतात.

१०) पर्यावरणविषयक समस्या :

जलद औद्योगिकीकरणावर भर दिल्याने पर्यावरणाचा ऱ्हास होऊ शकतो आणि नैसर्गिक संसाधनांचा अवाजवी वापर होऊ शकतो, ज्याचा दीर्घकालीन विकासावर विपरीत परिणाम होऊ शकतो.

२.५ भारतातील प्रादेशिक औद्योगिक असमतोल :

भारतात प्रादेशिक औद्योगिक असमतोल मोठ्या प्रमाणात दिसून येतो. देशातील विविध राज्यांचा समान प्रमाणांत विकास घडून न येणे म्हणजे औद्योगिक असमतोल होय. भारतामध्ये औद्योगिक असमतोल औद्योगिक विकासाच्या बाबतीत राज्या-राज्यांमध्ये फार मोठ्या प्रमाणात तफावत असल्याचे दिसून येते. याचाच अर्थ काही राज्ये किंवा प्रदेश औद्योगिक विकासाच्या बाबतीत फारच पुढे गेली आहेत तर काही राज्ये फारच मागे पडलेली आहेत. अशी स्थिती म्हणजे औद्योगिक असमतोलाची स्थिती होय. औद्योगिकदृष्ट्या मागासलेल्या राज्याच्या किंवा प्रदेशांच्या विकासासाठी उपाययोजना करून तेथील औद्योगिक विकास घडवून आणता येणे शक्य असते.

२.५.१ भारतातील प्रादेशिक औद्योगिक असमतोलाचा विस्तार :

आर्थिक विकासात प्रादेशिक असमतोल विकासाची आणि त्यातही असंतुलित औद्योगिक विकासाची जी समस्या आहे तिचा सामना हा केवळ विकसनशील देशानेच नाही तर विकसित देशांना देखील करावा लागतो. देशाच्या आर्थिक विकासाला मोठ्या प्रमाणात खीळ बसण्याचे काम हे औद्योगिक प्रादेशिक असंतुलित विकासातून केले जाते. भारतासारख्या क्षेत्रफळाच्या दृष्टीने विस्तीर्ण असलेल्या देशाला वारंवार औद्योगिक असंतुलित विकासाचा सामना करावा लागतो. भारतातील प्रादेशिक औद्योगिक असमतोलाचा विस्तार पुढीलप्रमाणे अभ्यासता येईल :

१) स्वातंत्र्यपूर्व काळातील प्रादेशिक औद्योगिक असमतोल :

स्वातंत्र्यपूर्व काळामध्ये प्रादेशिक असमतोलाचा विचार करताना दिसून येणारी सर्वात महत्त्वाची गोष्ट म्हणजे तत्कालीन ब्रिटिश शासनाने जी धोरणे निर्धारित केली होती त्यामागे त्यांचे जे आर्थिक आणि राजकीय हितसंबंध होते ते हितसंबंध टिकवणे हे त्या धोरणांच्या मागचे महत्त्वाचे उद्दिष्ट होते. त्यामुळे या काळामध्ये होणारा जो असंतुलित औद्योगिक प्रादेशिक विकास होता त्याला एतद्देशीय आव्हान मिळू शकत नव्हते. तत्कालीन ब्रिटिश शासनाने विकासासाठी जो दृष्टिकोन स्वीकारलेला होता तो त्यांच्या फायद्याच्या किंवा मोक्याच्या ठिकाणी जेथे त्यांना सोयीस्कर ठरेल अशाच ठिकाणी त्यांनी उद्योगांचा विकास केला.

२) स्वातंत्र्योत्तर काळातील प्रादेशिक औद्योगिक असमतोल :

भारताला स्वातंत्र्य मिळाले त्यावेळेस तत्कालीन शासनासमोर अनेक सामाजिक, आर्थिक स्वरुपाचे प्रश्न होते ज्याचे निराकरण त्यांना तात्काळ करणे आवश्यक होते.

तत्कालीन सरकारने रेल्वे सुधारणा, जलसिंचनाच्या योजना, रस्त्याचे जाळे उभारणे, आधुनिक शिक्षण पद्धतीचा विकास घडवून आणणे तसेच प्रशासकीय नियंत्रण प्रस्थापित करणे यांसारखी काही कामे वेगाने करण्यास सुरुवात केली. जलसिंचनाच्या सोयींचा विकास करायला सुरुवात केल्यामुळे प्रामुख्याने जे अवर्षणग्रस्त प्रदेश होते आणि शेती या दोहोंना फायदा मिळण्यास सुरुवात झाली.परिणामी महसुलामध्ये वाढ होण्यास सुरुवात झाली. शिक्षणाच्या विस्तारामुळे आवश्यक असणारे जे मनुष्यबळ होते ते कुशल मनुष्यबळ प्राप्त होण्यास सुरुवात झाली. पंचवार्षिक नियोजनाचा स्वीकार करूनही प्रादेशिक औद्योगिक विकास हा असंतुलितच राहिला. परिणामी याचा परिणाम हा प्रत्यक्ष आणि अप्रत्यक्षरीत्या येथील लहान स्वरूपातील जे उद्योग होते त्याच्यावरती व्हायला लागला. केंद्र शासनाने शेती, जलसिंचन, खते आणि कीटकनाशके, रेल्वे परियोजना यांच्या माध्यमातून संतुलित प्रादेशिक विकासाला प्राधान्य देण्यास सुरुवात केली. पंचवार्षिक योजनांच्या आणि नियोजन आयोगाच्या माध्यमातून सर्वांगीण औद्योगिक विकासाला आणि सर्वांगीण आर्थिक विकासाला चालना कशी देता येईल? याचा विचार करण्यास सुरुवात केलेली. जास्तीत जास्त प्रकल्पांची अंमलबजावणी करून त्यांची वेगाने कशी पूर्तता करता येईल? याचा विचार सरकारने करण्यास सुरुवात केली.

३) सद्यकालीन परिस्थिती :

राष्ट्राच्या उभारणीतील कधीच न संपणारे काम म्हणून प्रादेशिक औद्योगिक असमतोलाला दूर करण्याच्या कामाकडे पाहिले जाते. भारतासारख्या संघराज्य असणाऱ्या देशामध्ये संतुलित औद्योगिक विकास होणे आवश्यक आहे. पण सध्याचे चित्र बघायला गेल्यास असे दिसून येते की, देशाच्या विविध प्रदेशांचे दरडोई उत्पन्न, दारिद्र्य रेषेखालील रहाणारी लोकसंख्या, शेतीवरती अवलंबून असणारी लोकसंख्या आणि शहरी लोकसंख्या यांच्यामध्ये मोठ्या प्रमाणात तफावत आढळून येते. भारतातील असंतुलित औद्योगिक विकासाची माहिती ही पुढील तक्त्याचा आधारे घेता येईल:

तक्ता क्रमांक: २.१ : प्रगत राज्ये आणि अप्रगत राज्ये लोकसंख्येचे विभाजन

प्रगत राज्ये (एकूण लोकसंख्येच्या ४८ % लोकसंख्या)	२०११ च्या जनगणनेनुसार लोकसंख्या	अप्रगत राज्ये (एकूण लोकसंख्येच्या ४२ % लोकसंख्या)	२०११च्या जनगणनेनुसार लोकसंख्या
पंजाब	२७,७४३,३३८	मध्य प्रदेश	७२,६२६,८०९
महाराष्ट्र	११२,३७४,३३३	आसाम	३१,२०५,५७६
हरियाणा	२५,३५१,४६२	उत्तरप्रदेश	१९९,८१२,३४१
गुजरात	६०,४३९,६९२	राजस्थान	६८,५४८,४३७
पश्चिम बंगाल	९१, २७६, ११५	ओरिसा	४१,९७४,२१८
कर्नाटक	६१,०९५,२९७	बिहार	१०४,०९९,४५२
केरळ	३३,४०६,०६१		
तामिळनाडू	७२,१४७,०३०		
आंध्र प्रदेश	८४,५८०,७७७		

तक्ता क्रमांक: २. २: दरडोई उत्पन्नातील असमानता/असमतोल

प्रगत राज्ये	दरदोईउत्पन्न (रुपयांमध्ये)	श्रेणी
पंजाब	१५८,५३०	१७
महाराष्ट्र	१९८,५१०	१२
हरियाणा	२२५,११०	५
गुजरात	१९९,४६३	१०
पश्चिम बंगाल	१०२,५६८	२३
कर्नाटक	२०५,८१३	७
केरळ	२०३,०९३	८
तामिळनाडू	१९०,६५९	१४
आंध्रप्रदेश	१५८,६०७	१६
	अप्रगत राज्ये	
मध्यप्रदेश	९१,१०३	२७
आसाम	८५,०८९	२९
उत्तर प्रदेश	६२,३२३	३२
राज्यस्थान	११०,९१६	२२
ओरिसा	९७,२७३	२६
बिहार	४१,९९२	३३

दरडोई उत्पन्न हे एखाद्या व्यक्तीचे त्या प्रदेशातील वार्षिक उत्पन्न दर्शवते. त्याचा वापर प्रादेशिक विकासाचा दर्शक म्हणून देखील करता येतो. हे दरडोई उत्पन्न प्रत्येक प्रदेशाचे दरवर्षी बदलत असते. देशाच्या लोकसंख्येत मोठा वाटा असणारी उत्तर प्रदेश, बिहार आणि मध्यप्रदेश यांसारखी घटक राज्ये मात्र अजूनही दरडोई उत्पन्नामध्ये मागेच असल्याचे दिसून येते.

गेल्या दोन दशकात भारतीय अर्थव्यवस्थेने सरासरी वार्षिक आर्थिक वृद्धी ही ६ % दराने अनुभवलेली आहे. अनेक पूर्व आशियायी देशांच्या अर्थव्यवस्थेशी तुलना करायला गेल्यास भारताचा आर्थिक विकासाचा हा दर गेल्या दोन दशकांच्या पेक्षा जास्त उत्तम आणि लक्षणीय स्वरूपाचा आहे. देशाच्या आर्थिक विकासाच्या दरामध्ये वाढ झाल्याप्रमाणेच देशातील दरडोई उत्पन्नामध्ये देखील मोठ्या प्रमाणात वाढ झाल्याचे दिसून येते. देशाच्या दरडोई उत्पन्नात साधारणपणे ४ % इतकी वाढ झाल्याचे दिसून येते. जागतिक बँक आणि अन्य आंतरराष्ट्रीय संस्थांनी भारताच्या आर्थिक प्रगतीचे आणि आर्थिक वृद्धीदराची प्रशंसा केली आहे.

देशाच्या विविध प्रदेशांमध्ये आणि प्रदेशांतर्गत भागांमध्ये असणारी जी असंतुलितता आहे ती देशाच्या आर्थिक नियोजन आणि आर्थिक विकासात मोठा अडथळा ठरत आहे. अविकसित प्रदेशात केली गेलेली गुंतवणूक आणि विविध शासकीय धोरणांची केली गेलेली अंमलबजावणी या व्यतिरिक्त या प्रदेशातील खाजगी गुंतवणुकीला देखील मोठ्या प्रमाणात चालना देण्यात येत आहे. प्रादेशिक असमतोल हा कमी करण्यासाठी गेल्या तीन दशकांपासून युद्धपातळीवरती काम हाती घेण्यात आलेले आहे. अगदी गेल्या तीन दशकांमध्ये हे प्रयत्न केले जाऊन देखील आजही हा प्रादेशिक असमतोल हा आजही दिसून येतो.

२.५.२ संतुलित प्रादेशिक औद्योगिक विकासासाठी सरकारी धोरण :

भारत सरकारने सर्वसमावेशक वृद्धी सुनिश्चित करण्यासाठी आणि प्रादेशिक असमानता कमी करण्यासाठी संतुलित प्रादेशिक औद्योगिक विकासाचे महत्त्व ओळखले आहे. हे उद्दिष्ट साध्य करण्यासाठी गेली अनेक वर्षे विविध धोरणे आणि उपक्रम राबवले जात आहेत. या धोरणांचा उद्देश कमी विकसित प्रदेशात औद्योगिकीकरणाला चालना देणे, गुंतवणूक आकर्षित करणे, पायाभूत सुविधा सुधारणे आणि रोजगाराच्या संधी निर्माण करणे हा आहे. भारतातील संतुलित प्रादेशिक औद्योगिक विकासासाठी खाली काही प्रमुख सरकारी धोरणे आणि उपक्रम दिले आहेत:

१) औद्योगिक कॉरिडॉर आणि स्मार्ट शहरे :

सरकारने दिल्ली-मुंबई इंडस्ट्रियल कॉरिडॉर (ऊचखउ) आणि चेन्नई-बेंगळुरू इंडस्ट्रियल कॉरिडॉर (उइखउ) सारखे महत्त्वाकांक्षी प्रकल्प सुरू केले आहेत. हे कॉरिडॉर जागतिक दर्जाच्या पायाभूत सुविधा, लॉजिस्टिक आणि कनेक्टिव्हिटीसह एकात्मिक औद्योगिक क्षेत्र म्हणून नियोजित आहेत. या धोरणात्मक वाहतूक मार्गांद्वारे गुंतवणूक आकर्षित करणे आणि औद्योगिक विकासाला चालना देणे हे सरकारचे उद्दिष्ट आहे. याव्यतिरिक्त, स्मार्ट सिटीज मिशन आधुनिक पायाभूत सुविधांसह शहरे विकसित करण्यावर लक्ष केंद्रित करते, त्या प्रदेशांमधील उद्योगांना चालना देते.

२) विशेष आर्थिक क्षेत्रे (डएन) :

निर्यात-केंद्रित उत्पादनाला प्रोत्साहन देण्यासाठी आणि थेट परकीय गुंतवणूक आकर्षित करण्यासाठी विशेष आर्थिक क्षेत्रे हे विशिष्ट कर आणि नियामक फायदे असलेले नियुक्त क्षेत्र आहेत. औद्योगिकीकरणाला चालना देण्यासाठी आणि रोजगाराच्या संधी निर्माण करण्यासाठी सरकारने विविध क्षेत्रांमध्ये विशेष आर्थिक क्षेत्र स्थापन केले आहेत.

३) मेक इन इंडिया :

देशांतर्गत उत्पादनाला प्रोत्साहन देण्यासाठी आणि विविध क्षेत्रांमध्ये विदेशी गुंतवणूक आकर्षित करण्यासाठी मेक इन इंडिया मोहीम सुरू करण्यात आली आहे. उद्योगांसाठी अनुकूल वातावरण निर्माण करणे आणि जागतिक उत्पादन केंद्र म्हणून भारताला प्रोत्साहन देणे हे त्याचे उद्दिष्ट आहे. हे धोरण देशाच्या विविध भागात औद्योगिकीकरणाचा प्रसार करण्याचा प्रयत्न करते.

४) उत्तर-पूर्व औद्योगिक विकास योजना (छएखउझ) :

ईशान्येकडील राज्यांमध्ये औद्योगिकीकरणाला चालना देण्यासाठी सरकारने उत्तर-पूर्व औद्योगिक विकास योजना सुरू केली. ही योजना भांडवली गुंतवणूक सबसिडी, व्याज सबसिडी आणि सर्वसमावेशक पत हमी योजनेत प्रवेश यासह विविध प्रोत्साहन देते. या प्रोत्साहनांचा उद्देश गुंतवणुकीला आकर्षित करणे आणि प्रदेशातील औद्योगिक विकासाला चालना देणे हा आहे.

५) राष्ट्रीय गुंतवणूक आणि उत्पादन क्षेत्रे (छखचनी) :

राष्ट्रीय गुंतवणूक आणि उत्पादन क्षेत्रे ही संकल्पना मांडण्यात आली, जी उद्योगांसाठी उत्कृष्ट पायाभूत सुविधा आणि सहाय्य सेवा असलेले मोठे क्षेत्र आहेत. राष्ट्रीय गुंतवणूक आणि उत्पादन क्षेत्रचे उद्दिष्ट प्रमुख उद्योगांना आकर्षित करणे, औद्योगिक समुहाची सोय करणे आणि संतुलित प्रादेशिक औद्योगिक विकासाला चालना देणे हे आहे.

६) समुह विकास कार्यक्रम :

सरकार विशिष्ट क्षेत्र आणि प्रदेशांमध्ये उद्योगांना चालना देण्यासाठी समुह विकास कार्यक्रम राबवत आहे. हे कार्यक्रम समुहामधील उद्योगांच्या वाढीला चालना देण्यासाठी पायाभूत सुविधा, तंत्रज्ञान अद्यायवतीकरण, कौशल्य विकास आणि बाजारपेठेतील प्रवेशासाठी समर्थन प्रदान करतात.

७) पायाभूत सुविधांचा विकास :

समतोल प्रादेशिक औद्योगिक विकासाला चालना देण्यासाठी पायाभूत सुविधांच्या विकासात गुंतवणूक करणे ही एक महत्त्वाची बाब आहे. सरकार रस्ते, महामार्ग, रेल्वे, बंदरे, विमानतळ आणि वीज यासारख्या पायाभूत सुविधा निर्माण करण्यावर भर देत आहे ज्यामुळे दुर्गम आणि कमी विकसित प्रदेशांमध्ये संपर्क आणि सुलभता सुधारली जाईल.

८) राज्य आणि स्थानिक प्रोत्साहन :

राज्य सरकारे आपापल्या प्रदेशात औद्योगिक विकासाला चालना देण्यासाठी महत्त्वपूर्ण भूमिका बजावतात. अनेक राज्ये गुंतवणुकीला आकर्षित करण्यासाठी आणि औद्योगिक विकासाला पाठिंबा देण्यासाठी स्वतःचे प्रोत्साहन, सबसिडी आणि सवलती देतात.

९) उद्योजकता आणि कौशल्य विकास :

विविध क्षेत्रांमध्ये औद्योगिक विकासाला चालना देण्यासाठी उद्योजकता आणि कौशल्य विकासाला चालना देणे आवश्यक आहे. स्थानिक कामगारांना आवश्यक कौशल्याने सुसज्ज करण्यासाठी आणि लघु व मध्यम उद्योगांच्या स्थापनेला प्रोत्साहन देण्यासाठी सरकारने अनेक कौशल्य विकास उपक्रम आणि उद्योजकता कार्यक्रम सुरू केले आहेत.

१०) व्यवसाय सुलभता :

व्यवसाय करण्याची सुलभता सुधारणे हे सरकारचे सतत लक्ष असते. नियामक प्रक्रिया सुव्यवस्थित करणे, नोकरशाहीतील अडथळे कमी करणे आणि व्यवसायासाठी अनुकूल वातावरण निर्माण करणे हे गुंतवणुकीला आकर्षित करण्यासाठी आणि कमी विकसित प्रदेशांमध्ये औद्योगिकीकरणाला चालना देण्यासाठी महत्त्वपूर्ण आहे.

बहुविकल्पी प्रश्न

१) उद्योग अनेकदा वस्तू आणि सामग्रीची हालचाल सुलभ करण्यासाठी ---------- नेटवर्कमध्ये चांगली प्रवेश असलेली ठिकाणे निवडतात.

अ) कामगार ब) तंत्रज्ञान क) वाहतूक ड) बाजार

२) उद्योगांना समान व्यवसायांची एकाग्रता असलेल्या ठिकाणी शोधून फायदा होतो, ज्यामुळे त्यांना संसाधने सामायिक करता येतात आणि ---------- कमी होतात.

अ) श्रम ब) स्पर्धा क) तंत्रज्ञान ड) खर्च

३) ऊर्जा-केंद्रित उद्योग त्यांच्या कार्यांसाठी ---------- चा स्थिर आणि परवडणारा पुरवठा असलेले क्षेत्र पसंत करतात.

अ) कामगार ब) बाजार क) ऊर्जा ड) कच्चा माल

४) काही उद्योगांवर सांस्कृतिक प्राधान्ये आणि परंपरांचा प्रभाव असतो, ज्यामुळे ते काही विशिष्ट ---------- प्रमुख आहेत अशा भागात शोधतात.

अ) श्रम ब) बाजार क) संस्कृती ड) तंत्रज्ञान

५) उद्योगांना बर्याचदा कठोर पर्यावरणीय मानकांचे पालन करावे लागते, जे स्थानिक ---------- चे पालन सुनिश्चित करण्यासाठी त्यांच्या स्थानाच्या निवडीवर परिणाम करू शकतात.

अ) श्रम ब) नियम क) तंत्रज्ञान ड) खर्च

६) अल्फ्रेड वेबरचा सिद्धांत सूचित करतो की उद्योग जेथे वाहतूक, श्रम आणि एकत्रीकरणाचे खर्च कमी केले जातात ते शोधून काढतील, ज्यामुळे ---------- ची संकल्पना पुढे आली.

अ) कॉस्ट मिनिमायझेशन झोन ब) सेंट्रल बिझनेस डिस्ट्रिक्ट

क) इकॉनॉमिक बेस मॉडेल ड) शहरी स्प्रॉल

७) सार्जंट फ्लॉरेन्स सिद्धांत औद्योगिक स्थानावर प्रभाव टाकणारा घटक म्हणून ---------- च्या भूमिकेवर लक्ष केंद्रित करतो, असे सूचित करतो की उद्योग कुशल कामगार असलेल्या प्रदेशांकडे आकर्षित होतात.

अ) सरकारी धोरणे ब) बाजार सुलभता क) श्रम बाजार परिस्थिती ड) वाहतूक नेटवर्क

८) अल्फ्रेड वेबरचा सिद्धांत औद्योगिक स्थानाचे एकूण ---------- निश्चित करण्यासाठी कच्चा माल, बाजार, कामगार आणि पायाभूत सुविधांसह विविध घटकांना एकत्रित करतो.

अ) कार्यक्षमता निर्देशांक ब) स्थान भागफल क) स्थान गुणांक ड) स्थान निर्देशांक

९) ---------- ची संकल्पना या कल्पनेला सूचित करते की उद्योगांना सामायिक संसाधने आणि कमी खर्चाचा फायदा होण्यासाठी विशिष्ट भौगोलिक भागात क्लस्टर करणे आवश्यक आहे.

अ) श्रम स्पेशलायझेशन ब) एकत्रीकरण क) आउटसोर्सिंग ड) विकेंद्रीकरण

१०) सार्जंट फ्लॉरेन्स सिद्धांत या सिद्धांतानुसार, ज्या उद्योगांना ---------- आवश्यक आहे ते त्या कौशल्याचे मुबलक स्त्रोत असलेल्या प्रदेशांजवळ स्थित असण्याची शक्यता जास्त असते.

अ) भांडवली गुंतवणूक ब) उच्च तंत्रज्ञान क) कुशल कामगार ड) कच्चा माल

११) ---------- हा प्रदेशातील विशिष्ट घटकाचे राष्ट्रीय सरासरीमधील समान घटकाचे गुणोत्तर दर्शवतो, विशिष्ट उद्योगासाठी त्या घटकाचे महत्त्व निर्धारित करण्यात मदत करतो.

अ) एकाग्रता गुणोत्तर **ब)** स्थान भागफल **क)** उद्योग गुणोत्तर **ड)** घटक गुणक

१२) वेबरच्या सिद्धांतामध्ये, ---------- हा शब्द कच्चा माल आणि उद्योगाचे स्थान यांच्यातील अंतर वाढले की वाहतूक खर्च वाढतो या कल्पनेला सूचित करतो.

अ) ब्रेक-ऑफ-बल्क पॉइंट **ब)** समस्थानिक पृष्ठभाग

क) अंतराचा क्षय **ड)** वजन कमी करणारा उद्योग

१३) सार्जंट फ्लॉरेन्स सिद्धांत औद्योगिक स्थान निर्णयांवर प्रभाव पाडण्यासाठी कुशल_ च्या महत्त्वावर भर देतो.

अ) उद्योजकता **ब)** सरकार **क)** कामगार शक्ती **ड)** बाजार मागणी

१४) ---------- उद्योगातील विशिष्ट घटकाचे प्रमाण आणि प्रदेशाच्या एकूण रोजगारातील समान घटकाचे प्रमाण यांच्यातील फरक मोजतो.

अ) स्थान गुणांक **ब)** एकाग्रता निर्देशांक **क)** स्थान गुणांक **ड)** घटक महत्त्व निर्देशांक

१५) समतोल प्रादेशिक विकास साधण्याचे उद्दिष्ट विविध क्षेत्रांमधील ---------- कमी करणे, एकूण वाढ आणि समृद्धी सुनिश्चित करणे आहे.

अ) औद्योगिकीकरण **ब)** असमानता **क)** शहरीकरण **ड)** वाहतूक

१६) समतोल प्रादेशिक विकासाचा दृष्टीकोन उच्च केंद्रित शहरी केंद्रांमध्ये ---------- कमी करण्यास मदत करतो, ज्यामुळे जीवनाची गुणवत्ता सुधारते.

अ) पर्यावरणीय प्रदूषण **ब)** ग्रामीण स्थलांतर **क)** सरकारी नियम **ड)** तांत्रिक प्रगती

१७) ---------- च्या असमान वितरणामुळे विशिष्ट प्रदेशात उद्योगांचे केंद्रीकरण होऊ शकते, ज्यामुळे औद्योगिक असंतुलन निर्माण होऊ शकते.

अ) नैसर्गिक संसाधने **ब)** श्रम गतिशीलता **क)** सरकारी निधी **ड)** सांस्कृतिक घटक

१८) योग्यतेचा अभाव ---------- काही विशिष्ट प्रदेशांमध्ये औद्योगिक विकासाला परावृत्त करू शकतो, असंतुलनास कारणीभूत ठरतो.

अ) पायाभूत सुविधा **ब)** राजकीय स्थिरता **क)** तांत्रिक प्रगती **ड)** शहरीकरण

१९) अविकसित प्रदेशांमध्ये ---------- प्रोत्साहन देणे उद्योगांना आकर्षित करू शकतात आणि संतुलित विकास साधण्यास मदत करू शकतात.

अ) कर आकारणी **ब)** तांत्रिक प्रगती **क)** कामगार स्थलांतर **ड)** शहरीकरण

२०) आर्थिकदृष्ट्या कमकुवत प्रदेशांमध्ये पुरेशा प्रमाणात ---------- विकसित केल्याने व्यवसाय आकर्षित होऊ शकतात आणि अधिक संतुलित औद्योगिक वाढीस हातभार लावता येतो.

अ) सांस्कृतिक घटक **ब)** पायाभूत सुविधा **क)** सरकारी नियम **ड)** बाजार मागणी

२१) हिर्शमनचा सिद्धांत असे सुचवितो की उद्योगांना अनुक्रमिक पद्धतीने प्रोत्साहन देणे, जेथे एका उद्योगाची वाढ इतरांच्या विकासास उत्तेजन देते. ---------- होऊ शकते.

अ) समतोल **ब)** संतुलित वाढ **क)** जलद शहरीकरण **ड)** पर्यावरणाचा ऱ्हास

२२) हिर्शमनच्या मते, ---------- लिंकेज इफेक्ट असलेल्या उद्योगांना असंतुलित वाढीची प्रक्रिया सुरू करण्यासाठी प्राधान्य दिले पाहिजे.

अ) कमकुवत **ब)** नकारात्मक **क)** मजबूत **ड)** अलग

२३) हिर्शमनचा सिद्धांत एका प्रदेशात स्वयं-शाश्वत वृद्धी गतिमान निर्माण करण्यात ---------- च्या भूमिकेवर भर देतो.

अ) सरकारी नियम **ब)** कामगार गतिशीलता

क) तांत्रिक प्रगती **ड)** फॉरवर्ड आणि बॅकवर्ड लिंकेज

२४) ---------- संकल्पना या कल्पनेला सूचित करते की यशस्वी वृद्धी धोरण मर्यादित क्षेत्रात सुरू केले जाऊ शकते आणि नंतर इतर प्रदेशांमध्ये पसरले जाऊ शकते.

अ) प्रसार **ब)** स्थानिकीकरण **क)** समूहीकरण **ड)** समतोल

२५) भारतातील प्रादेशिक औद्योगिक असमतोल हे ---------- च्या विविध स्तरांमुळे राज्यांमधील उद्योगांच्या असमान वितरणातून स्पष्ट होते.

अ) सरकारी धोरणे **ब)** नैसर्गिक संसाधने **क)** विदेशी गुंतवणूक **ड)** कामगार गतिशीलता

२६) असमान ---------- ने विशिष्ट प्रदेशात उद्योगांच्या एकाग्रतेत योगदान दिले आहे, ज्यामुळे भारताच्या औद्योगिक विकासामध्ये असमतोल निर्माण झाला आहे.

अ) बाजारातील मागणी **ब)** कर धोरण **क)** तांत्रिक प्रगती **ड)** सरकारी नियम

२७) कमी विकसित प्रदेशात औद्योगिक विकासाला चालना देण्यासाठी सरकार अनेकदा ---------- प्रोत्साहन देतात.

अ) पायाभूत सुविधा **ब)** शहरीकरण **क)** कामगार स्थलांतर **ड)** सांस्कृतिक वारसा

२८) समतोल प्रादेशिक औद्योगिक विकास लक्ष्यित ---------- द्वारे साध्य केला जाऊ शकतो जो उद्योगांना अविकसित भागात गुंतवणूक करण्यास प्रोत्साहित करतो.

अ) कर धोरणे **ब)** कामगार संघटना क) शहरीकरण प्रकल्प **ड)** निर्यात-आयात नियम

उत्तरे : १) क, २) ड, ३) क, ४) क, ५) ब, ६) अ, ७) क, ८) ड, ९) ब, १०) क, ११) ब, १२) ड, १३) क, १४) क, १५) ब, १६) ब, १७) अ, १८) अ, १९) अ, २०) ब, २१) ब, २२) क, २३) ड, २४) अ, २५) ब, २६) अ, २७) अ, २८) अ.

सरावासाठी प्रश्न

प्र. १. उद्योगांच्या औद्योगिक स्थाननिश्चितीवर परिणाम करणारे घटक स्पष्ट करा.

प्र. २. औद्योगिक स्थाननिश्चितीची व्याख्या करा. आल्फ्रेड वेबरचा औद्योगिक स्थाननिश्चितीचा सिद्धांत स्पष्ट करा.

प्र. ३. औद्योगिक स्थाननिश्चितीची व्याख्या करा. औद्योगिक स्थाननिश्चितीचा सार्जंट फ्लॉरेन्स सिद्धांत स्पष्ट करा.

प्र. ४. औद्योगिक स्थाननिश्चितीच्या मॅट्रिक्स सिद्धांताविषयी माहिती सांगा.

प्र. ५. समतोल प्रादेशिक विकासाची गरज स्पष्ट करा.

प्र. ६. औद्योगिक असमतोलाची कारणे तपशीलवार विशद करा.

प्र. ७. औद्योगिक असमतोल सोडवण्यासाठीचे उपाय सांगा.

प्र. ८. असंतुलित वाढीचा हिर्शमन सिद्धांत स्पष्ट करा.

प्र. ९. भारतातील प्रादेशिक औद्योगिक असमतोलाची व्याप्ती स्पष्ट करा.

प्र. १०. संतुलित प्रादेशिक औद्योगिक विकासासाठी सरकारच्या धोरणांची माहिती सांगा.

प्र. ११. **खालील विषयांवर छोटी टीप लिहा :**

अ) औद्योगिक स्थाननिश्चिती.

ब) अल्फ्रेड वेबरचा सिद्धांत.

क) सार्जंट फ्लॉरेन्स सिद्धांत.

ड) मॅट्रिक्स सिद्धांत.

ई) औद्योगिक असमतोल.

फ) असंतुलित वाढीचा हिर्शमन सिद्धांत.

प्रकरण ३

औद्योगिक वित्तपुरवठा आणि धोरण

- ३.१ औद्योगिक वित्तपुरवठा
- ३.२ संस्थात्मक वित्तपुरवठा
- ३.३ परकीय भांडवल
- ३.४ मोठ्या उद्योगांना वित्तपुरवठा करण्याबाबत सद्यकालीन प्रवाह
- ३.५ सूक्ष्म, लघु आणि मध्यम उद्योगांना वित्तपुरवठा करण्याबाबत सद्यकालीन प्रवाह

प्रस्तावना :

औद्योगिक वित्ताचा अभ्यास हा औद्योगिक अर्थशास्त्राचा एक महत्त्वपूर्ण अभ्यास विषय आहे. या अभ्यासाचे मुख्य दोन पैलू आहेत. अ) वित्ताचे स्त्रोत, ब) वित्ताची प्रभावी उपाययोजना. या दोन पैलूंच्या साहाय्याने उत्पादन संस्था वित्तपुरवठा विषयक निर्णय घेत असते. राष्ट्राच्या औद्योगिकीकरणासाठी वित्ताची आवश्यकता असते. औद्योगिक क्षेत्रातील उत्पादनसंस्था विविध मार्गांनी आवश्यक असलेली वित्तीय साधनसामग्री मिळवत असतात. औद्योगिक वित्त कोणत्या क्षेत्रातुन उपलब्ध केले जाते. त्या अनुषंगाने खासगी, सार्वजनिक आणि सहकारी क्षेत्रातील औद्योगिक वित्तीय स्त्रोत असे वर्गीकरण करता येईल. तसेच परकीय भांडवल हे परकीय प्रत्यक्ष गुंतवणूक किंवा रोखारूपी गुंतवणूक आणि परकीय सहकार्य यामधून निर्माण होते. कोणत्याही देशाच्या प्रगतीमध्ये आजच्या स्पर्धात्मक काळात उद्योग क्षेत्राचा वाटा हा मोठा असल्याचे दिसून येते. परिणामी, आर्थिक धोरणांचे निर्धारण होत असताना औद्योगिक क्षेत्र व त्यासंबंधीची धोरणे ही महत्त्वपूर्ण ठरतात. भारतीय अर्थव्यवस्थेने जागतिकीकरण, खासगीकरण आणि उदारीकरण या तत्त्वत्रयींचा स्वीकार केल्यापासून भारताच्या औद्योगिक विकासात काही बदल घडून आले. देशाची औद्योगिक वृद्धी हा देशाच्या आर्थिक प्रगतीचा एक अविभाज्य भाग आहे. देशाच्या अर्थव्यवस्थेत सूक्ष्म, लघु आणि बृहद् क्षेत्रातील उद्योगांची भूमिका ही महत्त्वाची असते. यांचा विकास आणि यातील उत्पादकता ही जर सतत सुरू असेल तर देशाचा औद्योगिक विकास हा सातत्याने सुरू राहतो.

३.१ औद्योगिक वित्तपुरवठा :

औद्योगिक वित्ताचा अभ्यास हा औद्योगिक अर्थशास्त्राचा एक महत्त्वपूर्ण अभ्यासविषय आहे. या अभ्यासाचे दोन मुख्य पैलू आहेत. **अ)** वित्ताचे स्त्रोत आणि **ब)** वित्ताचे प्रभावी उपयोजन. या दोन पैलूंच्या साहाय्याने उत्पादन संस्था वित्तपुरवठाविषयक निर्णय घेत असते. राष्ट्राच्या औद्योगिकीकरणासाठी वित्ताची आवश्यकता असते. वित्ताशिवाय

औद्योगिक विकास अशक्य आहे. म्हणून वित्ताला उद्योगाच्या रक्तवाहिन्या असेही म्हटले जाते. औद्योगिक विकास, वित्ताची उपलब्धता आणि त्यातील सातत्यता यावर अवलंबून असतो. तसेच 'वित्त' या घटकाला पर्याय नसल्याने वित्ताची गरज वित्तच भागवू शकते.

३.१.१ अर्थ :

औद्योगिक वित्त म्हणजे वित्तीय भांडवलाची उभारणी, भांडवलाचा वापर, या भांडवलाचे नियमन- व्यवस्थापन सुसूत्रीकरण याबाबतचे धोरण या सर्वांचा अभ्यास होय. तसेच यात वित्तीय भांडवलाचा योग्य पद्धतीने वापर होत आहे किंवा नाही हेही पाहावे लागते. वित्तीय भांडवलाबाबतच्या धोरणाचा एकूण औद्योगिक व्यवहारांवर व विकासावर काय परिणाम होणार याचाही अंदाज व्यक्त करावा लागतो. यात सरकारच्या सर्वसाधारण धोरणांशी सुसंगत वित्तीय यंत्रणा निर्माण करणे अपेक्षित असते.

३.१.२ औद्योगिक वित्तपुरवठ्याचे स्त्रोत :

औद्योगिक वित्तपुरवठा म्हणजे औद्योगिक उपक्रम आणि प्रकल्पाची स्थापना, विस्तार करण्यासाठी तसेच तो चालविण्यासाठी लागणारा निधी आणि भांडवल होय. औद्योगिक वित्तपुरवठ्याचे विविध स्त्रोत त्यांच्या कार्यप्रणाली, विस्तार आणि विकासासाठी भांडवल शोधणाऱ्या व्यवसायांसाठी उपलब्ध आहेत. या स्त्रोतांमध्ये अंतर्गत आणि बाह्य दोन्ही पर्यायांचा समावेश आहे. प्रत्येकाचे फायदे, तोटे आणि उपयुक्तता प्रकल्पाचे स्वरूप, आर्थिक गरजा आणि व्यवसायाची जोखीम यावर अवलंबून असते.

अ) औद्योगिक वित्तपुरवठ्याचे अंतर्गत स्त्रोत :

बाह्य कर्ज किंवा समहक्कभाग यावर विसंबून न राहता, औद्योगिक वित्तपुरवठ्याचे अंतर्गत स्त्रोत कंपनी किंवा व्यावसायिक घटकातूनच निर्माण केलेल्या निधीचा संदर्भ घेतात. हे अंतर्गत स्त्रोत औद्योगिक उपक्रमाच्या दैनंदिन कामकाज, विस्तार आणि भांडवली खर्चासाठी वित्तपुरवठा करण्यात महत्त्वपूर्ण भूमिका बजावतात. अंतर्गत स्त्रोतांचा प्रभावीपणे वापर केल्याने अधिक आर्थिक स्वातंत्र्य आणि बाह्य वित्तपुरवठ्यावरील अवलंबित्व कमी होऊ शकते. औद्योगिक वित्तपुरवठ्याचे अंतर्गत स्त्रोत पुढील मुद्यांच्या आधारे स्पष्ट करता येतील :

१) राखून ठेवलेली कमाई :

राखून ठेवलेली कमाई ही कंपनीद्वारे जमा केलेला नफा आहे जो लाभांश म्हणून वितरित केला जात नाही परंतु व्यवसायात पुन्हा गुंतवला जातो. ही कमाई कंपनीची आर्थिक ताकद आणि तिच्या कामकाजातून अतिरिक्त निधी निर्माण करण्याची क्षमता दर्शवते. राखून ठेवलेल्या कमाईचा वापर करून, कंपनी आपल्या विस्तार प्रकल्प, भांडवली खर्च, संशोधन आणि विकास क्रियाकलाप तसेच इतर व्यवसाय आवश्यकतांसाठी निधी देऊ शकते. हे निधी कंपनीचे असल्याने, राखून ठेवलेल्या कमाईशी संबंधित कोणतेही व्याज खर्च किंवा परतफेड याबाबतची बंधने नाहीत.

२) घसारा निधी :

घसारा निधी म्हणजे कंपन्यांनी त्यांच्या उपयुक्त आयुष्याच्या शेवटच्या टप्प्यावर पोहोचलेल्या किंवा भरीव दुरुस्तीची आवश्यकता असलेल्या स्थिर मालमत्तेची पुनर्स्थापना किंवा देखभाल करण्यासाठी बाजूला ठेवलेल्या तरतुदी आहेत. निधी उधार घेण्याऐवजी किंवा मालमत्ता पुनर्स्थित करण्यासाठी किंवा दुरुस्त करण्यासाठी बाह्य वित्तपुरवठा वापरण्याऐवजी, कंपन्या त्यांच्या महसुलाचा एक भाग घसारा निधीसाठी वाटप करतात. हा निधी कालांतराने हळूहळू जमा होतो, जेव्हा मालमत्ता बदलण्याची किंवा देखभालीची आवश्यकता असते तेव्हा पुरेसा निधी उपलब्ध असतो याची हा निधी खात्री करून घेतो.

३) खेळते भांडवल नफा :

खेळते भांडवल व्यवसायाच्या दैनंदिन कामकाजासाठी वित्तपुरवठा करण्यासाठी आवश्यक असलेल्या निधीचा संदर्भ देते. जेव्हा एखादी कंपनी तिच्या मूळ कार्यप्रणालीतून नफा मिळवते तेव्हा या नफ्यातील काही भाग खेळत्या भांडवलाच्या गरजा पूर्ण करण्यासाठी वापरला जाऊ शकतो. खेळत्या भांडवलात नफ्याची पुनर्गुंतवणूक करून, कंपन्या सुरळीत कामकाज सुनिश्चित करू शकतात, मालसाठा पातळी व्यवस्थापित करू शकतात, पुरवठादारांना त्वरित पैसे देऊ शकतात आणि बाह्य वित्तपुरवठा न करता अल्पकालीन जबाबदाऱ्या पूर्ण करू शकतात.

४) मालसाठा व्यवस्थापन :

कार्यक्षम मालसाठा व्यवस्थापन मालसाठ्यात जोडलेली रोकड सोडू शकते, प्रभावीपणे वित्ताचा अंतर्गत स्त्रोत बनू शकते. मालसाठा पातळी कमी करून, जास्तीचा स्टॉक कमी करून आणि जस्ट-इन-टाइम (JIT) पद्धती लागू करून, कंपन्या निधी मोकळा करू शकतात. ही साठवलेली रोकड नंतर इतर कार्यात्मक गरजा किंवा भांडवली खर्चासाठी वित्तपुरवठा करण्यासाठी वापरली जाऊ शकते.

५) खाते प्राप्त करण्यायोग्य व्यवस्थापन :

प्राप्त करण्यायोग्य खात्यांचे वेळेवर संकलन हे व्यवसायांसाठी वित्तपुरवठ्याचा एक आवश्यक अंतर्गत स्त्रोत असू शकतो. पत अटी व्यवस्थापित करून आणि ग्राहकांकडून वेळेवर पेमेंट सुनिश्चित करून, कंपन्या थकबाकी पावत्या रोखीत रूपांतरित करू शकतात, ज्याचा वापर चालू कार्यप्रणाली किंवा गुंतवणुकीसाठी निधी देण्यासाठी केला जाऊ शकतो.

६) खर्च नियंत्रण आणि नफा अधिक्य :

प्रभावी खर्च नियंत्रण उपाय आणि नफा अधिक्य सुधारणे कंपनीसाठी उच्च नफा मिळवू शकतात. परिणामी नफ्यात होणारी वाढ ही व्यवसायात वाढ करण्यासाठी आणि विस्ताराच्या उद्देशाने पुन्हा गुंतवणूक केली जाऊ शकते, ज्यामुळे हा वित्ताचा अंतर्गत स्त्रोत बनतो.

७) दुय्यम मालमत्तेची विक्री :

कंपन्यांकडे दुय्यम मालमत्ता असू शकते जी त्यांच्या प्राथमिक व्यवसाय कार्यात्मकतेसाठी आवश्यक नसते. अशा मालमत्तेची विक्री केल्याने रोख उत्पन्न मिळू शकते ज्याचा उपयोग मुख्य व्यावसायिक क्रियाकलाप किंवा गुंतवणूकीसाठी केला जाऊ शकतो. या दुय्यम मालमत्तेमध्ये अतिरिक्त जमीन, न वापरलेली यंत्रसामग्री किंवा कमी कामगिरी करणाऱ्या व्यावसायिक युनिट्सचा समावेश असू शकतो.

८) कार्यक्षमतेत सुधारणा :

कार्यक्षमतेत सुधारणा केल्यामुळे खर्चात बचत होऊ शकते आणि नफा वाढू शकतो. ज्या कंपन्या प्रक्रिया सुधारणा, स्वयंचलन आणि खर्च-बचतीचे उपाय लागू करतात त्या अतिरिक्त रोख प्रवाह निर्माण करू शकतात, ज्याचा उपयोग वित्तपुरवठ्याचा अंतर्गत स्त्रोत म्हणून केला जाऊ शकतो.

९) कर्जाची परतफेड :

विद्यमान कर्ज फेडणे हा वित्तपुरवठ्याचा अंतर्गत स्त्रोत मानला जातो, कारण यामुळे कंपनीचे आर्थिक आरोग्य सुधारते आणि व्याज खर्च कमी होतो. कर्जाचे कार्यक्षमतेने व्यवस्थापन करून आणि वेळेवर परतफेड करून, कंपन्या त्यांची पत आणि आर्थिक स्थिरता वाढवू शकतात.

१०) भांडवली कपातीचा खर्च :

भांडवलाची किंमत कमी करण्याचा प्रयत्न अप्रत्यक्षपणे वित्ताचा अंतर्गत स्त्रोत म्हणून काम करू शकतो. उदाहरणार्थ, जर एखादी कंपनी पुरवठादारांशी चांगल्या अटींवर बोलणी करू शकते, स्वस्त पत मिळवू शकते

किंवा तिचे पत क्रमवारी सुधारू शकते, तर ती वित्तपुरवठा खर्च कमी करू शकते आणि अंतर्गत गुंतवणुकीसाठी अधिक निधीचे वाटप करू शकते.

११) खर्चात कपात आणि तर्कशुद्धीकरण :

कार्यप्रणाली सुव्यवस्थित करणे, संसाधने व्यवस्थित वापरणे आणि अनावश्यक खर्च काढून टाकणे यासारख्या खर्चात कपात करण्याच्या उपक्रमांमुळे अंतर्गत पुनर्गुंतवणूक करता येणारी बचत निर्माण होऊ शकते.

१२) अंतर्गत साठा :

भविष्यातील आर्थिक गरजा पूर्ण करण्यासाठी कंपन्या विशिष्ट अंतर्गत साठा निश्चित करू शकतात. हे साठे सुरक्षिततेचे जाळे म्हणून काम करतात आणि आव्हानात्मक काळात किंवा नियोजित विस्तारासाठी वापरले जाऊ शकतात.

१३) आकस्मिक निधी :

आकस्मिक निधी म्हणजे अनपेक्षित घटना किंवा आणीबाणीसाठी बाजूला ठेवलेल्या तरतुदी आहेत. असा निधी असल्याने आर्थिक जोखीम कमी होऊ शकतात आणि संकटकाळात अंतर्गत वित्तपुरवठा होऊ शकतो.

ब) औद्योगिक वित्तपुरवठ्याचे बाह्य स्त्रोत :

औद्योगिक वित्तपुरवठ्याचे बाह्य स्त्रोत म्हणजे बाह्य पक्षांकडून औद्योगिक उपक्रमांनी त्यांच्या आर्थिक गरजा पूर्ण करण्यासाठी मिळवलेले निधी आणि आर्थिक संसाधने होय. भांडवली गुंतवणूक, विस्तार, संशोधन आणि विकास, कार्यरत भांडवलाच्या गरजा आणि तंत्रज्ञान अध्यायवतीकरण यासह औद्योगिक कार्यप्रणालीचा विविध पैलूंना वित्तपुरवठा करण्यात हे स्त्रोत महत्त्वपूर्ण भूमिका बजावतात. व्यवसायांसाठी बाह्य वित्तपुरवठ्याचे स्त्रोत आवश्यक असतात. विशेषत: जेव्हा अंतर्गत निधी अपुरा असतो किंवा जेव्हा कंपन्या बाह्य कौशल्य आणि संसाधनांचा लाभ घेण्याचा प्रयत्न करतात तेंव्हा औद्योगिक वित्तपुरवठ्याचे बाह्य स्त्रोत उपयुक्त ठरतात.

१) बँक कर्ज :

बँक कर्ज हे औद्योगिक उपक्रमांसाठी सर्वात सामान्य वित्तपुरवठा स्त्रोतांपैकी एक आहेत. व्यावसायिक बँका त्यांच्या पतपात्रतेवर आणि प्रकल्पाच्या स्वरूपावर आधारित व्यवसायांना खेळते भांडवल कर्ज, मुदत कर्ज आणि प्रकल्प वित्त पुरवतात. बँकेच्या कर्जांमध्ये सामान्यत: पूर्वनिर्धारित परतफेड वेळापत्रक आणि व्याजदर असतात, ज्यामुळे ते वित्तपुरवठ्याचा अंदाजे स्त्रोत बनतात.

२) व्यापारी पत :

व्यापारी पतमध्ये पुरवठादारांकडून क्रेडिटवर वस्तू किंवा सेवा मिळवणे समाविष्ट असते, ज्यामुळे कंपन्यांना विशिष्ट कालावधीसाठी देयके पुढे ढकलता येतात. बाह्य वित्तपुरवठ्याचा हा प्रकार कार्यरत भांडवलाच्या गरजा व्यवस्थापित करण्यासाठी आवश्यक आहे आणि व्यवसायांसाठी अल्पकालीन तरलता प्रदान करू शकतो.

३) बाँड्स आणि डिबेंचर्स :

औद्योगिक उपक्रम गुंतवणूकदारांना बाँड आणि डिबेंचर जारी करून दीर्घकालीन वित्त उभारू शकतात. बॉण्ड्स ही निश्चित व्याज देयके आणि विशिष्ट परिपक्वता तारखेसह कर्जाची साधने आहेत. डिबेंचर हे बाँड्ससारखेच असतात परंतु विशिष्ट मालमत्तेद्वारे सुरक्षित नसतात. दोन्ही उपकरणे कंपन्यांना भांडवली बाजारातून दीर्घकालीन निधी मिळवण्याचा मार्ग देतात.

३) समहक्कभाग वित्तपुरवठा :

समहक्कभाग वित्तपुरवठा यामध्ये गुंतवणूकदारांना कंपनीचे भाग देऊन निधी उभारणे समाविष्ट आहे. समहक्कभाग गुंतवणूकदार कंपनीचे आंशिक मालक बनतात आणि कंपनीच्या नफ्यात आणि तोट्यात भाग घेतात. इनिशियल

पब्लिक ऑफरिंग्ज (IPO) आणि खाजगी प्लेसमेंट या समहक्कभाग वित्तपुरवठा उभारण्याच्या सामान्य पद्धती आहेत.

५) साहसी भांडवल :

साहसी भांडवल निधी स्टार्टअप्स आणि उच्च वाढीची क्षमता असलेल्या प्रारंभिक टप्प्यातील कंपन्यांना वित्तपुरवठा करतात. साहसी भांडवल कंपन्या उद्योगात समहक्कभाग मालकीच्या बदल्यात गुंतवणूक करतात आणि उद्योगाच्या वाढीस समर्थन देण्यासाठी अनेकदा मार्गदर्शन आणि कौशल्य प्रदान करतात.

७) खाजगी समहक्कभाग :

खाजगी समहक्कभाग यामध्ये स्थापित व्यवसायांमध्ये गुंतवणूक करण्यासाठी संस्थात्मक गुंतवणूकदार आणि उच्च-निव्वळ मूल्य असलेल्या व्यक्तींकडून भांडवल उभारणे समाविष्ट असते. खाजगी समहक्कभाग कंपन्या सामान्यतः उद्योगात महत्त्वपूर्ण भागभांडवल घेतात आणि कामगिरी सुधारण्यासाठी आणि मूल्य निर्माण करण्यासाठी व्यवस्थापनाशी जवळून काम करतात.

७) मदतनीस गुंतवणूकदार :

मदतनीस गुंतवणूकदार अशा व्यक्ती आहेत ज्या स्टार्टअप आणि लहान व्यवसायांमध्ये त्यांचे वैयक्तिक निधी गुंतवतात. कंपनीच्या वाढीसाठी आणि यशस्वी होण्यासाठी ते सहसा भांडवल, मार्गदर्शन आणि उद्योग कौशल्य प्रदान करतात.

८) सरकारी अनुदाने :

सरकार अनेकदा औद्योगिक विकासाला चालना देण्यासाठी आर्थिक प्रोत्साहन देते, विशेषतः धोरणात्मक क्षेत्रांमध्ये किंवा कमी-विकसित प्रदेशांमध्ये असे प्रोत्साहन दर्शविले जाते. या प्रोत्साहनांमध्ये अनुदान, सबसिडी, कर सूट किंवा संशोधन आणि विकासासाठी आर्थिक सहाय्य यांचा समावेश असतो.

९) थेट विदेशी गुंतवणूक (FDI) :

परकीय थेट गुंतवणुकीत परदेशी गुंतवणूकदार एखाद्या देशाच्या औद्योगिक प्रकल्प किंवा व्यवसायांमध्ये भरीव गुंतवणूक करतात. थेट विदेशी गुंतवणूकही परदेशी भांडवल, तंत्रज्ञान आणि कौशल्य आणू शकते, औद्योगिक वाढ आणि विकासाला हातभार लावू शकते.

१०) निर्यात पत यंत्रणा (ECs) :

निर्यात पत यंत्रणा निर्यातदारांना आर्थिक सहाय्य आणि पत हमी देतात, निर्यात-केंद्रित उद्योगांना सुविधा देतात आणि आंतरराष्ट्रीय बाजारपेठांमध्ये त्यांची स्पर्धात्मकता वाढवतात.

११) आंतरराष्ट्रीय वित्तीय संस्था :

बहुपक्षीय विकास बँका, जसे की जागतिक बँक आणि आशियाई विकास बँक, विकसनशील देशांमधील औद्योगिक प्रकल्पांसाठी आर्थिक सहाय्य प्रदान करतात.

१२) सार्वजनिक ठेवी :

औद्योगिक कंपन्या, विशेषतः मोठ्या कॉर्पोरेशन, काही नियामक निर्बंधांसह लोकांकडून ठेवी स्वीकारून सार्वजनिक ठेवींद्वारे निधी उभारू शकतात.

१३) संयुक्त उपक्रम आणि धोरणात्मक युती :

कंपन्या बाह्य निधी मिळवण्यासाठी, जोखीम सामायिक करण्यासाठी आणि एकमेकांच्या सामर्थ्याचा आणि कौशल्याचा फायदा घेण्यासाठी इतर कंपन्या किंवा गुंतवणूकदारांसह संयुक्त उपक्रम किंवा धोरणात्मक युती करू शकतात.

१४) प्रतिभूतिकण :

प्रतिभूतिकणामध्ये अतरल मालमत्तेचे रूपांतर करणे समाविष्ट आहे, जसे की प्राप्त करण्यायोग्य खाती किंवा भविष्यातील रोख प्रवाह, व्यापार करण्यायोग्य प्रतिभूती. या प्रक्रियेमुळे कंपन्यांना, गुंतवणूकदारांना या प्रतिभूती विकून निधी उभारता येतो.

१५) भाडेपट्ट्या खरेदी :

कंपन्या भाडेपट्ट्याने किंवा भाड्याने खरेदी व्यवस्थेद्वारे मालमत्ता मिळवू शकतात, ज्यामुळे त्यांना महत्त्वपूर्ण खुल्या गुंतवणूकीशिवाय मालमत्ता वापरण्याची परवानगी मिळते. यंत्रसामग्री, उपकरणे आणि वाहने यांच्या संपादनामध्ये भाडेपट्ट्याने देणे आणि भाड्याने घेतलेले खरेदी करार सामान्य आहेत.

१६) विदेशी मदत आणि विकास सहाय्य :

काही प्रकरणांमध्ये, विकसनशील देशांमधील औद्योगिक प्रकल्पांना परदेशी सहाय्य संस्था किंवा विकास सहाय्य कार्यक्रमांकडून आर्थिक सहाय्य मिळू शकते.

१७) क्राउड फंडिंग :

क्राउड फंडिंग प्लॅटफॉर्म कंपन्यांना मोठ्या संख्येने वैयक्तिक गुंतवणूकदार किंवा देणगीदारांकडून, अनेकदा ऑनलाइन मोहिमेद्वारे निधी उभारण्याची परवानगी देतात. स्टार्टअप्स आणि नाविन्यपूर्ण प्रकल्पांसाठी हा वित्त स्त्रोत अधिक सामान्य आहे.

१८) निर्यात वित्तपुरवठा :

निर्यात वित्तपुरवठ्यामध्ये विविध पत सुविधा आणि आर्थिक साधने समाविष्ट असतात जी आंतरराष्ट्रीय व्यापारात गुंतलेल्या कंपन्यांना समर्थन देतात, जसे की प्री-शिपमेंट फायनान्स आणि पोस्ट-शिपमेंट फायनान्स.

३.२ संस्थात्मक वित्तपुरवठा :

भारतातील उद्योगांसाठी संस्थात्मक वित्त हा औद्योगिक उपक्रमांची वाढ आणि विकास सुलभ करण्यासाठी विविध विशेष संस्थांद्वारे प्रदान केलेल्या आर्थिक सहाय्याचा संदर्भ देते. या संस्था उत्पादन, पायाभूत सुविधा आणि सेवांसह अर्थव्यवस्थेच्या विविध क्षेत्रांना निधी पुरवण्यात महत्त्वाची भूमिका बजावतात. भारतात, अनेक सरकारी आणि गैर-सरकारी संस्था औद्योगिक प्रकल्प आणि व्यवसायांना संस्थात्मक वित्तपुरवठा करतात.

३.२.१ भारतीय औद्योगिक विकास बँक (IDBI) :

भारतीय औद्यागिक विकास बँकेची स्थापना १ जुलै १९६४ मध्ये झाली. ही रिझर्व्ह बँकेची एक उपशाखा आहे. या बँकेचे मुख्य उद्दिष्ट म्हणजे औद्यागिक विकासाला आणि भांडवल बाजाराला गती देणे. देशातील विविध विभागांचा विकास व्हावा म्हणून ही बँक कार्यरत आहे. फेब्रुवारी १९७६ मध्ये ही बँक रिझर्व्ह बँकेपासून वेगळी झाली आणि कायद्याने मान्य अशी स्वायत्त संस्था म्हणून स्वतंत्रपणे कार्य करू लागली. सरकारच्या पूर्ण मालकीच्या असलेल्या बँकेची उद्दिष्टे खालीलप्रमाणे.

अ) आय.डी.बी.आय. ची उद्दिष्टे :

१) विविध उद्योगांना निधी पुरवठा करण्यामध्ये इतर संस्थांचे नेतृत्व करणे व या क्षेत्रातील सर्वोच्च बँक म्हणून कार्य करणे.

२) उद्योगांना वित्तपुरवठा करणे आणि विकास करणे ही उद्दिष्टे असणाऱ्या संस्थांच्या कामात समन्वय करणे.

३) औद्यागिक वित्तपुरवठादार म्हणून कार्य करणे. विविध प्रकल्पांना खालील प्रकारे साहाय्य केले जाते.

i) मुदत कर्जे आणि आगाऊ रक्कम मंजूर करणे.

ii) भांडवलात सहभागी होणे.

iii) प्रतिभूतींची हमी देणे.

iv) विस्थगित रकमांची हमी देणे.

v) साहसवित्त पुरविणे.

vi) व्यापारी बँका, राज्य औद्यागिक महामंडळे आणि इतर संस्थांनी दिलेल्या कर्जांसाठी पुनर्वित्त पुरवठा करणे.

vii) विविध उद्योगांना अर्थसाहाय्य करणे.

viii) हुंड्याची पुनर्वटवणी करणे.

ब) आय.डी.बी.आय. चे कार्य :

१) आय.डी.बी.आय. औद्यागिक क्षेत्राला अर्थसाहाय्य करण्यामध्ये प्रत्यक्ष आणि अप्रत्यक्ष अशी महत्त्वाची भूमिका बजावत आहे. १९८५ ते ९० या काळात आय.डी.बी.आय. ने २६,७२३ कोटी रूपये इतकी कर्जे मंजूर केली होती. भारतीय भांडवल बाजारात आय.डी.बी.आय ची भूमिका महत्त्वाची आहे.

२) विविध उद्योगांना आय.डी.बी.आय. ने थेट किंवा इतर संस्थांमार्फत वेगवेगळ्या कारणांसाठी मदत केली आहे.

३) साहसवित्त योजनेखाली आय.डी.बी.आय. ने ४४ प्रकल्पांना ३२.९ कोटी रूपये अर्थसाहाय्य केले आहे. यापैकी ५ प्रकल्प जैविक तंत्रज्ञानावर आधारित होते.

४) ३१ मार्च १९९० पर्यंत बँकेने पुनर्वटवणी योजनेखाली १५,६०५ प्रकल्पांना ८,७५४ कोटी रूपये इतके अर्थसाहाय्य केले.

५) बीज भांडवल योजनेखाली बँकेने १९९० पर्यंत १४८८ प्रकल्पांना ८७.७ कोटी रूपये इतके कर्ज मंजूर केले.

६) १९९० मध्ये बँकेने नवीन उद्योगांना ५५% साहाय्य केले तर वैविधीकरण, विस्तार, आधुनिकीकरण आणि नूतनीकरणासाठी ४५ % साहाय्य केले.

७) बँकेने विविध प्रकल्पांसाठी अनेक राज्यांना मदत केली आहे. यांपैकी २/५ मदत महाराष्ट्र, गुजरात, तामिळनाडू आणि कर्नाटकाला केली आहे तर ३/५ मदत इतर राज्यांना केली आहे.

८) बँक देशातील मागासलेल्या भागांसही साहाय्य करत आहे. ३१ मार्च १९८९ पर्यंत बँकेने मागासलेल्या भागांसाठी १४,१२३ कोटी रूपये साहाय्य केले आहे.

अशा प्रकारे देशाच्या औद्योगिक विकासामध्ये आय.डी.बी.आय. ची भूमिका महत्त्वाची आहे.

३.२.२ राज्य वित्तीय महामंडळ (SFCs) :

लहान आणि मध्यम उद्योगांना सहाय्य करण्यासाठी लोकसभेने २८ सप्टेंबर १९५१ रोजी राज्य वित्तीय महामंडळ (State Finance Corporation) कायदा मंजूर केला. पहिले राज्यस्तरीय क्षेत्रीय महामंडळ १९३३ मध्ये पंजाब येथे स्थापन झाले. त्यानंतर इतर राज्यातही अशी महामंडळे स्थापन करण्यात आली. सध्या देशात १८ राज्यस्तरीय वित्तीय महामंडळे आहे. साधारणपणे या महामंडळाचे कार्य त्या त्या राज्यांपुरते मर्यादित असते; परंतु काही वेळा, या संस्था शेजारी राज्यामध्ये किंवा केंद्रशासित प्रदेशातही सेवा देतात. राज्यस्तरीय वित्तीय महामंडळाचे प्रमुख उद्दिष्ट

म्हणजे लहान आणि मध्यम उद्योगांना मध्यम ते दीर्घ मुदतीचे अर्थसहाय्य करणे विशेषतः सामान्य पद्धतीने बँकेकडून कर्ज मिळण्यात अडचणी असतात अशा वेळी अर्थसहाय्य करणे.

राज्यस्तरीय वित्तीय महामंडळाकडून लहान उद्योगांना उत्तेजन देऊन, औद्योगिक वृद्धीत संतुलन आणून, नव्या उद्योजकांना प्रोत्साहन, देशाचा औद्योगिक पाया विस्तारणे व त्यातून राष्ट्रीय आर्थिक विकासाला साहाय्य करणे हे उद्दिष्ट ही साध्य होण्यास मदत होते.

राज्य वित्तीय महामंडळाकडून होणारे जे साहाय्य आहे त्याचे प्रत्यक्ष साहाय्य आणि अप्रत्यक्ष साहाय्य अशा दोन विभागांत वर्गीकरण केले जाते. प्रत्यक्ष वित्तीय साहाय्याचे वैशिष्ट्य असे सांगता येते की, या वित्तीय संस्था प्रकल्पांबाबतचे प्रत्यक्ष स्वरूपातील निधींचे साहाय्य करते तर अप्रत्यक्ष साहाय्य जे वित्तीय संस्थांच्याकडून केले जाते ते प्रकल्पाच्या प्रवर्तकाच्या नावे हमी स्वरूपात दिले जाते.

अ) प्रत्यक्ष साहाय्य :

राज्य वित्तीय महामंडळाकडून पुढीलप्रकारे प्रत्यक्ष स्वरूपातील वित्तीय साहाय्य केले जाते :

१) निधी आधारित साहाय्य :

या स्वरूपाच्या साहाय्याच्या प्रकारामध्ये विशिष्ट कालावधीकरिता कर्जे पुरवली जातात ही कर्जे एतद्देशीय चलनाच्या स्वरूपात आणि परकीय चलनाच्या स्वरूपात असतात. याच्या व्यतिरिक्त निधी हे कंपनीला किंवा व्यवसाय संस्थेला समन्यायाच्या स्वरूपात उपलब्ध होतात.

२) रूपयाच्या स्वरूपातील कर्ज :

रूपयाच्या स्वरूपातील कर्ज हे व्यवसाय उद्योग संस्थेची जागा बांधकाम, कारखाना आणि अन्य इमारती, यंत्रकुल खरेदी आणि यंत्रे, त्याचप्रमाणे तांत्रिक साधनसामग्री प्राथमिक व कार्य संचालन पूर्ण खर्च आणि खेळत्या भांडवलासाठी सीमान्त वित्त इत्यादीसाठी पुरवले जाते. सर्वसाधारणपणे याचा पूर्णदेयाचा कालावधी हा ५ ते १५ वर्षांचा कालावधी असते.

३) परकीय चलनाच्या स्वरूपातील कर्जे :

कोणतीही वित्तीय संस्था ज्यावेळेस परकीय चलनाच्या स्वरूपातील कर्ज निधी स्वरूपात उपलब्ध करून देतो त्यावेळेस यंत्रकुले आणि यंत्र यांसारखी स्थिर मत्ता संपादित करणे त्याचप्रमाणे परकीय पुरवठादारांकडून तंत्रज्ञांकडून तांत्रिक साधनसामग्रीविषयक माहिती प्राप्त करणे इत्यादी बाबींचा उद्देश असतो.

४) समन्याय भागांची खरेदी :

अशा स्वरूपाचे वित्तीय साहाय्य हे तेव्हाच केले जाते जेव्हा त्या वित्तीय संस्थेची खात्री पटते की संबंधित उद्योग व्यवसाय संस्थेचा जो प्रकल्प आहे त्यासाठी आता एका विशिष्ट मर्यादेच्या पलिकडे तो कर्ज घेऊ शकत नाही पण त्यामुळे त्या प्रकल्पाच्या यशस्वीततेवर परिणाम होणार असतो अशा वेळेस समन्याय भागांची खरेदी करून वित्तीय साहाय्य केले जाते.

५) बीज भांडवल साहाय्य :

या स्वरूपाचे वित्तीय साहाय्य हे राष्ट्रीय वित्तीय संस्थेमार्फत राज्य वित्तीय महामंडळ आणि राज्य औद्योगिक विकास महामंडळ यांच्या माध्यमातून केले जाते अशा स्वरूपाचा मदत निधी ज्यांना उपलब्ध करून घ्यावयाचा असतो अशा सर्व व्यक्तींना त्यांचे प्रस्ताव सादर करावे लागतात. या स्वरूपाचे जे वित्तीय साहाय्य केले जाते. त्यावर अगदी १% इतक्या निम्न दराने व्याज आकारले जाते.

६) जोखीम भांडवल साहाय्य :

जोखीम भांडवल साहाय्य हे जवळजवळ बीज भांडवलाच्या सारखेच असते आयएफसीआयमार्फत सोसायटी रजिस्ट्रेशन ॲक्टच्या अंतर्गत सोसायटीची निर्मिती केली जाते यामार्फत दिली जाणारी कर्जे ही सर्वसाधारणपणे व्याजमुक्त असतात आणि यांची श्रेणी ही रूपये १५ ते ४० लाख इतकी असते.

ब) अप्रत्यक्ष साहाय्य :

लघु उद्योगांना राज्य वित्तीय महामंडळाकडून पुढील मार्गांनी अप्रत्यक्ष साहाय्य केले जाते.

१) परकीय चलन कर्जांची हमी :

समुद्रपारीय बाजारपेठेतून जर कालीन कर्जांची निर्मिती जर झाली असेल तर हमींच्या विविध प्रकारांची उपलब्धी करून दिली जाते. वित्तीय संस्था या ऋणकोला विशेषत: जो समुद्रपारीय बाजारपेठेत स्थापित झालेला नाही त्याला हमी देतात.

२) हमीदार :

सर्वसाधारणपणे ज्या ग्राहकांनी कालीन कर्जाच्या माध्यमातून प्रकल्प व्ययामध्ये गुंतवणूक केलेली असते अशा व्यावसायिकांसाठी साधारणत: हमीचे प्रदान करतात.

३) प्रपत्र (विपत्र) पुनर्सवलत योजना :

या योजनेचा परिचय आयडीबीआय बँकेने करून देऊन एकप्रकारे स्थानिक उत्पादक आणि भांडवल, वस्तूंच्या वितरकांना मोठी मदत झालेली आहे. या योजनेनुसार सर्व प्रकारच्या व्यवसायांच्या सर्व प्रकारच्या यंत्रसामग्रीच्या खरेदीकर्ता विस्थगित प्रदानाची सोय उपलब्ध करून दिली.

४) पुरवठादाराचा पत धारणाधिकार :

या योजनेची सुरूवात आयसीआयसीआय ने स्थानिक वस्तुनिर्माणक आणि वितरकांना त्यांच्या विक्रीत वृद्धी व्हावी या हेतूने केली. ही आय सी. आय. सी. आय बँकेची जी योजना आहे ती आय. डी. बी. आय च्या प्रपत्र (विपत्र) पुनर्सवलत योजनेच्या सारखी आहे.

३.२.३ भारतीय लघुउद्योग विकास बँक (SIDBI) :

भारतीय लघु उद्योग विकास बँक (SIDBI) ही बँक भारत सरकारने १९९० च्या एप्रिलमध्ये स्थापन केली. ही बँक भारतीय औद्योगिक विकास बँकेची दुय्यम संस्था आहे. या बँकेचे अधिकृत भांडवल २५० कोटी रु. ते १००० कोटी रु. आहे. देशातील लघु उद्योगांचे प्रवर्तन करणे, त्यांना वित्त साहाय्य करणे व त्यांचा विकास करणे, अशी कार्ये ही बँक करते. आज ही बँक लघु उद्योग विकास निधी व राष्ट्रीय समभाग निधी (National Equity Fund) यांचे प्रशासन करते. आज ८७० लघु उद्योग संस्था या बँकेकडून साहाय्य घेण्यास पात्र आहेत. या बँकेने विविध प्रवर्तक विकासात्मक उपक्रम राबविण्यावर जास्त लक्ष केंद्रित केले आहे.

अ) भारतीय लघु उद्योग विकास बँकेची कार्ये :

भारतीय लघु उद्योग विकास बँक जी अनेक कार्ये करते त्या कार्यांची माहिती पुढीलप्रमाणे :

१) लघुउद्योगांना वित्तपुरवठा :

भारतीय लघुउद्योग विकास बँक लघुउद्योगांना प्रोत्साहन देऊन त्यांचा विकास साधण्याचा प्रयत्न करते. लघुउद्योगांना वित्तपुरवठा करण्याचे कार्य ही बँक करते.

२) अस्तित्वातील संस्थात समन्वय :

भारतातील लघु उद्योग विकास बँक ही लघु उद्योगांना वित्तसाहाय्य पुरविणाऱ्या वेगवेगळ्या संस्थांच्या कार्यात समन्वय साधण्याचे कार्य करते.

३) हुंड्यांची वटवणूक किंवा पुनर्वटवणूक :

लघु उद्योग क्षेत्रातील औद्योगिक युनिटकडून उत्पादित झालेल्या किंवा त्यांना विकलेल्या यंत्रसामग्रीच्या विक्रीव्यवहारातून निर्माण झालेल्या हुंड्यांची वटवणूक किंवा पुनर्वटवणूक करण्याचे कार्य भारतीय लघु उद्योग विकास बँक करते.

४) पुनर्वित्तपुरवठा :

भारतीय लघु उद्योग विकास बँक ही राष्ट्रीय उद्योग विकास महामंडळ (National Industries Development Corporation-NIDC), राज्य औद्योगिक विकास महामंडळे (State Industrial Development Corporations-SIDCs), राज्य लघु उद्योग महामंडळे (State Small Industries Corporations-SSICs) अनुसूचित बँका, राज्य सहकारी बँका वगैरेंना पुनर्वित्तपुरवठा करण्याचे कार्य करते.

५) रोखे, शेअर्स, बाँड वगैरेंची खरेदी :

राज्य वित्तीय महामंडळे, राज्य औद्योगिक विकास महामंडळे वगैरेंचे रोखे, शेअर्स, बाँड किंवा कर्जरोख्यांची खरेदी करण्याचे कार्य भारतीय लघु उद्योग विकास बँक करते.

६) राज्य लघुद्योग विकास महामंडळास साहाय्य :

लघुउद्योगांना दुर्मीळ कच्च्या मालाचा पुरवठा करणे आणि लघु उद्योगातील उत्पादनांचे विपणन यासाठी राष्ट्रीय लघुउद्योग महामंडळास वित्तीय आधार देण्याचे कार्य भारतीय लघु द्योग विकास बँक करते.

७) आधुनिकीकरणास मदत :

अस्तित्वातील लघुउद्योगांच्या युनिटच्या आधुनिकीकरणासाठी व अशा उद्योगातील तंत्रज्ञान विषयक सुधारणासाठी उपाय योजण्याचे व साहाय्य करण्याचे कार्य भारतीय लघुउद्योग विकास बँक करते.

८) लघु उद्योगांना विपणनाबाबतीत मदत :

लघुउद्योग क्षेत्रात उत्पादित होणाऱ्या उत्पादनांची देशांतर्गत किंवा विदेशी बाजारात विक्री वाढविण्याच्या बाबतीत भारतीय लघुउद्योग विकास बँक साहाय्य करते.

९) बीज भांडवलाचा पुरवठा :

भारतीय लघुउद्योग विकास बँक लघुउद्योग क्षेत्रातील उत्पादनसंस्थांना कर्ज साहाय्याबरोबरच बीज भांडवलाचा पुरवठा करण्याचे कार्य करते. राष्ट्रीय समभाग निधी, महिला उद्योग निधी, महिला विकास निधी आणि बीज भांडवल योजना यामार्फत असे वित्तसाहाय्य उपलब्ध करून दिले जाते.

१०) रोजगाराभिमुख उद्योगास प्रोत्साहन :

भारतीय लघुउद्योग विकास बँक रोजगाराभिमुख उद्योगांच्या विकासास प्रोत्साहन देण्याचे कार्य करते. निमशहरी भागात मोठ्या प्रमाणात रोजगारसंधी निर्माण करून ग्रामीण भागातून मोठ्या शहरांकडे लोकसंख्येचे होणारे स्थलांतर रोखण्याचा प्रयत्न या बँकेकडून केला जातो.

वरील विविध प्रकारची कार्ये भारतीय लघुउद्योग विकास बँक करते.

ब) भारतीय लघुद्योग विकास बँकेची कामगिरी :

भारतीय लघुद्योग विकास बँकेची कामगिरीची चर्चा पुढील मुद्यांच्या आधारे करता येईल :

१) कर्ज आणि अग्रिमांचे पुनर्वित्त :

प्राथमिक कर्जप्रदान संस्थेने लघु उद्योगांना दिलेल्या कर्ज व अग्रिमांचा विस्तार करून आणते. त्याचप्रमाणे या उद्योगांना संसाधनेदेखील पुरवते.

२) वटवणूक आणि पुनर्वटवणूक विपत्र :

लघुद्योग क्षेत्रामध्ये तयार झालेल्या किंवा निर्माण केल्या गेलेल्या यंत्रांच्या विपत्रांची वटवणूक आणि पुनर्वटवणूक करते.

३) पायाभूत भांडवल :

राष्ट्रीय समभाग निधी, महिला उदयम निधी व महिला विकास निधी आणि मूलभूत भांडवल योजनेअंतर्गत येणारे जे मूलभूत भांडवल किंवा बिनव्याजी कर्ज असेल त्यात विस्तार घडवून आणते.

४) थेट मदत :

सिडबीद्वारे कर्जाची प्रत्यक्ष मदत त्याचप्रमाणे पुनर्वित्तपुरवठा हा लघुउद्योग क्षेत्रातील औद्योगिक बाबींकरता पुरवली जाते.

५) विविध सेवा :

सिडबीद्वारे भाडेपट्टा अडत व्यवहार यासारख्या विविध सेवा लघुउद्योग क्षेत्रातील संबंधित उद्योगांना दिल्या जातात.

६) वित्तीय मदत :

सिडबीद्वारे राज्य लघुद्योग विकास महामंडळाना दुर्मीळ कच्च्या मालाची उपलब्धता करून देण्यासाठी आणि लघुउद्योगांतील उत्पादनाचे विपणन करावे या हेतूने वित्तीय मदत केली जाते.

क) भारतीय लघु उद्योग विकास बँकेची प्रगती :

सध्याच्या काळात देशात लघु क्षेत्रातील उद्योगांच्या विकासासाठी, पुरस्कारासाठी आणि आर्थिक मदतीसाठी सिडबी ही सर्वात महत्त्वाची वित्तसंस्था आहे. म्हणूनच सिडबीने लघुउद्योग विकास निधी आणि नॅशनल इक्विटी फंड यांचे प्रशासन हातात घेतले आहे. पूर्वी आयडीबीआयकडे त्यांचे प्रशासन होते.

देशभरातील लघु उद्योगांना अर्थसहाय्य करण्याच्या दृष्टीने सिडबी सध्या अस्तित्वात असलेल्या व्यापारी बँका, सहकारी बँका, ग्रामीण विकास बँका, राज्यवित्तीय महामंडळे, राज्य औद्योगिक विकास महामंडळे, या सर्वांचा वापर करते. कारण या संस्थांच्या शाखा देशात सर्वत्र पसरल्या आहेत. ८७० संस्थांना सिडबीकडून सहाय्य मिळू शकते.

सिडबीची प्रगती आणि वाढ अनेक योजना राबवण्यासाठी आणि कार्याची व्याप्ती वाढवण्यासाठी सिडबीने अर्थसहाय्याच्या शर्ती अधिक शिथिल केल्या आहेत व कार्यपद्धती सोपी केली आहे. सिडबीच्या कार्यपद्धतीची काही महत्त्वाची वैशिष्ट्ये पुढीलप्रमाणे :

१) एक खिडकी योजना :

सिडबी विशिष्ट क्षेत्रातील उद्योगांना सहाय्य करण्यासाठी एक खिडकी योजना राबवत आहे. या योजनेसाठी कॅश क्रेडीट खाली बँकांकडून मिळणाऱ्या पुनर्वित्ताची मर्यादशा ५० ते ७०% पर्यंत वाढवण्यात आली आहे. एक

खिडकीखाली आता पुनर्वसन आधुनिकीकरण आणि तंत्रज्ञान उन्नतीकरण यांचा समावेश करुन योजनेची व्याप्ती वाढवण्यात आली आहे.

२) पुनर्वित्त योजना :

सिडबी ऑटोमॅटीक योजनेखाली पुनर्वित सुविधा पुरवते. या योजनेखाली मुदत कर्जाची योजना सुरुवातीस १० लाख रु. ठरवण्यात आली होती. पण आता ती ५० लाख रुपयांपर्यंत वाढवण्यात आली आहे. पुनर्वित्ताची व्याप्ती ७५ टक्क्यांवरुन ९०% वर नेण्यात आली आहे.

३) सामग्रीसाठी वित्तपुरवठा :

तंत्रज्ञान उन्नतीकरणासाठी, आधुनिकीकरणासाठी चालणाऱ्या लघुउद्योगांना यंत्रसामग्रीसाठी सिडबीने या वर्षी वित्तपुरवठा सुरु केला आहे.

४) स्वेच्छानिवृत्ती घेतलेल्या कर्मचाऱ्यांना सहाय्य :

नॅशनल टेक्स्टाईल कार्पोरेशन मधून स्वेच्छानिवृत्ती घेतलेल्या कामगारांसाठी सिडबीने पुनर्वित्त योजना सुरु केली आहे आणि त्यांना चार हातमाग घेण्यासाठी मदत केली जाते.

५) साहसवित्त योजना :

सिडबीने उद्योजकांना सहाय्य करण्यासाठी साहसवित्त निधी सुरु केला आहे.

३.२.४ नाबार्ड (NABARD) :

पूर्वी रिझर्व्ह बँकेला शिखर बँक म्हणून व पुनर्वित्त संस्था म्हणून जी कार्ये करावी लागत असत, ती कार्ये आता नाबार्डला करावी लागतात. नाबार्डद्वारे वित्तपुरवठाविषयक, नियंत्रणात्मक व विकासात्मक अशी वेगवेगळ्या प्रकारची कार्ये पार पाडली जातात. पुढील मुद्यांच्या आधारे त्याचा आढावा घेता येईल :

१) ग्रामविकासास प्रोत्साहन :

एकत्रित ग्रामीण विकासाला प्रोत्साहन देण्याच्या दृष्टीने शेती, लघुउद्योग, गृहोद्योग, हस्तोद्योग, ग्रामीण कारागीर आणि इतर आर्थिक व्यवहारांसाठी लागणाऱ्या उत्पादक आणि गुंतवणूक कर्जासाठी पुनर्वित्त संस्था म्हणून कार्य करणे.

२) अल्प, मध्यम, दीर्घ मुदतीचा पुरवठा :

राज्य सहकारी बँका, प्रादेशिक ग्रामीण बँका, भू-विकास बँका आणि भारतीय रिझर्व्ह बँकेने संमती दिलेल्या वित्तीय संस्थांना अल्प, मध्यम व दीर्घ मुदतीचा कर्जपुरवठा करणे.

३) कर्ज मंजुरी :

राज्य सरकारांना सहकारी पतसंस्थांच्या भागभांडवलात सहभागी होता यावे याकरिता दीर्घमुदतीची कर्जे मंजूर करणे.

४) भांडवल उपलब्धता :

शेती क्षेत्र व ग्रामीण विकासाकरिता कार्य करणाऱ्या संस्था तसेच केंद्र सरकारची मान्यता असलेल्या संस्थांना प्रकल्प पुर्तीसाठी दीर्घकालीन कर्जपुरवठा करणे किंवा या संस्थांचे भाग अथवा रोखे खरेदी करून त्यांना भांडवल उपलब्ध करून देणे.

५) इतर संस्थांचे व्यवस्थापन :

लघुउद्योग, ग्रामीण उद्योग, कुटीर उद्योग व विकेंद्रित क्षेत्रामधील उद्योगांच्या विकासाकरिता कार्य करणाऱ्या केंद्र सरकार, राज्य सरकारे, नियोजन मंडळ आणि इतर संस्थांच्या कार्यामध्ये एकसूत्रीपणा आणणे.

६) देखरेख व मूल्यमापन :

प्राथमिक सहकारी संस्था वगळून प्रादेशिक ग्रामीण बँका आणि सहकारी बँकांच्या कार्याची देखरेख ठेवणे व मूल्यमापन करणे.

७) विकास निधीची स्थापना :

शेती आणि ग्रामीण विकासाच्या संशोधनाला प्रोत्साहन देणे व साहाय्य करणे तसेच निरनिराळ्या विभागातील गरजा लक्षात घेऊन प्रकल्प व कार्यक्रमांची आखणी करणे व त्यासाठी एक संशोधन आणि विकास निधी स्थापन करणे.

८) राज्य सरकारांना दीर्घमुदतीचे कर्ज :

राज्यातील सहकारी पतपुरवठा संस्थांचे भागभांडवल खरेदी करण्यासाठी नाबार्ड राज्य सरकारांना २० वर्षे मुदतीचे कर्जे देते.

९) ग्रामीण सुविधांना साहाय्य :

ग्रामीण विभागात पतपुरवठ्याच्या दृष्टीने शिखर संस्था म्हणून नाबार्ड कार्य करते. शेतीचे यांत्रिकीकरण, लघु-पाटबंधारे, प्रकल्प, वृक्ष-संवर्धन व इतर प्रकल्पांसाठी नाबार्ड कर्जपुरवठा उपलब्ध करून देते.

३.२.५ एक्झिम बँक (EXIM) :

एक्झिम बँक हे भारतीय आयात-निर्यात बँक याचे संक्षिप्त रूप आहे. ही भारतातील एक विशेष वित्तीय संस्था आहे जी आंतरराष्ट्रीय व्यापाराच्या वाढीस मदत करते आणि भारतीय व्यवसायांच्या निर्यात-आयात क्रियाकलापांना समर्थन देते. १९८२ मध्ये स्थापित, एक्झिम बँक भारताच्या निर्यात-आयात बँक कायदा, १९८१ अंतर्गत कार्यरत आहे आणि ती संपूर्णपणे भारत सरकारच्या मालकीची आहे. भारताचा परकीय व्यापार वाढवणे आणि देशाच्या आर्थिक विकासात योगदान देणे हे एक्झिम बँकेचे प्राथमिक उद्दिष्ट आहे. एक्झिम बँकेची भूमिका आणि औद्योगिक वित्त क्षेत्रातील योगदानाचे प्रमुख पैलू आहेत :

१) निर्यात पत :

भारतीय निर्यातदारांना निर्यात कर्ज उपलब्ध करून देण्यात एक्झिम बँक महत्त्वाची भूमिका बजावते. ही बँक कच्च्या मालाची खरेदी, उत्पादन, पॅकेजिंग आणि वाहतूक यासह विविध निर्यात-संबंधित क्रियाकलापांना वित्तपुरवठा करण्यासाठी प्री-शिपमेंट क्रेडिट आणि पोस्ट-शिपमेंट क्रेडिट देऊ करते. वेळेवर आणि स्पर्धात्मक निर्यात पत प्रदान करून, एक्झिम बँक निर्यात-केंद्रित उद्योगांच्या खेळत्या भांडवलाच्या गरजा पूर्ण करते.

२) निर्यात वित्त कार्यक्रम :

एक्झिम बँक विविध क्षेत्रे आणि उद्योगांच्या गरजेनुसार विविध निर्यात वित्त कार्यक्रम तयार करते. हे कार्यक्रम निर्यात-केंद्रित उद्योगांना सवलतीचे वित्त, खरेदीदाराची पत आणि पुरवठादाराची पत या स्वरूपात आर्थिक सहाय्य प्रदान करतात.

३) निर्यात प्रकल्पांना वित्तपुरवठा :

एक्झिम बँक भारतीय कंपन्यांना परदेशातील प्रकल्पांना वित्तपुरवठा आणि कार्यान्वित करण्यासाठी, विशेषतः पायाभूत सुविधा आणि धोरणात्मक क्षेत्रात मदत करते. प्रकल्प वित्तपुरवठा सुविधा पुरवून, एक्झिम बँक भारतीय कंपन्यांना परदेशात निर्यात-केंद्रित प्रकल्प हाती घेण्यास सक्षम करते.

४) विदेशी खरेदीदारांना पत रेखा :

एक्झिम बँक प्रकल्पांना वित्तपुरवठा करण्यासाठी आणि भारतातून वस्तू आणि सेवा खरेदी करण्यासाठी परदेशी सरकारे आणि त्यांच्या यंत्रणांना पत रेखा विस्तारित करते. कर्जाच्या या पत रेखा केवळ निर्यात सुलभ करत नाहीत तर इतर देशांसोबत भारताचे आर्थिक आणि राजकीय संबंध देखील वाढवतात.

५) खरेदीदाराची पत आणि पुरवठादाराची पत :

एक्झिम बँक विदेशी खरेदीदारांना भारतातून त्यांच्या वस्तू आणि सेवांच्या खरेदीसाठी वित्तपुरवठा करण्यासाठी खरेदीदारांची पत प्रदान करते. ते परदेशी खरेदीदारांना देऊ केलेल्या पत कालावधीसाठी वित्तपुरवठा करण्यासाठी भारतीय निर्यातदारांना पुरवठादारांची पत देखील देते. या पत सुविधा निर्यातीला चालना देण्यासाठी आणि व्यापार संबंध वाढविण्यात मदत करतात.

६) लघु आणि मध्यम उद्योगांना सहाय्य :

एक्झिम बँक भारतातील लघु आणि मध्यम उद्योगांना (SMEs) समर्थन देण्यावर लक्ष केंद्रित करते. त्यांना आंतरराष्ट्रीय व्यापारात सहभागी होण्यास आणि जागतिक बाजारपेठांमध्ये त्यांची उपस्थिती वाढविण्यात मदत करते. ही बँक लघु आणि मध्यम उद्योगांना त्यांची निर्यात क्षमता वाढवण्यासाठी आर्थिक सहाय्य, निर्यात विपणन सहाय्य आणि मार्गदर्शन देते.

७) निर्यात प्रोत्साहन आणि बाजारपेठ संशोधन :

एक्झिम बँक बाजारपेठेचा अभ्यास करते आणि भारतीय निर्यातदारांना निर्यात-संबंधित माहिती आणि बुद्धिमत्ता प्रदान करते. हे संभाव्य बाजारपेठा आणि उत्पादन संधी ओळखण्यास मदत करते, ज्यामुळे औद्योगिक वृद्धी आणि विविधीकरणाला चालना मिळते.

८) विकसनशील देशांसोबत व्यापार प्रोत्साहन :

एक्झिम बँक विकसनशील देश आणि प्रदेशांसोबत व्यापाराला प्रोत्साहन देते. भारतीय निर्यातदारांना नवीन बाजारपेठांमध्ये प्रवेश करण्यास आणि या राष्ट्रांशी आर्थिक संबंध वाढविण्यास मदत करते.

९) निर्यात-केंद्रित उद्योगांना आर्थिक सहाय्य :

एक्झिम बँक निर्यात-केंद्रित उद्योगांना, विशेषत: उत्पादन आणि सेवांमध्ये, आंतरराष्ट्रीय बाजारपेठांमध्ये त्यांची स्पर्धात्मकता वाढवण्यासाठी आर्थिक सहाय्य करते.

१०) निर्यात विकास आणि विपणन समर्थन :

एक्झिम बँक भारतीय निर्यातदारांना निर्यात उत्पादन विकास, ब्रँड बिल्डिंग आणि विपणन समर्थनासह निर्यात विकास आणि विपणन सहाय्य प्रदान करते.

३.३ परकीय भांडवल :

औद्योगिक विकासासाठी भांडवलाची फार मोठ्या प्रमाणात आवश्यकता असते. अशा भांडवलाची गरज परकीय संस्था, रोखारूपी गुंतवणूक यांच्यामार्फत पूर्ण केली जाते. परकीय भांडवलामध्ये सर्वसाधारणपणे विदेशी गुंतवणूक हा महत्त्वाचा घटक आहे.

३.३.१ संस्थात्मक परकीय भांडवल :

संस्थात्मक परकीय भांडवल म्हणजे आंतरराष्ट्रीय संस्थात्मक गुंतवणूकदारांकडून देशात प्रवाहित होणाऱ्या आर्थिक संसाधनांचा संदर्भ होय. हे गुंतवणूकदार सामान्यत: मोठ्या संस्था आहेत ज्या त्यांचे क्लायंट किंवा सदस्यांच्या वतीने

निधी व्यवस्थापित करतात आणि गुंतवणूक करतात. संस्थात्मक परकीय भांडवल जागतिक वित्तीय बाजारपेठांमध्ये महत्त्वपूर्ण भूमिका बजावते आणि विविध मालमत्ता वर्ग आणि देशांमधील गुंतवणूकीचे समर्थन करते.

A) आंतरराष्ट्रीय विकास संस्था :

इंटरनॅशनल डेव्हलपमेंट एजन्सी हा एक सामान्य शब्द आहे जो आंतरराष्ट्रीय विकासाला चालना देण्यासाठी आणि विकसनशील देशांना आर्थिक आणि तांत्रिक सहाय्य प्रदान करण्यासाठी स्थापन केलेल्या विविध संस्था, संघटना आणि यंत्रणा यांचा संदर्भ देण्यासाठी वापरला जातो. या संस्था गरीबी कमी करण्यासाठी, आर्थिक वाढीसाठी, सामाजिक विकासासाठी आणि कमी-उत्पन्न आणि मध्यम उत्पन्न असलेल्या देशांमध्ये शाश्वत विकासासाठी कार्य करतात. या संपूर्ण प्रतिसादादरम्यान आंतरराष्ट्रीय विकास संस्था, त्यांच्या भूमिका, कार्ये आणि जागतिक विकास प्रयत्नांमधील योगदान यांचे विहंगावलोकन करणे आवश्यक आहे. आंतरराष्ट्रीय विकास संस्था म्हणजे विकसनशील देशांसमोरील आव्हानांना तोंड देण्यासाठी विविध देश, आंतरराष्ट्रीय संस्था आणि बहुपक्षीय संस्थांनी स्थापन केलेल्या संस्था आहेत. या यंत्रणांचे उद्दिष्ट न्याय्य आणि शाश्वत विकासाला चालना देणे, जीवनमान वाढवणे आणि आर्थिकदृष्ट्या वंचित प्रदेशातील गरिबी कमी करणे आहे. त्यांच्या क्रियाकलापांमध्ये शिक्षण, आरोग्य, कृषी, पायाभूत सुविधा, प्रशासन आणि पर्यावरण यासह विविध क्षेत्रांचा समावेश होतो.

अ) बहुपक्षीय विकास बँका (MDBs) :

बहुपक्षीय विकास बँका अनेक देशांच्या मालकीच्या आंतरराष्ट्रीय वित्तीय संस्था आहेत. त्या विकसनशील देशांना कर्ज, अनुदान आणि इतर आर्थिक साधनांद्वारे आर्थिक आणि तांत्रिक सहाय्य प्रदान करतात. काही प्रमुख MDB पुढीलप्रमाणे आहेत :

१) जागतिक बँक :

इंटरनॅशनल बँक फॉर रिकन्स्ट्रक्शन अँड डेव्हलपमेंट (IBRD) आणि इंटरनॅशनल डेव्हलपमेंट असोसिएशन (ID) यांचा समावेश असलेली, जागतिक बँक विविध क्षेत्रातील विकास प्रकल्पांसाठी आर्थिक आणि तांत्रिक सहाय्य प्रदान करण्यावर लक्ष केंद्रित करते.

२) आशियाई विकास बँक (ADB) :

आशियाई विकास बँक प्रामुख्याने आशिया आणि पॅसिफिकमधील प्रकल्प आणि उपक्रमांवर लक्ष केंद्रित करते, प्रादेशिक आर्थिक विकास आणि गरिबी कमी करण्यास समर्थन देते.

३) आफ्रिकन डेव्हलपमेंट बँक (AfDB) :

आफ्रिकन डेव्हलपमेंट बँक आफ्रिकेतील आर्थिक वृद्धी आणि सामाजिक विकासाला चालना देण्यासाठी प्रकल्प आणि कार्यक्रमांना वित्तपुरवठा करण्यावर लक्ष केंद्रित करते.

४) इंटर-अमेरिकन डेव्हलपमेंट बँक (IDB) :

इंटर-अमेरिकन डेव्हलपमेंट बँकेचे उद्दिष्ट लॅटिन अमेरिका आणि कॅरिबियन मध्ये आर्थिक आणि सामाजिक विकासाला चालना देण्याचे आहे.

ब) द्विपक्षीय विकास संस्था :

द्विपक्षीय विकास संस्था या वैयक्तिक देशांतील सरकारी संस्था आहेत ज्या भागीदार देशांना विकास सहाय्य प्रदान करतात. ते देश-दर-देश या आधारावर कार्य करतात. प्राप्तकर्त्या देशांच्या विशिष्ट गरजांनुसार तयार केलेले प्रकल्प आणि कार्यक्रम राबवतात. काही महत्त्वपूर्ण द्विपक्षीय विकास संस्था पुढीलप्रमाणे आहेत:

१) युनायटेड स्टेट्स एजन्सी फॉर इंटरनॅशनल डेव्हलपमेंट (USAID):

युनायटेड स्टेट्स एजन्सी फॉर इंटरनॅशनल डेव्हलपमेंट ही प्राथमिक यूएस सरकारी यंत्रणा आहे जी परदेशी सहाय्य प्रदान करण्यासाठी आणि जागतिक विकासाला चालना देण्यासाठी जबाबदार आहे.

२) युनायटेड किंग्डमचा आंतरराष्ट्रीय विकास विभाग (DFID) :

युनायटेड किंग्डमचा आंतरराष्ट्रीय विकास विभाग हा यूके सरकारचा विभाग आहे जो विकसनशील देशांना मदत पुरवण्यासाठी आणि जागतिक आव्हानांचा सामना करण्यासाठी प्रतिबंद्ध आहे.

३) जपान इंटरनॅशनल कोऑपरेशन एजन्सी (JICA) :

जपान इंटरनॅशनल कोऑपरेशन एजन्सी ही जपानची प्राथमिक विकास संस्था आहे, जी भागीदार देशांना तांत्रिक सहकार्य, अनुदान आणि कर्ज पुरवते.

४) जर्मन एजन्सी फॉर इंटरनॅशनल कोऑपरेशन (GIZ) :

जर्मन एजन्सी फॉर इंटरनॅशनल कोऑपरेशन ही जर्मनीची फेडरल एंटरप्राइझ आहे जी आंतरराष्ट्रीय विकास प्रकल्प आणि कार्यक्रम राबवते.

क) संयुक्त राष्ट्रसंघ विकास प्रणाली :

संयुक्त राष्ट्रसंघ (UN) त्याच्या विविध विशेष यंत्रणा, निधी आणि कार्यक्रम याद्वारे आंतरराष्ट्रीय विकासामध्ये महत्त्वपूर्ण भूमिका बजावते. यूएन प्रणालीमधील काही प्रमुख घटकांमध्ये पुढील संस्था समाविष्ट आहेत :

१) संयुक्त राष्ट्र विकास कार्यक्रम (UNDP) :

संयुक्त राष्ट्र विकास कार्यक्रम हे संयुक्त राष्ट्रसंघाचे जागतिक विकास नेटवर्क आहे, जे गरिबीचे निर्मूलन, शाश्वत विकासाला चालना देण्यासाठी आणि जगभरातील देशांमध्ये क्षमता निर्माण करण्यासाठी कार्य करते.

२) संयुक्त राष्ट्रांचा बाल निधी (UNICEF) :

संयुक्त राष्ट्रांचा बाल निधी हे मुलांच्या कल्याणावर लक्ष केंद्रित करते, आरोग्य, शिक्षण, पोषण आणि बाल संरक्षण यासाठी मदत पुरवते.

३) संयुक्त राष्ट्र लोकसंख्या निधी (UNFPA) :

संयुक्त राष्ट्र लोकसंख्या निधी हे पुनरुत्पादक आरोग्य, लिंगभाव समानता आणि लोकसंख्येशी संबंधित समस्यांना प्रोत्साहन देण्यासाठी कार्य करते.

४) अन्न आणि कृषी संघटना (FAO) :

अन्न आणि कृषी संघटना हे जगभरातील भूक निर्मूलन, कृषी विकासाला चालना देण्यासाठी आणि अन्न सुरक्षा सुधारण्यासाठी प्रतिबद्ध आहे.

५) संयुक्त राष्ट्र पर्यावरण कार्यक्रम (UNEP) :

संयुक्त राष्ट्र पर्यावरण कार्यक्र पर्यावरणीय स्थिरता आणि संरक्षणावर लक्ष केंद्रित करते.

ड) प्रादेशिक विकास बँका आणि यंत्रणा :

जागतिक बहुपक्षीय विकास बँका व्यतिरिक्त, प्रादेशिक विकास बँका आणि यंत्रणा आहेत ज्या विशिष्ट भौगोलिक भागात आर्थिक आणि तांत्रिक सहाय्य प्रदान करतात. उदाहरणांमध्ये युरोपमधील युरोपियन बँक फॉर रिकन्स्ट्रक्शन अँड डेव्हलपमेंट (EBRD) आणि कॅरिबियन प्रदेशातील कॅरिबियन डेव्हलपमेंट बँक (CDB) यांचा समावेश आहे.

इ) स्वयंसेवी संस्था (NGOs) :

खाजगी संस्था, स्वयंसेवी संस्था आणि सेवाभावी संस्था देखील आंतरराष्ट्रीय विकासात महत्त्वपूर्ण भूमिका बजावतात. बिल अँड मेलिंडा गेट्स फाउंडेशन, ऑक्सफॅम आणि उठए सारख्या संस्था गरिबी, आरोग्य, शिक्षण आणि मानवी हक्क यासारख्या जागतिक समस्यांचे निराकरण करण्यासाठी कार्य करतात.

ई) आंतरराष्ट्रीय विकास संस्थांचे योगदान :

जागतिक विकासाच्या प्रगतीला चालना देण्यासाठी आंतरराष्ट्रीय विकास संस्थांचे योगदान महत्त्वपूर्ण आहे. ते पुढील मुद्यांच्या आधारे स्पष्ट करता येईल :

१) गरिबी कमी करणे :

आंतरराष्ट्रीय विकास संस्थांच्या प्रयत्नांमुळे अनेक विकसनशील देशांमध्ये गरिबी लक्षणीय कमी झाली आहे, राहणीमानात सुधारणा झाली आहे आणि मूलभूत सेवांमध्ये वाढ झाली आहे.

२) आरोग्य आणि शिक्षण :

आरोग्य परिणाम सुधारण्यात, रोगांशी लढा देण्यासाठी आणि दर्जेदार शिक्षणाचा विस्तार करण्यात विकास संस्थांनी महत्त्वपूर्ण भूमिका बजावली आहे.

३) पायाभूत सुविधांचा विकास :

आंतरराष्ट्रीय विकास संस्थांद्वारे समर्थित प्रकल्पांमुळे वाहतूक, ऊर्जा आणि दळणवळण प्रणालीसह मूलभूत पायाभूत सुविधांचा विकास झाला आहे.

४) लिंगभाव समानता आणि सक्षमीकरण :

विकास संस्थांनी लक्ष्यित उपक्रम आणि धोरणात्मक वकिलीद्वारे लिंगभाव समानता आणि महिला सक्षमीकरणाला प्रोत्साहन दिले आहे.

५) शाश्वत विकास :

आंतरराष्ट्रीय विकास संस्थांनी शाश्वत विकास पद्धती, पर्यावरण संरक्षण आणि हवामान बदल कमी करण्याच्या दिशेने काम केले आहे.

६) मानवतावादी सहाय्य :

आंतरराष्ट्रीय विकास संस्थां या संकटे, नैसर्गिक आपत्ती आणि संघर्ष परिस्थितींना तोंड देण्यासाठी आवश्यक मानवतावादी मदत प्रदान करतात.

७) जागतिक समस्यांसाठी समर्थन :

आंतरराष्ट्रीय विकास संस्थां या जागरुकता वाढवतात आणि हवामान बदल, मानवाधिकार तसेच सामाजिक न्याय यासारख्या जागतिक समस्यांसाठी समर्थन करतात.

फ) आव्हाने आणि टीका :

आंतरराष्ट्रीय विकास संस्थांनी जागतिक विकासात महत्त्वपूर्ण योगदान दिलेले असताना, त्यांना विविध आव्हाने आणि टीकांचाही सामना करावा लागतो. काही प्रमुख आव्हाने पुढीलप्रमाणे आहेत :

१) जबाबदारी आणि पारदर्शकता :

विकास प्रकल्प आणि मदत वितरणामध्ये जबाबदारी आणि पारदर्शकता सुनिश्चित करणे हे काही एजन्सींसाठी आव्हान आहे.

२) समन्वय आणि विखंडन :

विविध विकास संस्थांमधील समन्वय आव्हानात्मक असू शकतो, ज्यामुळे प्रयत्न खंडित होतात आणि प्रकल्पांचे नुकसान होऊ शकते.

३) अवलंबित्व आणि मदत परिणामकारकता :

मदतीवरील दीर्घकालीन अवलंबित्व प्राप्तकर्त्या देशांमध्ये स्वयं-शाश्वत अर्थव्यवस्थांच्या विकासात अडथळा आणू शकते.

४) सशर्तता आणि धोरण सुसंवाद :

काही यंत्रणा मदतीसाठी अटी जोडतात, ज्या नेहमी प्राप्तकर्त्या देशांच्या गरजा आणि प्राधान्यांशी जुळत नाहीत.

५) अल्पकालीन मदत आणि दीर्घकालीन विकास संतुलित करणे :

अल्पकालीन मानवतावादी मदत आणि दीर्घकालीन विकास प्रयत्नांमध्ये समतोल राखणे जटिल असू शकते.

६) सांस्कृतिक संवेदनशीलता आणि स्थानिकीकरण :

विकास उपक्रमांमध्ये सांस्कृतिक संवेदनशीलता आणि स्थानिक मालकी सुनिश्चित करणे त्यांच्या परिणामकारकता आणि टिकाऊपणासाठी आवश्यक आहे.

७) प्रभाव मूल्यांकन :

विकास प्रकल्प आणि मदत हस्तक्षेप यांच्या वास्तविक परिणामाचे मूल्यांकन करणे आव्हानात्मक असू शकते आणि त्यासाठी मजबूत मूल्यमापन यंत्रणा आवश्यक आहे.

B) आंतरराष्ट्रीय वित्तीय महामंडळ (IFC) :

आंतरराष्ट्रीय वित्तीय महामंडळ ही एक आंतरराष्ट्रीय वित्तीय संस्था असून त्याद्वारे विकसनशील देशांचा विकास घडवून आणण्यासाठी विविध गुंतवणूक, मत्ता व्यवस्थापन आणि सल्ला सेवा देऊ केल्या जातात. जागतिक बँक समूहाचे हे महामंडळ एक सदस्य संस्था आहे. याचे मुख्यालय हे अमेरिकेतील वॉशिंग्टन येथे आहे. याची स्थापना १९५६ मध्ये जागतिक बँक समूहाच्या खासगी क्षेत्राचा एक महत्त्वाचा भाग म्हणून केली गेली.

अ) उगम / उदय :

१९५६ मध्ये आयएफसी ची स्थापना केली गेली. आजमितीपर्यंत आयएफसीचे १३३ देश सदस्य आहेत. ही संस्था आयबीआरडी पासून वैधानिक आणि वित्तीय दृष्टिकोनांतून स्वतंत्र आहे. अर्थात आयबीआरडी ही आयएफसीला काही प्रशासकीय आणि अन्य सेवा पुरवते.

१) ब्रिटन वुड्स कॉन्फरन्स : १९४४ :

४४ देशांचे सदस्य ब्रिटन वुड परिषदेत जागतिक बँक आणि आंतरराष्ट्रीय नाणेनिधीची निर्मिती वित्तीय संसाधनांचे हस्तांतरण सदस्य शासनाला व्हावे या हेतूने करण्यासाठी एकत्रित आले होते. पण खासगी क्षेत्राच्या विकासासाठी स्वतंत्र घटक अस्तित्वात नाही.

२) जागतिक बँकेची सुरवात : १९४७ :

३२ भागधारक देश, ७ दशलक्ष अमेरिकन डॉलरचे भांडवल, वॉशिंग्टन डी.सी. येथील मुख्यालय या सर्वांतून जागतिक बँकेच्या कामकाजाला सुरूवात झाली. पण अद्यापही आयएफसीची निर्मिती झाली नव्हती.

३) गार्नेरचे आगमन १९४७ :

आयएफसीच्या मागची मूलभूत प्रेरणा असणाऱ्या न्युयॉर्क येथील रॉबर्ट एल्. गार्नेर यांची जागतिक बँकेचे पहिले ज्येष्ठ कार्यकारी अधिकारी म्हणून नियुक्ती झाली. त्यांनी सर्वांत पहिल्यांदा खासगी उद्योग व्यवसाय हे आंतरराष्ट्रीय

विकासात महत्त्वाची भूमिका निभावू शकतात हा दृष्टिकोन मांडला. पण त्यावेळेस फारच कमी लोकांनी ही बाब लक्षात घेतली.

४) आयएफसीची कल्पना : १९५० :

गार्ने आणि त्यांच्या सहकाऱ्यांनी बँकेचे ऋणको असणाऱ्या देशांतील खासगी गुंतवणुकीला चालना देण्यासाठी नवीन संस्थेची निर्मिती करण्याचे सुचविले. गार्नेर यांनी म्हटल्याप्रमाणे, ''कमी विकसित देश हे सुद्धा चांगल्या खासगी उद्योगांची भविष्यकाळात स्थापना करू शकतात. असा माझा ठाम विश्वास आहे.''

५) वाढता पाठिंबा १९५१ :

अमेरिकन शासनाने जागतिक बँकेच्या सहयोगाने आयएफसीची स्थापना केली. ही संस्था विकसनशील देशांना खाजगी स्वरूपात वित्तपुरवठा करेल, पण या गुंतवणुकीची कोणतीही जबाबदारी शासन घेणार नसून ती कायमच खाजगी दारांबरोबर काम करेल.

६) आयएफसीची निर्मिती १९५६ :

गार्नेर यांच्या नेतृत्वाखाली १२ पूर्ण वेळ कर्मचाऱ्यांसहित केवळ १०० दशलक्ष अमेरिकन डॉलर इतक्या तुटपुंज्या अधिकृत भांडवलाच्या सहाय्याने आयएफसीची निर्मिती झाली. गार्नेर यांच्या इच्छेप्रमाणे केवळ भागधारकांनाच कर्जे देण्याची परवानगी दिली गेली, समभाग गुंतवणूकदारांना नाही.

७) पहिली गुंतवणूक १९५७:

आयएफसीची पहिली गुंतवणूक २ दशलक्ष अमेरिकन डॉलरची असून ब्राझील येथे इलेक्ट्रीकल साधने निर्माण करण्याशी संलग्न असणाऱ्या साईमेन्सच्या मदतीकरता केली गेली. त्यावेळी ब्राझीलची दरडोई उर्जा, उपभोगक्षमता ही शेजारील अर्जेंटिनाच्या केवळ निम्मी होती.

ब) उद्दिष्टे :

आंतरराष्ट्रीय वित्तीय महामंडळाची उद्दिष्ट्ये पुढीलप्रमाणे सांगता येतील :

१) खासगी उद्योगांना उत्तेजन देणे :

विकसनशील देशात आर्थिक प्रगतीस हातभार लावणाऱ्या खासगी उद्योगांना आयएफसीकडून काही अटींवर कर्जे देण्यात येतात.

२) अनुभवी उद्योजक आणि वित्तीय संस्था यांना जोडणारा एक दुवा निर्माण करणे :

आयएफसी निधी पुरविणाऱ्या विविध संस्था आणि अनुभवी उद्योग समूहांना एकत्र आणून विकसनशील देशात महत्त्वाचे उद्योग स्थापन करण्यास उत्तेजन देते. केनियासारख्या अविकसित देशात आयएफसीच्या साहाय्यामुळे रेमंड ग्रुपने कापडाचा कारखाना उभारला तर बिर्ला समूहाने कागदाचा कारखाना स्थापन केला.

३) परकीय गुंतवणुकीस उत्तेजन :

विकसित देशांनी विकसनशील देशांना अर्थसाहाय्य करावे म्हणून आयएफसी उत्तेजन देते. केवळ आयएफसीच्या प्रयत्नांमुळे युरोपमधील देश आणि अमेरिकेकडून भारत व चीन या देशात मोठ्या प्रमाणावर भांडवल गुंतविले गेले आहे.

४) दारिद्र्य निर्मूलन आणि जीवनमानात सुधारणा :

अनेक विकसनशील देशात जीवनमानाची पातळी खूपच खालच्या पातळीवर असते. या देशातील जीवनमान सुधारावे म्हणून परदेशातून अधिकाधिक गुंतवणुकीसाठी आयएफसी प्रयत्नशील असते.

५) खासगी क्षेत्रास उत्तेजन :

विकसनशील देशांमधील खासगी क्षेत्रातील उद्योगांना समभागांच्या स्वरुपात किंवा कर्जाच्या स्वरुपात साहाय्य करणारी आयएफसी ही एकमेव आंतरराष्ट्रीय स्तरावरील मोठी संस्था आहे. खासगी क्षेत्राला खालील प्रकारे आयएफसीकडून मदत केली जाते :

i) या देशातील महत्त्वाच्या प्रकल्पांना अर्थसाहाय्य देणे.

ii) या प्रकल्पांना आंतरराष्ट्रीय बाजारातून निधी उभारण्यास मदत करणे.

iii) खासगी आणि सार्वजनिक क्षेत्रातील विविध व्यवसायांना तांत्रिक व आर्थिक सल्ला पुरविणे.

क) आंतरराष्ट्रीय वित्तीय महामंडळाची कार्यपद्धती/कामकाज :

विविध देशातील वैयक्तिक खासगी उद्योगातही आयएफसीकडून थेट गुंतवणूक होत असल्यामुळे विकसनशील देशातील उद्योजकाकडून आयएफसी गुंतवणुकीसाठी प्रस्ताव मागविते. गुंतवणूक प्रस्तावाची छाननी करताना खालील गोष्टी विचारात घेतल्या जातात :

१) खासगी उद्योजकांची गरज :

सर्वसाधारणपणे खासगी उद्योजकांनी भांडवलाचा ५०% हिस्सा तरी स्वत:च्या जबाबदारीवर उभारणे आवश्यक समजले जाते व बाकीचा हिस्सा पुरविण्यासाठी आयएफसीकडून विचार होऊ शकतो.

२) प्रकल्पाच्या निवडीचे निकष :

सर्वसाधारणपणे मोठ्या प्रमाणावर भांडवलाची गरज असलेले आणि देशाच्या दृष्टीने महत्त्वाचे असलेले प्रकल्प आयएफसीकडून अर्थसाहाय्यासाठी निवडले जातात.

३) प्रकल्पाची प्रत्यक्ष निवड :

प्रत्येक प्रकल्पातील तांत्रिक आणि आर्थिक व्यवहार्यतेचा विचार करून औद्योगिक कृषिप्रधान व्यापारी आणि वित्तीय क्षेत्रातील प्रकल्पांचा विचार आयएफसी गुणवत्तेच्या आधारावर करते.

४) सरकारी प्रकल्पात गुंतवणूक नसते :

आयएफसी कोणत्याही सरकारी प्रकल्पात गुंतवणूक करत नाही.

५) गुंतवणुकीसाठी विचारात घेतलेल्या गोष्टी :

गुंतवणूक करण्याआधी आयएफसी खालील गोष्टींचा विचार करते :

i) आयएफसीच्या सहभागामुळे इतर संस्थांकडून किती प्रमाणात अर्थसाहाय्य मिळू शकेल.

ii) आयएफसीच्या प्रकल्पातील गुंतवणुकीचा किफायतशीरपणा.

iii) या विशिष्ट अर्थसाहाय्यामुळे आयएफसीच्या संभाव्य उत्पन्नात पडलेली भर.

ड) आंतरराष्ट्रीय वित्तीय महामंडळाची कार्ये :

खासगी उद्योगास उत्तेजन देण्यासाठी आयएफसीकडून खालील कार्येही पार पाडली जातात :

१) योग्य प्रकल्पाची निवड.

२) विकसनशील देशातील खासगी अर्थसाहाय्य संस्थांना साहाय्य.

३) विकसनशील देशातील भांडवली बाजारपेठेच्या वृद्धीस उत्तेजन देणे.

४) विकसनशील देशात गुंतवणूक करण्यासाठी विकसित देशात अधिक रस निर्माण करणे.

५) विकसनशील देशात खासगी गुंतवणुकीसाठी योग्य ती वातावरणनिर्मिती तयार करणे.

C) आशियाई विकास बँक (ADB) :

आशियाई विकास बँक (ADB) ही आशिया-पॅसिफिक प्रदेशात आर्थिक आणि सामाजिक विकासाला चालना देण्यासाठी समर्पित आंतरराष्ट्रीय वित्तीय संस्था आहे. १९६६ मध्ये स्थापित, आशियाई विकास बँक आर्थिक सहाय्य, तांत्रिक कौशल्य आणि ज्ञानाची देवाणघेवाण करून गरिबी कमी करणे आणि सदस्य देशांमध्ये राहणीमान सुधारण्याचे उद्दिष्ट ठेवते. त्यामुळे आशियाई विकास बँकेचा इतिहास, कार्ये, प्रशासन संरचना, कार्ये आणि आशिया-पॅसिफिक क्षेत्राच्या विकासातील योगदान याबाबत माहिती प्राप्त करणे योग्य ठरेल.

अ) इतिहास आणि स्थापना :

आशियासाठी प्रादेशिक विकास बँक स्थापन करण्याची कल्पना प्रथम १९६० च्या दशकाच्या सुरुवातीला मांडण्यात आली होती. डिसेंबर १९६६ मध्ये ३१ सदस्य देशांच्या करारानंतर आशियाई विकास बँकेची अधिकृतपणे स्थापना झाली. आशियाई विकास बँकेने १९६७ मध्ये आशिया-पॅसिफिक प्रदेशात आर्थिक विकास, प्रादेशिक सहकार्य आणि दारिद्र्य कमी करण्यावर प्राथमिक लक्ष केंद्रित करून कार्य सुरू केले.

ब) सदस्यत्व आणि शासन :

आशियाई विकास बँकेचे ६८ सदस्य देश आहेत, ज्यात आशिया-पॅसिफिक प्रदेशातील आणि बाहेरील विकसनशील आणि विकसित दोन्ही देशांचा समावेश होता. आशियाई विकास बँकेच्या शासन संरचनेत तीन प्रमुख संस्थांचा समावेश आहे:

१) प्रशासक मंडळ :

ही आशियाई विकास बँकेची सर्वोच्च निर्णय घेणारी संस्था आहे, ज्यामध्ये प्रत्येक सदस्य देशाचा एक गव्हर्नर असतो, सामान्यतः देशाचे अर्थमंत्री किंवा मध्यवर्ती बँकेचे गव्हर्नर. नियामक मंडळ दरवर्षी धोरणे ठरवण्यासाठी, बजेट मंजूर करण्यासाठी आणि प्रमुख विकास समस्यांवर चर्चा करण्यासाठी बैठक घेते.

२) संचालक मंडळ :

आशियाई विकास बँकेच्या दैनंदिन कामकाजासाठी संचालक मंडळ जबाबदार असते. यात १२ सदस्यांचा समावेश आहे, ज्यात नऊ निवडून आलेले कार्यकारी संचालक आणि जपान, युनायटेड स्टेट्स आणि चीन या सर्वात मोठ्या भागधारकांनी नियुक्त केलेले तीन सदस्य असतात.

३) व्यवस्थापन :

आशियाई विकास बँकेचे अध्यक्ष हे मुख्य कार्यकारी अधिकारी असतात आणि संस्थेच्या संपूर्ण व्यवस्थापन आणि प्रशासनासाठी जबाबदार असतात.

क) आशियाई विकास बँकेचे ध्येय आणि उद्दिष्टे :

आशियाई विकास बँकेचे उद्दिष्ट हे त्याच्या विकसनशील सदस्य देशांना शाश्वत आणि सर्वसमावेशक आर्थिक वृद्धी साध्य करण्यासाठी आणि गरिबी कमी करण्यात मदत करणे हे आहे. आशियाई विकास बँकेच्या मुख्य उद्दिष्टांमध्ये पुढील बाबी सामाविस्ट आहेत :

१) गरिबी कमी करणे :

आशियाई विकास बँकेचे उद्दिष्ट त्याच्या सदस्य देशांना गरिबी कमी करण्यात आणि त्यांच्या नागरिकांचे जीवनमान सुधारण्यासाठी आर्थिक वाढीस प्रोत्साहन देणाऱ्या प्रकल्पांना आणि उपक्रमांना समर्थन देऊन, नोकऱ्या निर्माण करण्यासाठी आणि सामाजिक सेवा वाढवण्यास मदत करण्याचे आहे.

२) सर्वसमावेशक विकास :

आशियाई विकास बँक सर्वसमावेशक विकासाला चालना देण्यावर लक्ष केंद्रित करते ज्यामुळे असुरक्षित आणि दुर्लक्षित लोकसंख्येसह समाजातील सर्व घटकांना फायदा होतो.

३) शाश्वत विकास :

आशियाई विकास बँकेच्या कार्यप्रणालीमध्ये पर्यावरणीय शाश्वतता या विचारास महत्व आहे, ज्यामध्ये पर्यावरणास अनुकूल आणि हवामान-लवचिक असलेल्या प्रकल्प आणि धोरणांना समर्थन देण्यावर लक्ष केंद्रित केले जाते.

४) प्रादेशिक सहकार्य :

आशियाई विकास बँक आशिया-पॅसिफिक प्रदेशात आर्थिक वृद्धी आणि विकासाला चालना देण्यासाठी आपल्या सदस्य देशांमधील प्रादेशिक सहकार्य आणि एकात्मतेला प्रोत्साहन देते.

ड) आशियाई विकास बँकेचे संचालन आणि वित्तपुरवठा :

आशियाई विकास बँक कर्ज, अनुदान आणि तांत्रिक सहाय्यासह अनेक आर्थिक साधनांद्वारे आर्थिक सहाय्य आणि तांत्रिक कौशल्य प्रदान करते. तीच्या कार्यामध्ये पायाभूत सुविधा, ऊर्जा, वाहतूक, कृषी, पाणीपुरवठा, शिक्षण आणि आरोग्य यासारख्या विविध क्षेत्रांचा समावेश होतो.

१) सामान्य भांडवली संसाधने (OCR) :

सामान्य भांडवली संसाधने हा आशियाई विकास बँकेचा आर्थिक सहाय्याचा प्राथमिक स्त्रोत आहे, जो त्याच्या सदस्य देशांना कर्ज आणि अनुदान प्रदान करतो. सामान्य भांडवली संसाधन निधी मुख्यतः सदस्य देशांकडून बँकेच्या भांडवली योगदानाद्वारे आणि आंतरराष्ट्रीय वित्तीय बाजारपेठेतील बाँड इश्यूद्वारे उभारलेल्या निधीद्वारे वित्तपुरवठा केला जातो.

२) आशियाई विकास निधी (ADF) :

आशियाई विकास निधीद्वारे आशियाई विकास बँकेच्या सर्वात गरीब सदस्य देशांना अनुदान आणि सवलतीचे कर्ज प्रदान केले जाते. आशियाई विकास निधीची भरपाई देणगीदार देशांच्या योगदानाद्वारे केली जाते.

३) तांत्रिक सहाय्य (TA) :

आर्थिक सहाय्याव्यतिरिक्त, आशियाई विकास बँक सदस्य देशांना प्रकल्प तयार करणे, धोरण तयार करणे आणि अंमलबजावणीमध्ये त्यांची क्षमता मजबूत करण्यास मदत करण्यासाठी तांत्रिक सहाय्य प्रदान करते.

ई) आशियाई विकास बँकेची रणनीती आणि प्राधान्यक्रम :

आशियाई विकास बँक वेळोवेळी आपल्या सदस्य देशांच्या विकसित गरजा आणि विकास आव्हानांशी जुळवून घेण्यासाठी आपल्या धोरणात्मक दिशानिर्देश आणि प्राधान्यक्रमांचे पुनरावलोकन करते. आशियाई विकास बँकेची काही प्रमुख क्षेत्रे आणि प्राधान्यांमध्ये पुढील बाबी समाविष्ट आहेत :

१) गरिबी कमी करणे :

आशियाई विकास बँक दारिद्र्य कमी करण्यावर भर देते आणि गरिबी निर्मूलन व सर्वसमावेशक वृद्धीला थेट लक्ष्य करणार्या प्रकल्पांना आणि धोरणांना समर्थन देते.

२) पायाभूत सुविधांचा विकास :

आशियाई विकास बँक आर्थिक वृद्धी आणि प्रादेशिक एकात्मतेला चालना देण्यासाठी पायाभूत सुविधांची महत्त्वपूर्ण भूमिका ओळखते. ही बँक परिवहन, ऊर्जा, पाणीपुरवठा आणि इतर पायाभूत सुविधा क्षेत्रातील प्रकल्पांना समर्थन देते.

३) खाजगी क्षेत्राचा विकास :

आशियाई विकास बँक विकास प्रकल्पांमध्ये खाजगी क्षेत्राच्या सहभागास सक्रियपणे प्रोत्साहन देते आणि खाजगी उद्योगांना आर्थिक आणि सल्लागार सहाय्य प्रदान करते.

४) पर्यावरणीय शाश्वतता :

आशियाई विकास बँकेच्या कार्यामध्ये पर्यावरणीय शाश्वतता हे प्रमुख प्राधान्य आहे. नूतनीकरणक्षम ऊर्जा, हवामान लवचिकता आणि पर्यावरण संवर्धनाला प्रोत्साहन देणाऱ्या प्रकल्पांना बँक समर्थन देते.

५) प्रादेशिक सहकार्य आणि एकात्मता :

आशियाई विकास बँक आर्थिक वृद्धी, व्यापार आणि सीमापार गुंतवणुकीला चालना देण्यासाठी तीच्या सदस्य देशांमधील प्रादेशिक सहकार्य आणि एकात्मतेला प्रोत्साहन देते.

फ) आशियाई विकास बँकेचे विकासात योगदान :

आशिया-पॅसिफिक प्रदेशात आर्थिक आणि सामाजिक विकासाला चालना देण्यासाठी आशियाई विकास बँकेने महत्त्वपूर्ण भूमिका बजावली आहे. पुढील मुद्यांच्या आधारे त्याचा आढावा घेता येईल :

१) गरिबी कमी करणे :

आशियाई विकास बँकेच्या प्रकल्प आणि कार्यक्रमांनी त्याच्या सदस्य देशांमध्ये गरिबी कमी करण्यात आणि जीवनमान सुधारण्यात योगदान दिले आहे.

२) पायाभूत सुविधांचा विकास :

पायाभूत सुविधा प्रकल्पांसाठी आशियाई विकास बँकेच्या वित्तपुरवठ्यामुळे या प्रदेशातील कनेक्टिव्हिटी, व्यापार आणि आर्थिक वृद्धी वाढली आहे.

३) ज्ञानाची देवाणघेवाण आणि तांत्रिक कौशल्य :

आशियाई विकास बँक सदस्य देशांना मौल्यवान तांत्रिक कौशल्य, ज्ञानाची देवाणघेवाण आणि क्षमता निर्मिती प्रदान करते, ज्यामुळे संस्थात्मक क्षमता आणि प्रकल्प अंमलबजावणी मजबूत करण्यास मदत होते.

४) खाजगी क्षेत्राचा विकास :

खाजगी क्षेत्रासाठी आशियाई विकास बँकेच्या पाठिंब्यामुळे उद्योजकता, रोजगार निर्मिती आणि आर्थिक विविधीकरणाला चालना मिळाली आहे.

५) पर्यावरणीय शाश्वतता :

आशियाई विकास बँकेच्या पर्यावरणीय शाश्वततेवर भर दिल्याने या प्रदेशातील हवामान लवचिकता आणि संवर्धन प्रयत्नांना हातभार लागला आहे.

६) प्रादेशिक सहकार्य :

आशियाई विकास बँकेने प्रादेशिक सहकार्य आणि एकात्मता सुलभ केली आहे, ज्यामुळे सीमापार व्यापार आणि गुंतवणुकीत वाढ झाली आहे.

D) ब्रिक्स (BRICS Bank) :

डर्बन (दक्षिण आफ्रिका) येथील २०१३ च्या वार्षिक सभेमध्ये ब्रिक्स राष्ट्रांनी ब्रिक्स विकास बँक स्थापना करण्याचे ठरवले. ज्याचे नाव लवकरच न्यू डेव्हलपमेंट बँक असे निर्धारित करण्यात आले. या सभेमध्ये केलेल्या जाहीरनाम्यानुसार आणि कृती आराखड्यानुसार असे निर्धारित करण्यात आले की ही बँक प्रामुख्याने ब्रिक्स राष्ट्रे आणि अन्य विकासानशील राष्ट्रे यांचा पायाभूत विकास आणि शाश्वत विकास यांच्या अनुषंगाने महत्त्वाची भूमिका निभावेल. स्थानिक आणि प्रादेशिक आर्थिक विकासामध्ये देखील ही बँक सर्वांना विशेषत्वाने जे ब्रिक्स देश आहेत त्यांना मोठ्या प्रमाणावरती सहकार्य करेल. या बँकेची महत्त्वाची कार्ये म्हणून शाश्वत विकास, उत्पन्न समानता, पायाभूत विकास आणि अन्य काही कार्ये निर्धारित करण्यात आली.

१) सदस्य देश :

या बँकेची स्थापना हीच मुळात ब्रिक्सची जी सदस्य राष्ट्रे आहेत त्यांच्याकडून केली गेली होती. त्यामुळे ब्राझील, रशिया, भारत, चीन आणि दक्षिण आफ्रिका ही या बँकेची सदस्य राष्ट्रे होती. संयुक्त राष्ट्रसंघाचे जे सदस्य देश आहेत त्यांच्यापैकी कोणत्याही देशाकरिता या बँकेचे सदस्यत्व खुले होते.

२) जाहीरनामा :

या बँकेचे बोर्ड ऑफ गव्हर्नन्स हे रशियाचे असतील तर पहिले संचालक मंडळ हे ब्राझील या देशाचे असेल तसेच बँकेचे पहिले अध्यक्ष हे भारताचे असतील आणि या बँकेचे मुख्यालय हे चीन मधील शांघाय या ठिकाणी असेल. या बँकेचे पहिले प्रादेशिक कार्यालय हे दक्षिण आफ्रिकेमध्ये सुरु करण्यात येईल.

३) बँकेचे अध्यक्ष :

या बँकेचे अध्यक्ष हे ब्रिक्स राष्ट्रांकडून निर्धारित केले जातील तसेच या बँकेचे अन्य चार उपाध्यक्ष हे देखील ब्रिक्स राष्ट्रांकडून निवडले जातील. या बँकेचे पहिले अध्यक्ष हे भारताचे श्री. के. व्ही. कामथ हे आहेत.

४) बँकेचे भाग भांडवल आणि भांडवल :

या बँकेचे सुरुवातीचे किंवा प्रारंभिक अभिदत्त भांडवल हे ५० दशलक्ष अमेरिकन डॉलर तर त्याचे अधिकृत भांडवल हे १०० दशलक्ष अमेरिकन डॉलर इतके आहे. बँकेचे जे अभिदत्त भांडवल आहे ते सर्वच सदस्य राष्ट्रांनी आपापसात समानतेने वाटून घेतलेले होते. या बँकेचे प्रशासन हे सदस्य राष्ट्रांच्या अर्थमंत्र्यांनी तयार केलेल्या प्रशासकीय मंडळाद्वारे पाहण्यात येईल. तसेच त्यांच्या बरोबरीने बँकेचे संचालक मंडळ देखील कार्यरत असेल. मंडळाचे मतदानाचे अधिकार हे बँकेमध्ये सदस्य राष्ट्राचे जेवढे भाग भांडवल आहे त्या प्रमाणे निर्धारित केले जाईल. ब्रिक्स देशांनी मिळून एकत्रितपणे बँकेसाठी एकूण भाग भांडवलाच्या किमान ५५% भाग भांडवल निर्धारित करणे बंधनकारक होते.

५) बँकेची कार्ये :

बँकेची कार्ये आणि उद्दिष्टे पुढीलप्रमाणे निर्धारित करता येतील :

अ) सदस्य राष्ट्रांच्या विकासाला चालना देणे.

ब) सदस्य राष्ट्रांच्या आर्थिक वृद्धीला चालना आणि आधार देणे.

क) स्पर्धात्मकतेला प्रोत्साहन देऊन रोजगारांची निर्मिती करणे.

ड) सर्वच विकसनशील राष्ट्रांसाठी ज्ञानांच्या देवाणघेवाणीची सुविधा उपलब्ध करून देणे.

६) वार्षिक सभा :

या बँकेच्या प्रशासकीय मंडळाची चौथी वार्षिक सभा ही १ ते २ एप्रिल २०१९ च्या कलामंडई दक्षिण आफ्रिकेतील केपटाऊन येथे पार्टनरशिप फॉर सस्टेनेबल डेव्हलपमेंट हा विषय चर्चेला घेऊन भरवण्यात आलेली होती.

७) बँकेची प्रगती :

बँकेच्या पाचव्या सभेमध्ये ठरवण्यात आल्या प्रमाणे या बँकेचे मुख्यालय हे चीन मधील शांघाय येथे उभारण्यात आले तर बँकेचे पहिले प्रादेशिक केंद्र हे दक्षिण आफ्रिकेच्या जोहानबर्ग येथे तयार करण्यात आले. या बँकेचे नेतृत्व हे चक्रीय पद्धतीने सर्वच सदस्य राष्टांकडून केले जाणार होते. श्री. के. व्ही. कामथ यांची नियुक्ती बँकेचे पहिले अध्यक्ष म्हणून करण्यात आली. २०१४-१५ च्या बँकेच्या करारानुसार बँकेच्या सर्व जबाबदाऱ्यांचे वाटप करण्यात आले होते. बँकेच्या कार्याचे संपूर्ण संचालन हे त्या बँकेचे जे चार उपाध्यक्ष आहेत त्यांच्याद्वारे केले जाणार होते. २०१४-१५ च्या शेवटापर्यंत या बँकेच्या सर्वच सदस्य राष्ट्रांनी बँकेसाठी ७५० दशलक्ष अमेरिकन डॉलर इतके योगदान दिलेले होते.

८) भारत आणि न्यू डेव्हलपमेंट बँक :

ब्रिक्स सभेनुसार या बँकेच्या प्रत्यक्ष कामकाजाची सुरुवात ही २०१६ च्या प्रारंभापासून करण्यात येईल आणि त्याचा जो पहिला प्रकल्प असेल तो पुनर्नवीकरणीय ऊर्जा संसाधनांच्या संदर्भातील असेल. याकरीता भारताने बँकेसमोर तीन प्रस्ताव समोर मांडलेले होते. त्यापैकी पहिल्या प्रस्तावाचे नाव हे सेन्टर्स ग्रीन एनर्जी कॉरिडॉर अँड ग्रीड स्ट्रेंदनिंग प्रोजेक्ट फॉर एव्हक्युएशन ऑफ पॉवर फ्रॉम रिन्यूएबल एनर्जी रिसोर्सस असे होते. तर अन्य दोन प्रकल्प जे राजस्थानमधील पॉवर प्रोजेक्ट आणि जलसिंचनाच्या संदर्भातील होते.

प्रश्न निर्माण झाला की, सध्या अस्तित्वात असणाऱ्या ज्या वित्तीय आणि विकास संस्था आहेत त्यांच्यापेक्षा या संस्थेचे स्वरूप हे पूर्णतः भिन्न आहे. त्यामुळे असे दिसून येते की, या बँकेद्वारे मोठ्या प्रमाणावरती भर हा पायाभूत विकासावरती देण्यात येतो. कोणत्याही प्रकारचे विकासाचे प्रारूप हे आर्थिक विकासाचे ध्येय गाठण्याच्या दृष्टिकोनातूनच तयार केले जात होते.

या बँकेच्या आकार आणि विस्ताराविषयी चर्चा करत असताना अनेक अर्थतज्ज्ञांनी या बँकेच्या भविष्याबद्दल चिंता व्यक्त केलेली आहे. काही तज्ज्ञांच्या मते, ब्रिक्सद्वारे एक उदयोन्मुख सत्ता म्हणून उदयास येत असताना त्याच्या सदस्य राष्ट्रांमध्ये जी आर्थिक मंदी आहे तिच्याकडे दुर्लक्ष करून चालणार नव्हते. गेल्या काही वर्षात चीनच्या अर्थव्यवस्थेचा वेग हा मोठ्या प्रमाणात मंदावलेला दिसून येतो. ब्राझीलमध्ये असणारी राजकीय अशांतता ही त्याच्या अर्थव्यवस्थेच्या अशांततेला देखील निर्माण करत आहे. तसेच रशियाच्या आर्थिक विकासाला देखील मोठ्या प्रमाणात खीळ बसलेली दिसून येते.

३.३.२ बाह्य व्यावसायिक कर्जे (ECB) :

'बाह्य व्यापारी कर्ज उभारणी' हा भारतामध्ये भांडवल उभारणीचा महत्त्वाचा स्त्रोत आहे. कंपन्यांच्या विस्तारीकरणासाठी भारत सरकारने बाह्य व्यापारी कर्ज उभारणी भांडवल उभारणीचा एक मार्ग म्हणून मान्यता दिलेली आहे. त्याचप्रमाणे नवीन गुंतवणुकीसाठीही बाह्य व्यावसायिक कर्जे हा मार्ग उपलब्ध आहे.

बाह्य व्यावसायिक कर्जामध्ये खालील गोष्टींचा समावेश होतो :

१) व्यापारी बँक कर्जे.

२) खरेदीदाराची पत.

३) सुरक्षित/हमी साधने (उदा. फ्लोटींग रेट नोटस् आणि फिक्स्ड रेट बॉण्डस्.)

४) ऑफिसीअल एक्सपोर्ट क्रेडिट एजन्सीकडील क्रेडिट.

५) बहुविध वित्तीय संस्था (उदा. इंटरनॅशनल फायनान्स कार्पोरेशन एशियन डेव्हलपमेंट बँक, इत्यादी) सारख्या संस्थांकडून घेतलेले कर्ज.

६) पुरवठादाराने दिलेले क्रेडिट.

बाह्य व्यावसायिक कर्जे या माध्यमातून परकीय चलन उपलब्ध होऊ शकते. अशाप्रकारे मिळणारे भांडवल प्रकल्पाच्या रुपयाच्या स्वरूपातील खर्च भागविण्यासाठी वापरता येते. परंतु हे लक्षात घेतले पाहिजे की, अशाप्रकारे उभारलेले भांडवल रोखे बाजार किंवा वास्तविक मालमत्ता यामध्ये गुंतवू शकत नाही.

बाह्य व्यावसायिक कर्जासाठी कर्ज घेऊ इच्छिणाऱ्या व्यक्तिंना/कंपन्यांना विहित नमुन्यात जॉईन्ट सेक्रेटरी, डिपार्टमेंट ऑफ इकॉनॉमिक अफेअर्स, मिनेस्ट्री ऑफ फायनान्स, नॉर्थ ब्लॉक, न्यू दिल्ली यांच्याकडे अर्ज करावा लागतो. कंपन्या इ सी बीसाठी कोणत्याही मान्यताप्राप्त आंतरराष्ट्रीय संस्थांकडून कर्ज उभारू शकतात. अशा संस्था म्हणजे बँका साधनसामुग्रीचे पुरवठादार, एक्सपोर्ट क्रेडिट एजन्सीज, फॉरेन कॉलॅबरेशन, परदेशी भागधारक, इत्यादींचा

समावेश होतो. अनधिकृत किंवा नोंदणी न झालेल्या संस्थांकडून इ सी बी माध्यमातून कर्ज उभारणीसाठी केलेले अर्ज विचारात घेतले जात नाहीत.

कंपन्यांनी अशाप्रकारे बाह्य व्यावसायिक कर्जे माध्यमातून कर्ज उभारणीसाठी केलेल्या प्रकरणांबाबत ५ दशलक्ष डॉलर्स ते १० दशलक्ष डॉलर्स पर्यंतची प्रकरण हाताळण्याचा अधिकार अर्थखात्याच्या १७ मार्च १९९९ च्या आदेशानुसार रिझर्व्ह बँकेला देण्यात आलेले आहेत. यामध्ये कमीत कमी परिपक्वता कालावधी ३ वर्षांचा असतो. या माध्यमातून उभारलेल्या पैशाचा/भांडवलाचा उपयोग व्यवसायाशी निगडित अशा गरजा भागविण्यासाठी करावा लागतो. प्रत्येक बाह्य व्यावसायिक कर्जे प्रकरणातील अटी आणि नियम योग्य अशा बाजारभावाशी निगडीत असावेत.

अ) बाह्य व्यावसायिक कर्जाचे फायदे :

बाह्य व्यावसायिक कर्जाचे फायदे पुढीलप्रमाणे स्पष्ट करता येतील :

१) बाह्य स्रोतांकडून ज्यावेळेस कर्ज घेतले जाते त्यावेळेस निधीचे जे मूल्य असते ते कमी असते. उदाहरणार्थ, अशा अर्थव्यस्था आहेत की ज्यांचा व्याजदर हा कमी आहे आणि या अर्थव्यवस्थांकडून भारतीय उद्योग, व्यवसाय संघटना या कमी व्याजदराने कर्जे घेऊ शकतात. यामध्ये भारतीय उद्योग–व्यवसाय संघटनांसाठी युरोझोन आणि अमेरिका हे तुलनात्मक रीतीने कमी व्याजदराचे वितरण करतात.

२) बाह्य व्यावसायिक कर्जेद्वारे निधी उभारताना आंतराष्ट्रीय बाजारपेठ ही मोठी असल्याने, देशांतर्गत अभिकर्त्यांद्वारे मिळवलेल्या सुविधांच्या तुलनेत उदयोग–व्यवसाय संघटना आंतरराष्ट्रीय अभिकर्त्यांद्वारे त्यांच्या ज्या गरजा आहेत त्या मोठ्या प्रमाणात पूर्ण करू शकतात.

३) बाह्य वाणिज्यिक कर्ज घेणे हा मुळात कर्ज घेण्याचा एक मार्ग आहे. त्यामुळे यामध्ये कर्जाचे स्वरूप हे इक्विटी प्रमाणे असणे आवश्यक नाही आणि म्हणूनच कंपनीचे भाग यामध्ये समाविष्ट होत नाहीत. कर्जदार जो आहे तो त्याच्या आवश्यकतेप्रमाणे निधीची उभारणी कोणत्याही नियंत्रणाशिवाय करू शकतो कारण जी कर्ज देणारी व्यक्ती आहे तिला कंपनीमध्ये कोणत्याही प्रकाराचे मताचे अधिकार नसतात.

४) कर्जदार गुंतवणूकदाराच्या आधारावरती विविधता आणू शकतो.

५) बाह्य व्यावसायिक कर्जे जागतिक बाजारपेठांमध्ये प्रवेश उपलब्ध करुन देते जेणेकरून कर्जदारांना जगातील संधींचा जास्त फायदा घेता येईल.

६) बाह्य व्यवसायिक कर्जे ही अर्थव्यस्थेसाठी देखील फायदेशीर असतात. भारत सरकारद्वारे या क्षेत्रामध्ये मुद्रास्फिती निर्धारित केली जाते, ज्यामुळे आर्थिक वृद्धीची शक्यता वाढते. उदाहरणार्थ, बाह्य व्यावसायिक कर्जाच्या माध्यमातून जो निधी भारतामध्ये येतो त्याचा वापर भारत सरकार सूक्ष्म, मध्यम आणि लघु उद्योगांच्या विकासासाठी आणि तसेच पायाभूत उद्योगांच्या विकासासाठी करू शकते. यामुळे देशाच्या सर्वांगीण विकास आणि वृद्धीला चालना मिळेल.

७) बाह्य व्यावसायिक कर्जाच्या माध्यमातून कंपन्या या अधिकाधिक नफा कमावू शकतात.

ब) बाह्य व्यावसायिक कर्जाच्या मर्यादा :

बाह्य व्यावसायिक कर्जाच्या मर्यादा पुढीलप्रमाणे सांगता येतील :

१) कमी दरामध्ये कर्जाची उपलब्धता होत असल्याने कंपनीचा दृष्टिकोन हा हलगर्जीपणाचा होऊ शकतो. यामुळे कंपनी आवश्यकतेपेक्षा जास्त कर्जे घेऊ शकते आणि त्यामुळे कंपनीचे जे ताळेबंदपत्रक असते त्यामध्ये कर्जाचे प्रमाण हे अधिक दिसून येते. याचा कंपनीच्या वित्तीय प्रमाणावरती/गुणोत्तरावरती विपरीत (वाईट) परिणाम घडून येतो.

२) श्रेणी देणाऱ्या ज्या कंपन्या आहेत त्या कंपनीच्या ताळेबंद पत्रकातील कर्जे बघून त्यांच्या वित्तीय स्थितिकडे नकारात्मक दृष्टिकोनातून बघतात, ज्यामुळे कंपनीच्या क्षमता विकासास मर्यादा येतात. याचा परिणाम कंपनीच्या कर्ज व्ययावरती होतो, ज्यामुळे कंपनीची व्यावसायिक बाजारातील जी प्रतिमा असते ती प्रतिमा मलीन होते. तसेच बाजारातील कंपनीचे जे भाग असतात त्यांची देखील किंमत कमी होते.

३) बाह्य व्यावसायिक कर्जे ही परकीय चलनांमध्ये घेतली गेली असतील तर त्यांचे व्याज आणि मूळ रक्कम ही देखील परकीय चलन स्वरूपातच भरावी लागते. परिणामी कंपनीला विनिमयदरामध्ये मोठ्या प्रमाणात जोखीम उचलावी लागते. ज्यामुळे कंपनीला मोठ्या प्रमाणात तोटा सहन करावा लागतो.

३.३.३ अमेरिकन डिपॉझिटरी रिसीट्स (ADR) :

डिपॉझिटरी रिसीट्सचा एक सर्वसामान्य प्रकार म्हणजे अमेरिकन डिपॉझिटरी रिसिट्स होय. याची निर्मिती अमेरिकन बाजारपेठेत १९२७ साली झाली. अमेरिकन डिपॉझिटरी रिसीट्स ही एक पराक्राम्य प्रतिभूती असते जी अमेरिकन वित्तीय बाजारपेठांमध्ये व्यापार करणाऱ्या बिगर अमेरिकन कंपनीच्या प्रतिभूतींचे प्रतिनिधित्व करते. अमेरिकन डिपॉझिटरी रिसीट्सद्वारे दर्शविल्या जाणाऱ्या विदेशी कंपनीच्या प्रतिभूतींना अमेरिकन डिपॉझिटरी शेअर्स असे म्हणतात. अनेक बिगर अमेरिकन कंपन्यांच्या शेअर्सचा अमेरिकन डिपॉझिटरी शेअर्सच्या माध्यमातून अमेरिकन शेअरबाजारामध्ये व्यापार केला जातो. अमेरिकन डिपॉझिटरी रिसीट्सचे निर्देशन आणि लाभांशाचा भरणा हा अमेरिकन डॉलरमध्ये केला जातो आणि त्याचा नियमित शेअरप्रमाणे व्यापार केला जाऊ शकतो. पहिल्या अमेरिकन डिपॉझिटरी रिसीट्सची निर्मिती जे.पी.मॉरगन यांनी १९२७ मध्ये ब्रिटिश रिटेलर सेलफ्रिजेससाठी केली.

अ) अर्थ :

अमेरिकन डिपॉझिटरी रिसीट ही अमेरिकेबाहेरील कंपनीने प्रचालन केलेली प्रतिभूती असते. ही प्रतिभूती प्रचालन करणाऱ्या देशाच्या ताब्यात प्रामुख्याने बँकेच्या ताब्यात राहते. परंतु या प्रतिभूतीचा अमेरिकन शेअर बाजारात व्यापार केला जातो. अमेरिकन डिपॉझिटरी रिसीट अमेरिकन वित्त बाजारपेठेमध्ये व्यापार केल्या जाणाऱ्या बिगर अमेरिकन समभागांची मालकी दर्शविते. अमेरिकन डिपॉझिटरी रिसीट्सचे निर्देशन आणि लाभांशाचा भरणा हा अमेरिकन डॉलरमध्ये केला जातो त्यामुळे अमेरिकन डिपॉझिटरी रिसीट गुंतवणुकदारांना सीमापार चलन व्यवहाराशिवाय समभागांचा व्यापार करण्याची परवानगी देते. अमेरिकन डिपॉझिटरी रिसीटद्वारे परकीय समभागाचा एक समभाग, समभागाचा एखादा भाग किंवा एकापेक्षा अधिक भाग दर्शविला जातो आणि त्याद्वारे गुंतवणुकदार ते त्या समभागांचे प्रतिनिधित्व करतात. तो समभाग प्राप्त करण्याचा अधिकार मिळतो. अमेरिकन डिपॉझिटरी रिसीट्सचे प्रचालन हे अमेरिकन डिपॉझिटरी बँकांद्वारे केले जाते आणि ते एखादा लाभांश गुंतवणुकदारांपर्यंत पोहोचण्याआधी त्याचे अमेरिकन डॉलरमध्ये रुपांतर करण्यासाठी जबाबदार असते. अमेरिकन डिपॉझिटरी रिसीट्स सामान्यपणे त्याच्या स्थानिक बाजारपेठेताल समभागाच्या किंमतीचा अवलंब करते आणि त्यामुळे ते स्थानिक देशांच्या आर्थिक व राजकीय पर्यावरणासाठी अत्यंत जोखमीचे असते जागतिक डिपॉझिटरी रिसिट्सद्वारे परकीय कंपनिच्या समभागांचे प्रतिनिधित्व केले जाते. त्या अर्थाने जागतिक डिपॉझिटरी रिसिट हे अमेरिकन डिपॉझिटरी रिसीट समान असते, परंतु त्याचा व्यापार हा स्थानिक शेअर बाजारात केला जातो. जागतिक डिपॉझिटरी रिसीट्सचे प्रचालन हे जागतिक डिपॉझिटरी बँकाद्वारे केले जाते आणि त्यांचा वापर हा उद्योन्मुख अर्थव्यवस्थांमधील कंपन्यांमध्ये गुंतवणुक करण्यासाठी केला जातो.

ब) अमेरिकन डिपॉझिटरी रिसीट्सची वैशिष्ट्ये :

अमेरिकन डिपॉझिटरी रिसीट्स हे बिगर अमेरिकन कंपन्यांचे एक साधन आहे, ज्यांचे त्या परकीय भांडवल प्राप्त करण्यासाठी अमेरिकेमध्ये प्रचालन करतात. त्या केवळ न्यूयॉर्क, नॅस्डॅक आणि अमेरिकन शेअर बाजारामध्ये सूचीबध्द केल्या जाऊ शकतात. अमेरिकन डिपॉझिटरी रिसीट्सची वैशिष्ट्ये पुढीलप्रमाणे.

१) अमेरिकन डिपॉझिटरी रिसीट्स कोणत्याही अमेरिकन शेअर बाजारामध्ये सूचीबध्द केल्या जाऊ शकतात.

२) एका अमेरिकन डिपॉझिटरी रिसीट्सद्वारे एकापेक्षा अधिक समभाग दर्शविले जाऊ शकतात उदा. एक अमेरिकन डिपॉझिटरी रिसीट = दोन समभाग.

३) अमेरिकन डिपॉझिटरी रिसीट धारक त्यांचे संभागांमध्ये रुपांतरण करु शकतात.

४) अमेरिकन डिपॉझिटरी रिसीट धारकांना कंपनीमध्ये मतदानाचा अधिकार नसतो.

५) अमेरिकन डिपॉझिटरी रिसीट्सवरील लाभांश हा संभागांवरील लाभांशाप्रमाणेच असतो.

६) अमेरिकन डिपॉझिटरी रिसीट्सचे निर्देशन हे अमेरिकन डॉलरमध्ये केले जाते.

क) अमेरिकन डिपॉझिटरी रिसीटच्या प्रचालनाची पद्धत :

१) कंपनी सुरुवातीला समभाग देशांतर्गत संरक्षक बँकेकडे हस्तांतरीत करते.

२) देशांतर्गत संरक्षक बँक अमेरिकन डिपॉझिटरी बँकेला, अमेरिकन डिपॉझिटरी रिसीट्च्या स्वरुपातील समभागांचे प्रचालन करण्याची विनंती करते.

३) अमेरिकन डिपॉझिटरी बँक जे प्रचालन रुपयांमध्ये करण्यात आले आहे त्यांचे रुपांतरण अमेरिकन डिपॉझिटरी रिसीट आणि अमेरिकन डॉलर मध्ये रुपांतरित करते.

४) शेवटी अमेरिकन डिपॉझिटरी रिसीट त्याचे इच्छित गुंतवणुकदाराला प्रचालन करते.

ड) अमेरिकन डिपॉझिटरी रिसीटचे फायदे :

अमेरिकन डिपॉझिटरी रिसीटच्या प्रचालनाद्वारे जागतिक डिपॉझिटरी रिसिटचे प्रचालन केल्यानंतर जे फायदे प्राप्त होतात, तेच फायदे प्राप्त होतात. उदा.

१) परकिय भांडवल प्राप्त करणे.

२) अधिक तरलता.

३) कंपनीच्या व्यापाराची पत वाढविणे.

४) बदलणारा खर्च कमी करणे.

५) अधिक चांगले समभाग मूल्य.

६) भागधारकांच्या विस्तारात वाढ करणे.

३.३.४ जागतिक डिपॉझिटरी रिसीट्स (GDR) :

परदेशी कंपनीमधील समभागांसाठी बँकेकडून दिल्या जाणाऱ्या प्रमाणपत्राला जागतिक डिपॉझिटरी रिसीट असे म्हणतात. जागतिक डिपॉझिटरी रिसीट्स म्हणजे आंतरराष्ट्रीय शाखेच्या परकीय शाखेद्वारे धारण केलेले समभाग होय. समभागांचा देशांतर्गत समभाग म्हणून व्यापार केला जातो. परंतु बँकेच्या विविध शाखांद्वारे ते जागतिक विक्रिसाठी प्रस्तावित केले जातात. जागतिक डिपॉझिटरी रिसीट हे एक वित्तीय साधन आहे ज्याचा वापर खाजगी बाजारपेठेद्वारे अमेरिकन किंवा युरो डॉलरच्या स्वरुपात निर्देशित केलेल्या भांडवलामध्ये वाढ करण्यासाठी केला जातो. जागतिक डिपॉझिटरी रिसीट हे अमेरिकन डिपॉझिटरी रिसीटशी अतिशय मिळते जुळते असते. जेव्हा खाजगी बाजारपेठा युरो डॉलर प्राप्त करण्याचा प्रयत्न करतात तेव्हा वापरल्या जाणाऱ्या साधनांना युरो डिपॉझिटरी रिसीट्स असे म्हणतात. जागतिक

डिपॉझिटरी रिसीट हे ओव्हरसिज डिपॉझिटरी बँकेद्वारे प्रचालन करण्यात येणारे डिपॉझिटरी रिसीटच्या स्वरुपातील एक डिपॉझिटरी रिसीट किंवा प्रमाणपत्राच्या स्वरुपातील एक साधन असते ज्याचे देशाबाहेरील निर्वासितांना प्रचालन करणाऱ्या कंपनीच्या सर्वसामान्य समभागाला लागून प्रचालन केले जाते. ओव्हरसिज डिपॉझिटरी बँक म्हणजे प्रचालन करणाऱ्या कंपनीच्या सर्वसामान्य समभागाला लागून जागतिक डिपॉझिटरी रिसीट प्रचालन करण्यासाठी प्रचालन करणाऱ्या कंपनीद्वारे मान्यता दिलेली बँक होय.

अ) अर्थ :

जागतिक डिपॉझिटरी रिसीटला आंतरराष्ट्रीय डिपॉझिटरी रिसीट असेदेखील म्हटले जाते. जागतिक डिपॉझिटरी रिसीट हे डिपॉझिटरी बँकेद्वारे प्रचालन करण्यात येणारे एक प्रमाणपत्र असते जे परकीय कंपन्यांच्या समभागांची खरेदी करते आणि त्यांची खात्यामध्ये गुंतवणुक करते. ते ज्या वास्तविक अमेरिकन डिपॉझिटरी रिसीटवर आधारित असते त्याच्याशी जागतिक स्वरुपात समान असते. जागतिक डिपॉझिटरी रिसीट्स परदेशी कंपनीच्या अंतर्निहित समभागाची मालकी दर्शविते आणि त्याचा वापर विकसित बाजारपेठेमधील गुंतवणुकदारांमार्फत विकसित किंवा उद्योन्मुख बाजारपेठांमध्ये गुंतवणुक करण्यासाठी केला जातो. जागतिक डिपॉझिटरी रिसीटच्या किंमती या संबंधित समभागांच्या मूल्यावर अवलंबून असतात, परंतु त्यांचा अंतर्निहित समभागापेक्षा स्वतंत्रपणे व्यापार आणि व्यवस्थापन केले जाते. सामान्यपणे एक जागतिक डिपॉझिटरी रिसीट हे १० अंतर्निहित समभागांसमान असतात. परंतु कोणतेही प्रमाण वापरले जाते हे एक पराक्राम्य साधन आहे, जे काही स्वतंत्रपणे रुपांतरित चलनामध्ये निर्देशित केले जाते. जागतिक डिपॉझिटरी रिसीट्समुळे प्रचालन करणाऱ्या कंपनिला परदेशी भांडवल बाजाराचा वापर करता येतो. जे. पी. मॉर्गन चेस, सिटीग्रूप, ड्यूश बँक, बँक ऑफ न्यूयॉर्क मेलन यांसारख्या अनेक आंतरराष्ट्रिय बँका जागतिक डिपॉझिटरी रिसीट्सचे प्रचालन करतात. जागतिक डिपॉझिटरी रिसीट्स अनेकदा फ्रँकफर्ट शेअर बाजार, लक्झेंबर्ग शेअर बाजार आणि लंडन शेअर बाजार यांमध्ये सूचीबध्द केले जाते जेथे त्यांचा इंटरनॅशनल ऑर्डर बुकमध्ये व्यापार केला जातो.

ब) जागतिक डिपॉझिटरी रिसीट्सची वैशिष्ट्ये :

जागतिक डिपॉझिटरी रिसीट हे कंपन्यांद्वारे वापरले जाणारे एक साधन आहे, ज्याचे कंपनी परकीय भांडवल प्राप्त करण्यासाठी अमेरिकन डॉलरमध्ये प्रचालन करते. ज्या शेअर बाजारामध्ये ते सूचीबध्द केलेले असतात त्या सर्व परकीय शेअर बाजारांमध्ये त्यांचा व्यापार केला जातो. उदा. रिलायन्स उद्योग समूहाद्वारे प्रचालन केलेले जागतिक डिपॉझिटरी रिसीट्स न्यर्याॅक शेअर बाजारात सूचिबध्द करण्यात आले आहे. त्यामुळे या जागतिक डिपॉझिटरी रिसिटचे खरेदी-विक्री व्यवहार हे केवळ या शेअर बाजारात केले जातात.

१) जागतिक डिपॉझिटरी रिसीट कोणत्याही अमेरिकन आणि युरोपीयन शेअर बाजारात सूचीबध्द करता येतात.

२) एका जागतिक डिपॉझिटरी रिसीटद्वारे एकापेक्षा अधिक समभाग दर्शविले जाऊ शकतात. उदा. एक जागतिक डिपॉझिटरी रिसीट = दोन समभाग

३) जागतिक डिपॉझिटरी रिसीट्सचे भागधारक, जागतिक डिपॉझिटरी रिसीट्सचे समभागांमध्ये रुपांतरण करु शकतात.

४) जागतिक डिपॉझिटरी रिसीट्सच्या भागधारकांना कंपनीमध्ये मतदान करण्याचा अधिकार नसतो. परंतु भागधारकांना हा अधिकार असतो.

५) या जागतिक डिपॉझिटरी रिसीट्सवरील लाभांश हे समभागावरील लाभांशासारखेच असतात.

६) जागतिक डिपॉझिटरी रिसीट्स अमेरिकन डॉलरमध्ये निर्देशित केले जातात.

क) जागतिक डिपॉझिटरी रिसीट्सचे प्रचालन करण्याची पद्धत :

१) प्रथम जागतिक डिपॉझिटरी रिसीट्सचे प्रचालन करणारी कंपनी तिचे समभाग एखाद्या देशांतर्गत संरक्षण बँकेकडे हस्तांतरित करते.

२) देशांतर्गत संरक्षण बँक परदेशातील काही ओव्हरसीज डिपॉझिटरी बँकेला जागतिक डिपॉझिटरी रिसीट्सचे समभागांचे प्रचालन करण्याची विनंती करते.

३) ओव्हरसिज डिपॉझिटरी बँक जागतिक डिपॉझिटरी रिसीटमध्ये रुपयामध्ये दर्शविलेल्या समभागांचे रुपांतरण अमेरिकन डॉलरमध्ये असलेल्या जागतिक डिपॉझिटरी रिसीटमध्ये करतात.

४) शेवटी ओव्हरसिज डिपॉझिटरी बँक त्यांचे इच्छित गुंतवणुकदारांना प्रचालन करते.

ड) जागतिक डिपॉझिटरी रिसीट्सचे फायदे :

जागतिक डिपॉझिटरी रिसीट्सचे प्रचालन करण्याचे मुख्य फायदे पुढीलप्रमाणे :

१) परकीय भांडवल प्राप्त करणे :

जागतिक डिपॉझिटरी रिसीटच्या माध्यमातून भारतीय कंपन्या परकीय भांडवलाची प्राप्ती करु शकतात. त्यामुळे अशा कंपन्यांना मुबलक स्वरुपात वित्तपुरवठा केला जातो. त्यामुळे देशातील परकीय विनिमय साठ्यात वाढ होते. या दोन्ही घटकांमुळे आर्थिक विकासाला मदत होते.

२) अधिक तरलता :

जागतिक डिपॉझिटरी रिसीटमध्ये समभागांशी तुलना करता अधिक तरलता असते कारण जागतिक डिपॉझिटरी रिसीट्सचे आर्थिकदृष्ट्या सक्षम कंपन्यांद्वारे प्रचालन केले जाते म्हणजेत त्यांची सहजपणे विक्री करता येते.

३) कंपनीची पत वाढते :

जी कंपनी जागतिक डिपॉझिटरी रिसीटचे प्रचालन करतात त्यांना बाजारपेठांमध्ये प्रतिष्ठा प्राप्त होते. या प्रतिष्ठेचा कंपनीच्या विक्रीवर अप्रत्यक्षपणे परिणाम होत असतो.

४) बदलणाऱ्या खर्चात घट :

समभागांचे प्रचालन करताना येणाऱ्या खर्चापेक्षा जागतिक डिपॉझिटरी रिसीट्सचे प्रचालन करताना कंपनीला कमी खर्च येतो.

५) अधिक चांगली समभाग किंमत :

कंपनीला देशांतर्गत बाजारपेठेत समभागांचे प्रचालन करण्याद्वारे मिळणाऱ्या मूल्यापेक्षा जागतिक डिपॉझिटरी रिसीटचे प्रचालन करण्याद्वारे अधिक मूल्य प्राप्त होते कारण जागतिक डिपॉझिटरी रिसिटद्वारे कंपनीची उत्तम आर्थिक स्थिती दर्शविली जाते.

६) भागधारकांचा विस्तार :

जागतिक डिपॉझिटरी रिसीटच्या प्रचालनामुळे भागधारकांना देशांतर्गत सीमा ओलांडून व्यापक स्वरुपात विस्तार करणे शक्य होते. यामुळे कंपनीचा आर्थिक प्रश्न संपतो आणि कंपनी जागतिकदृष्ट्या नावाजली जाते.

३.४ मोठ्या उद्योगांना वित्तपुरवठा करण्याबाबत सद्यकालीन प्रवाह :

मोठ्या उद्योगांना वित्तपुरवठा करण्यामध्ये भरीव भांडवली गुंतवणुकीचा समावेश होतो जे आर्थिक विकासात महत्त्वाची भूमिका बजावते. आर्थिक परिस्थिती, नियामक बदल, तांत्रिक प्रगती आणि जागतिक प्रवाह यासह विविध घटकांनी प्रभावित होऊन मोठ्या उद्योगांसाठी वित्तपुरवठा विस्तार अनेक वर्षांमध्ये विकसित झाला आहे. मोठ्या उद्योगांना वित्तपुरवठा करण्याच्या सद्यकालीन प्रवाहांमध्ये पुढील घटकांचा समावेश होतो :

१) पर्यायी वित्तपुरवठा पर्यायांचा उदय :

सद्यकालीन परिस्थितीत पारंपारिक बँक कर्जांच्या पलीकडे जाऊन पर्यायी वित्तपुरवठा पर्याय शोधण्याचा मोठ्या उद्योगांचा कल वाढत आहे. साहसी भांडवल, खासगी भाग-भांडवल, मदतनीस गुंतवणूकदार आणि क्राउड फंडिंग हे स्टार्टअप्स आणि नाविन्यपूर्ण उद्योगांसाठी निधीचे व्यवहार्य स्त्रोत म्हणून उदयास आले आहेत. हे पर्यायी निधीचे मार्ग लवचिक अटी आणि कौशल्यास प्राधान्य देतात, ज्यामुळे ते तंत्रज्ञान आणि अक्षय ऊर्जा यासारख्या उच्च-वाढीच्या उद्योगांसाठी आकर्षक बनतात.

२) हरित वित्तपुरवठा आणि शाश्वत गुंतवणूक :

शाश्वतता आणि पर्यावरणीय जाणीवेकडे जागतिक स्तरावर चाललेल्या प्रयत्नांमुळे हरित वित्तपुरवठा आणि शाश्वत गुंतवणुकीत वाढ झाली आहे. मोठे उद्योग आता पर्यावरणीय आणि सामाजिक उद्दिष्टांशी जुळणारे वित्तपुरवठा पर्याय शोधत आहेत. ग्रीन बॉण्ड्स, क्लायमेट फंड्स आणि इम्पॅक्ट गुंतवणुकीला लोकप्रियता मिळाली आहे. कारण गुंतवणूकदार टिकाऊपणाला प्रोत्साहन देणाऱ्या आणि हवामानातील बदलांना संबोधित करणाऱ्या प्रकल्पांना पाठिंबा देण्यामध्ये वाढते स्वारस्य दाखवतात.

३) सार्वजनिक-खाजगी भागीदारी (PPP) :

मोठ्या प्रमाणावर पायाभूत सुविधांच्या प्रकल्पांना वित्तपुरवठा करण्यासाठी सार्वजनिक-खाजगी भागीदारी हा महत्त्वाचा कल बनला आहे. सार्वजनिक-खाजगी भागीदारी मध्ये महामार्ग, विमानतळ आणि पॉवर प्लांट यांसारख्या पायाभूत सुविधा प्रकल्पांना निधी आणि व्यवस्थापित करण्यासाठी सार्वजनिक क्षेत्र आणि खाजगी संस्था यांच्यातील सहकार्याचा समावेश असतो. सार्वजनिक-खाजगी भागीदारी कार्यक्षम आणि किफायतशीर पायाभूत सुविधा वितरीत करण्यासाठी जोखीम सामायिक करण्यास आणि दोन्ही क्षेत्रांच्या कौशल्याचा लाभ घेण्यास परवानगी देते.

४) फिनटेक नावीन्य :

वित्तीय तंत्रज्ञानाने (फिनटेक) पारंपारिक वित्तपुरवठा आराखड्यात व्यत्यय आणला आहे, ज्यामुळे वित्तीय सेवा अधिक सुलभ आणि कार्यक्षम बनल्या आहेत. फिनटेक प्लॅटफॉर्मने पीअर-टू-पीअर कर्ज, इनव्हॉइस फायनान्सिंग, सप्लाय चेन फायनान्सिंग आणि ऑनलाइन क्राउड फंडिंगची सुविधा उपलब्ध करून दिली आहे. ज्यामुळे व्यवसायांना झटपट आणि कमी प्रशासकीय भारासह भांडवलात प्रवेश करण्याच्या नवीन संधी उपलब्ध आहेत.

५) सार्वभौम संपत्ती निधी :

सार्वभौम संपत्ती निधी (SWFs) मोठ्या उद्योगांसाठी वित्तपुरवठा करण्याचे प्रमुख स्त्रोत म्हणून प्रसिद्ध झाले आहेत. हे निधी, अनेकदा सरकारच्या मालकीचे, विविध प्रकारच्या मालमत्तांमध्ये गुंतवणूक करतात, ज्यात पायाभूत सुविधा प्रकल्प, तंत्रज्ञान कंपन्या आणि नैसर्गिक संसाधने यांचा समावेश होतो. सीमापार गुंतवणुकीमध्ये सार्वभौम संपत्ती निधी हे प्रमुख कर्ते बनले आहेत आणि त्यांनी धोरणात्मक उद्योगांमध्ये लक्षणीय भांडवल गुंतविले आहे.

६) पायाभूत सुविधा गुंतवणूक निधी :

पायाभूत सुविधा गुंतवणूक निधीने सार्वजनिक आणि खाजगी दोन्ही, मोठ्या प्रमाणात पायाभूत सुविधा प्रकल्पांना वित्तपुरवठा करण्यासाठी साधन म्हणून लोकप्रियता मिळवली आहे. संस्थात्मक गुंतवणूकदार, जसे की पेन्शन फंड आणि विमा कंपन्या, अशा मालमत्तेद्वारे ऑफर केलेल्या स्थिर आणि दीर्घकालीन परताव्यामुळे आकर्षित होऊन, पायाभूत सुविधा गुंतवणूक निधीमध्ये वाढत्या प्रमाणात निधीचे वाटप करत आहेत.

७) निर्यात पत यंत्रणा (ECs) :

आंतरराष्ट्रीय व्यापार आणि गुंतवणुकीत, निर्यात पत यंत्रणा मोठ्या प्रमाणात औद्योगिक प्रकल्पांना वित्तपुरवठा करण्यात महत्त्वपूर्ण भूमिका बजावतात. निर्यात पत यंत्रणा परदेशात वस्तू आणि सेवा निर्यात करण्यात गुंतलेल्या कंपन्यांना अनेकदा कर्ज, हमी किंवा विमा कार्यक्रमांद्वारे आर्थिक सहाय्य प्रदान करतात.

८) उद्योग–विशिष्ट निधी उपक्रम :

धोरणात्मक क्षेत्रे आणि उदयोन्मुख उद्योगांना समर्थन देण्यासाठी सरकार आणि वित्तीय संस्थांनी उद्योग–विशिष्ट निधी कार्यक्रम सुरू केले आहेत. उदाहरणार्थ, नवीकरणीय ऊर्जा प्रकल्प, तंत्रज्ञान स्टार्टअप्स आणि प्रगत उत्पादनासाठी निधी उपक्रम हे या क्षेत्रांमध्ये वाढ आणि नवकल्पना वाढवण्यासाठी स्थापन करण्यात आले आहेत.

९) मालमत्ता–समर्थित प्रतिभूती :

मालमत्ता–समर्थित प्रतिभूती (BS) चा वापर वित्तीय बाजारांमध्ये भांडवल उभारण्यासाठी केला गेला जातो; विशेषत: मूर्त मालमत्ता असलेल्या उद्योगांसाठी. प्रतिभूतीकरणाद्वारे, कंपन्या गहाण ठेवण्यासारख्या तरल मालमत्तेचे व्यापार करण्यायोग्य प्रतिभूतींमध्ये रूपांतर करू शकतात, ज्यामुळे गुंतवणूकदारांचा एक व्यापक समूह आकर्षित होतो.

१०) डिजिटल करन्सी आणि ब्लॉकचेन :

डिजिटल करन्सी आणि ब्लॉकचेन तंत्रज्ञानाच्या वाढीमुळे मोठ्या प्रमाणातील प्रकल्पांसाठी नवीन निधी उभारणी यंत्रणा म्हणून टोकनायझेशन आणि इनिशियल कॉइन ऑफरिंग्ज (ICOs) चे प्रयोग झाले आहेत. हे क्षेत्र अद्याप विकसित होत असताना, त्यात पारंपारिक वित्तपुरवठा पद्धतींना अडथळा आणण्याची आणि तरलता वाढवण्याची क्षमता आहे.

११) आंतरराष्ट्रीय भांडवली बाजार :

जागतिकीकरण आणि आर्थिक एकत्रीकरणामुळे मोठ्या उद्योगांना निधी उभारणीसाठी आंतरराष्ट्रीय भांडवली बाजारात प्रवेश मिळू शकतो. कंपन्या बॉण्ड्स आणि सहक्कभाग परदेशी रोखे बाजारात जारी करतात जेणेकरून गुंतवणूकदारांचा व्यापक आधार मिळेल आणि विविध निधी स्त्रोतांचा फायदा होईल.

१२) कोविड–१९ महामारीचा प्रभाव :

कोविड–१९ साथीच्या रोगाने मोठ्या प्रमाणात उद्योगांना वित्तपुरवठा करण्याच्या प्रमाणावर लक्षणीय परिणाम केला आहे. संकटकाळात उद्योगांना मदत करण्यासाठी सरकार आणि वित्तीय संस्थांनी प्रोत्साहन पॅकेज आणि मदत उपाय सुरू केले आहेत. याव्यतिरिक्त, साथीच्या रोगाने डिजिटलायझेशन आणि ऑटोमेशनला गती दिली आहे, गुंतवणूकीचे प्राधान्य आणि वित्तपुरवठा निर्णयांवर प्रभाव टाकला आहे.

३.५ सूक्ष्म, लघु आणि मध्यम उद्योगांना वित्तपुरवठा करण्याबाबत सद्यकालीन प्रवाह :

अलिकडच्या काळात सूक्ष्म, लघु आणि मध्यम उद्योगांना (एमएसएमई) वित्तपुरवठा करण्याबाबत अनेक सद्यकालीन प्रवाह आढळून येतात. विविध देशांमध्ये आर्थिक वाढ आणि रोजगार निर्मितीमध्ये एमएसएमई महत्त्वपूर्ण भूमिका बजावतात. तथापि, त्यांच्या आकारमानामुळे आणि जोखीम प्रोफाइलमुळे त्यांना वित्तपुरवठा करण्यासाठी अनेकदा आव्हानांना सामोरे जावे लागते. सद्यकाळात, या आव्हानांना तोंड देण्यासाठी आणि एमएसएमईंना आवश्यक निधी उपलब्ध करून देण्यासाठी विविध प्रवाह उदयास आले आहेत.

३.५.१ मुद्रा कर्ज :

मुद्रा (MUDR), ज्याचा अर्थ मायक्रो युनिट्स डेव्हलपमेंट अँड रिफायनान्स एजन्सी लिमिटेड आहे, ही भारत सरकारने देशातील सूक्ष्म, लघु आणि मध्यम उद्योगांना (MSMEs) आर्थिक सहाय्य देण्यासाठी स्थापन केलेली एक वित्तीय संस्था आहे. उद्योजकता, रोजगार निर्मिती आणि आर्थिक समावेशनाला प्रोत्साहन देण्यासाठी सरकारच्या पुढाकाराचा एक भाग म्हणून मुद्रा योजना एप्रिल २०१५ मध्ये सुरू करण्यात आली.

मुद्राचे प्राथमिक उद्दिष्ट हे अशा अनौपचारिक क्षेत्र, लहान व्यवसाय आणि उद्योजकांना परवडणारे आणि सुलभ क्रेडिट प्रदान करणे आहे, ज्यांना पारंपारिक बँकिंग यंत्रणेमधून वित्तपुरवठा करण्यासाठी अनेकदा आव्हानांचा सामना करावा लागतो. MUDR विविध कर्ज उत्पादने आणि मुद्रा भागीदार संस्था म्हणून ओळखल्या जाणार्या वित्तीय संस्थांना पुनर्वित्त सुविधांद्वारे निधी पुरवते, जे या बदल्यात सूक्ष्म, लघु आणि मध्यम उद्योगांना कर्ज देतात.

अ) मुद्रा कर्जाचे प्रकार :

मुद्रा सूक्ष्म, लघु आणि मध्यम उद्योगांना तीन मुख्य प्रकारचे कर्ज देते :

१) शिशू :

ही कर्ज श्रेणी रु. ५०,००० पर्यंत सुक्षम-श्रेणी कर्ज मायक्रो-एंटरप्राइजेस आणि स्टार्टअप्सना प्रदान करते. यात सुरुवातीच्या टप्प्यातील अशा व्यवसाय आणि उद्योजकांना लक्ष्य केले जाते ज्यांना त्यांच्या उपक्रमांसाठी प्रारंभिक भांडवल आवश्यक असते.

२) किशोर :

किशोर कर्ज श्रेणी रु. ५०,००० ते रु. ५ लाख पर्यंत कर्ज देते. हे अशा उद्योगांची पूर्तता करते ज्यांनी आधीच स्वतःची स्थापना केली आहे आणि विस्तारासाठी किंवा कार्यरत भांडवलाच्या आवश्यकतांसाठी अतिरिक्त निधीची आवश्यकता आहे.

३) तरुण :

तरुण कर्ज श्रेणी रु. ५ लाख ते रु. १० लाख पर्यंत कर्ज प्रदान करते. हे सुस्थापित आणि वाढत्या उद्योगांसाठी आहे ज्यांना त्यांच्या व्यावसायिक क्रियाकलापांसाठी जास्त भांडवल आवश्यक असते.

ब) मुद्रा कर्जाची वैशिष्ट्ये :

मुद्रा कर्जाची मुख्य वैशिष्ट्ये खालीलप्रमाणे आहेत :

१) संपार्श्विक मुक्त :

मुद्रा कर्ज साधारणपणे रु. १० लाख पर्यंतच्या रकमेसाठी तारण न देता प्रदान केले जाते. त्यामुळे ते मर्यादित मालमत्तेसह लहान व्यवसायांसाठी अधिक सुलभ असते.

२) सरलीकृत अर्ज प्रक्रिया :

पात्र लाभार्थ्यांना निधीचे त्वरित वितरण सुनिश्चित करण्यासाठी कर्ज अर्ज आणि मंजूरी प्रक्रिया सुलभ करणे हे मुद्रा कर्जाचे उद्दिष्ट आहे.

३) लवचिक अंतिम वापर :

मुद्रा कर्जाचा उपयोग खेळत्या भांडवलाच्या गरजा, व्यवसायाचा विस्तार, उपकरणे खरेदी आणि कार्यात्मक खर्च भागवणे यासह विविध कारणांसाठी केला जाऊ शकतो.

४) व्याजदर :

मुद्रा कर्जाचे व्याजदर संबंधित बँका किंवा वित्तीय संस्थांद्वारे निर्धारित केले जातात आणि ते कर्जदाराच्या पतपात्रतेवर आणि कर्जाच्या रकमेवर आधारित बदलू शकतात.

५) पुनर्वित्त सुविधा :

मुद्रा भागीदार संस्थांना पुनर्वित्त सहाय्य प्रदान करते, जसे की बँका, नॉन-बँकिंग वित्तीय कंपन्या (NBFCs), आणि मायक्रोफायनान्स संस्था (MFIs), त्यांना सूक्ष्म, लघु आणि मध्यम उद्योगांना कर्ज देण्यासाठी प्रोत्साहित करण्यासाठी हे सहाय्य उपयुक्त ठरते.

६) प्रधानमंत्री मुद्रा योजना (PMMY) सह एकत्रीकरण :

मुद्रा कर्ज हा प्रधानमंत्री मुद्रा योजनेचा एक आवश्यक घटक आहे, ही एक प्रमुख योजना आहे जी भारत सरकारने लघु व्यवसाय वित्त आणि उद्योजकतेला चालना देण्यासाठी सुरू केली आहे.

क) मुद्रा कर्जाचे महत्त्व :

मुद्रा कर्ज उद्योजकतेला चालना देण्यासाठी, आर्थिक वृद्धीला चालना देण्यासाठी आणि भारतातील सूक्ष्म, लघु आणि मध्यम उद्योगांच्या (MSMEs) विकासास समर्थन देण्यासाठी महत्त्वपूर्ण भूमिका बजावते. मुद्रा कर्जाचे महत्त्व खालील मुद्द्यांद्वारे स्पष्ट करता येईल :

१) आर्थिक समावेशन :

मुद्रा कर्जाचे उद्दिष्ट छोटे व्यवसाय, स्टार्टअप्स आणि औपचारिक बँकिंग चॅनेलवर सहज प्रवेश नसलेल्या उद्योजकांना पत सुविधा प्रदान करून आर्थिक समावेशन आणणे आहे. संपार्श्विक-मुक्त कर्ज ऑफर करून, मुद्रा अनौपचारिक क्षेत्राच्या आर्थिक गरजा पूर्ण करते आणि व्यक्तींना त्यांचे व्यवसाय सुरू करण्यास आणि वाढवण्यास सक्षम करते.

२) रोजगार निर्मिती :

भारतातील रोजगार निर्मितीमध्ये एमएसएमईचे महत्त्वपूर्ण योगदान आहे. या उपक्रमांना आर्थिक सहाय्य प्रदान करून, मुद्रा कर्ज नवीन रोजगाराच्या संधी निर्माण करण्यात आणि अर्थव्यवस्थेच्या विविध क्षेत्रांमध्ये स्वयंरोजगाराला चालना देण्यासाठी महत्त्वपूर्ण भूमिका बजावतात.

३) उद्योजकतेला प्रोत्साहन देणे :

मुद्रा कर्ज महत्वाकांक्षी उद्योजकांना त्यांच्या व्यावसायिक कल्पना प्रत्यक्षात आणण्यासाठी आवश्यक भांडवल देऊन देशातील उद्योजकतेला प्रोत्साहन देतात. यामुळे अधिक गतिमान आणि नाविन्यपूर्ण व्यवसाय वातावरण निर्माण होते, ज्यामुळे आर्थिक वृद्धी आणि विकास होतो.

४) एमएसएमई क्षेत्राला चालना :

एमएसएमई क्षेत्र भारतीय अर्थव्यवस्थेत महत्त्वपूर्ण भूमिका बजावते, जीडीपी, निर्यात आणि औद्योगिक उत्पादनात महत्त्वपूर्ण योगदान देते. मुद्रा कर्जामुळे या क्षेत्राला आवश्यक आर्थिक चालना मिळते, ज्यामुळे ते वाढण्यास, कार्याचा विस्तार करण्यास आणि आर्थिक विकासात अधिक प्रभावीपणे योगदान देण्यास सक्षम बनते.

५) सहाय्यक महिला आणि उपेक्षित गट :

मुद्रा कर्जामध्ये महिला उद्योजकांना आणि उपेक्षित समाजातील कर्जदारांना आधार देण्यासाठी विशिष्ट तरतुदी आहेत. या विभागांमध्ये आर्थिक समावेशनाला प्रोत्साहन देऊन, मुद्रा लिंगभाव समानता आणि सामाजिक सक्षमीकरणासाठी योगदान देते.

६) ग्रामीण अर्थव्यवस्था मजबूत करणे :

मुद्रा कर्जाचा ग्रामीण भागांवर लक्षणीय प्रभाव पडतो जेथे एमएसएमई स्थानिक अर्थव्यवस्थेचा कणा बनतात. किफायतशीर दरात कर्जाची उपलब्धता ग्रामीण उद्योजक आणि कारागीरांना त्यांचे व्यवसाय सुधारण्यास आणि उत्पन्न मिळविण्यात मदत करते, ग्रामीण विकासात योगदान देते.

७) वित्त प्रवेश वाढवणे :

मुद्रा कर्ज अनेक लहान व्यवसायांना तोंड देत असलेल्या वित्तपुरवठ्याच्या मर्यादित प्रवेशाच्या समस्येचे निराकरण करतात. पारंपारिक संपार्श्विक गरजेशिवाय पत प्रदान करून, मुद्रा एमएसएमईसाठी निधी मिळवणे आणि आर्थिक अडचणींवर मात करणे सोपे करते.

८) अनौपचारिक क्षेत्राचे औपचारिकीकरण :

अनेक छोटे व्यवसाय अनौपचारिक क्षेत्रात कार्यरत आहेत, जे त्यांच्या वाढीस आणि औपचारिक वित्तीय सेवांमध्ये प्रवेश करण्यास अडथळा आणू शकतात. मुद्रा कर्ज या व्यवसायांना औपचारिक अर्थव्यवस्थेत प्रवेश करण्यास प्रोत्साहित करतात, ज्यामुळे त्यांना पत इतिहास तयार करता येतो आणि स्वत:ला पतपात्र कर्जदार म्हणून स्थापित केले जाते.

९) स्थानिक आणि प्रादेशिक विकासाला चालना देणे :

मुद्रा कर्ज लहान व्यवसायांचे पालनपोषण करून स्थानिक आणि प्रादेशिक अर्थव्यवस्थेच्या विकासात मदत करतात. यामुळे, एक गुणाकार प्रभाव निर्माण होतो, कारण वाढत्या आर्थिक क्रियाकलापांमुळे वस्तू आणि सेवांना अधिक मागणी मिळते, ज्यामुळे प्रदेशातील इतर व्यवसायांना फायदा होतो.

१०) सरकारी उपक्रमांशी सरेखन :

मुद्रा कर्ज हे उद्योजकता, रोजगार निर्मिती आणि आर्थिक विकासाला चालना देण्याच्या सरकारच्या मोठ्या दृष्टीकोनाशी सुसंगत आहे. एमएसएमई ला परवडणारे क्रेडिट प्रदान करून, मुद्रा मेक इन इंडिया, स्टार्टअप इंडिया, आणि स्किल इंडिया सारख्या उपक्रमांना समर्थन देते.

३.५.२ स्टार्टअप कर्ज :

स्टार्टअप इंडिया हा भारत सरकारचा एक प्रमुख उपक्रम आहे, ज्याचा उद्देश देशात नवकल्पना आणि स्टार्टअप्सना जोपासण्यासाठी एक मजबूत इको-सिस्टम तयार करणे आहे. ज्यामुळे शाश्वत आर्थिक वृद्धी होईल आणि मोठ्या प्रमाणावर रोजगाराच्या संधी निर्माण होतील. या उपक्रमाद्वारे सरकार नाविन्यपूर्ण आणि डिझाइनद्वारे स्टार्टअप्सला सक्षम बनवण्याचे उद्दिष्ट ठेवते. उपक्रमाची उद्दिष्टे पूर्ण करण्यासाठी, भारत सरकारने स्टार्टअप इकोसिस्टमच्या सर्व पैलूंना संबोधित करणारी ही कृती योजना जाहीर केली आहे. स्टार्टअप इंडिया योजना हा रोजगार निर्मिती आणि संपत्ती निर्मितीसाठी भारत सरकारचा एक उपक्रम आहे. स्टार्टअप इंडियाचे उद्दिष्ट उत्पादने आणि सेवांचा विकास आणि नवकल्पना तसेच भारतातील रोजगार दर वाढवणे हे आहे. स्टार्टअप इंडिया योजनेचे फायदे म्हणजे कामाचे सुलभीकरण, वित्त सहाय्य, सरकारी निविदा, नेटवर्किंगच्या संधी इ. स्टार्टअप इंडियाचा शुभारंभ पंतप्रधान श्री.नरेंद्र मोदी यांनी १६ जानेवारी २०१६ रोजी केला.

अ) अर्थ :

स्टार्टअप म्हणजे पाच वर्षापूर्वी भारतात अंतर्भूत किंवा नोंदणीकृत नसलेली संस्था, ज्याची वार्षिक उलाढाल कोणत्याही मागील आर्थिक वर्षात २५ कोटी पेक्षा जास्त नसेल, तंत्रज्ञानाद्वारे चालवलेली नवीन उत्पादने, प्रक्रिया किंवा सेवांचे नवोपक्रम, विकास, उपयोजन किंवा व्यापारीकरण या दिशेने काम करत आहे. परंतु अशी संस्था आधीपासून अस्तित्वात असलेल्या व्यवसायाचे विभाजन करून किंवा पुनर्बांधणी करून तयार होत नाही. परंतु जर एखाद्या संस्थेची मागील आर्थिक वर्षांची उलाढाल २५ कोटी पेक्षा जास्त असेल किंवा तिने निगमन/नोंदणीच्या तारखेपासून ५ वर्षे पूर्ण केली असतील तर ती स्टार्टअप होण्याचे थांबेल. तसेच स्टार्टअपला आंतर-मंडळाकडून प्रमाणपत्र मिळाल्यानंतरच कर सवलती मिळू शकतात.

ब) स्टार्टअप इंडियाचे उद्दिष्ट/उद्दिष्ट :

स्टार्टअप इंडिया योजनेचा उद्देश देशातील नाविन्य आणि स्टार्टअपला प्रोत्साहन देण्यासाठी एक मजबूत इकोसिस्टम तयार करणे आहे. अशा मोहिमेमुळे शाश्वत आर्थिक विकासाला प्रोत्साहन मिळेल आणि मोठ्या प्रमाणावर रोजगाराच्या संधी निर्माण होतील. स्टार्टअप्सवरील नियामक ओझे कमी करून त्यांना त्यांच्या मुख्य व्यवसायावर लक्ष केंद्रित करण्याची आणि अनुपालन खर्च कमी ठेवण्याची परवानगी मिळते.

क) स्टार्टअप इंडियाचे महत्त्व/फायदे :

स्टार्टअप इंडियाचे महत्त्व खालीलप्रमाणे आहे :

१) नवकल्पना :

ज्ञानावर आधारित समाजात आर्थिक विकास आणि उत्पादकता वाढण्यामागील ते मुख्य प्रेरक शक्ती आहेत. स्टार्टअप कंपन्या शोध लागू करण्यासाठी सर्वात योग्य प्रकार आहेत आणि परिणामी तांत्रिक आणि इतर नवीन गोष्टींचे व्यावसायिकीकरण करण्यासाठी सर्वोत्तम यंत्रणा आहेत. स्टार्टअप कंपन्या नवीन तंत्रज्ञानाच्या जलद विकासासाठी आणि ते जिथे कार्य करतात त्या स्थानासाठी योगदान देतात. मोठ्या कंपन्या अनेकदा स्टार्टअप कंपन्या विकत घेतात कारण तंत्रज्ञानामुळे (मूलभूत घटक) ते नंतर त्यांच्या व्यवसायात समाकलित होतात आणि त्यामुळे त्यांचा स्पर्धात्मक फायदा टिकवून ठेवतात. त्याच वेळी, ते स्टार्टअप वातावरणास ज्ञान तसेच स्पिन-ऑफ आणि स्पिन-आउट कंपन्यांना प्रदान करतात, जे चांगल्या प्रकारे कार्यरत स्टार्टअप इकोसिस्टमशिवाय शक्य होणार नाही.

२) नवीन नोकऱ्या आणि आर्थिक वृद्धी :

दीर्घकाळात, स्टार्टअप कंपन्या नवीन नोकऱ्यांचा मोठा भाग निर्माण करतात आणि देशाच्या आर्थिक वृद्धीस हातभार लावतात. स्टार्टअप कंपन्या नवकल्पनांवर आधारित आहेत हे लक्षात घेता, स्टार्टअप कंपन्यांची क्षमता अर्थव्यवस्थेच्या निरोगी विकासाचे प्रतिनिधित्व करते. जर देशाला दीर्घकालीन नवीन रोजगारांना प्रोत्साहन द्यायचे असेल, तर दीर्घ कालावधीत (१० वर्षे आणि त्याहून अधिक कालावधीत) सर्वाधिक नोकऱ्या निर्माण करणाऱ्या कंपन्यांमध्ये गुंतवणूक करणे आवश्यक आहे. स्टार्टअप कंपन्या नव्या पिढीला रोजगार आणि सक्रिय करण्यासाठी आदर्श स्वरूप आणि संधी आहेत.

३) आर्थिक व्यवस्थेत नवीन स्पर्धात्मक गतिशीलता आणणे :

स्टार्टअप कंपन्या या बाजारातील सर्वात गतिमान आर्थिक संस्था आहेत, कारण त्या आर्थिक प्रणालीला अतिरिक्त गतिशीलता आणि स्पर्धात्मकता प्रदान करतात. याचा अर्थ असा की अर्थव्यवस्था निरोगी, महत्वकांक्षी आणि मेहनती राहते.

४) संशोधन-नावीन्य प्रणालीला प्रोत्साहन देणे :

उच्च तंत्रज्ञान तसेच ज्ञानावर आधारित सेवा स्टार्टअप कंपन्या ज्ञान संस्थांशी खूप जवळून जोडलेल्या आहेत. अशाप्रकारे एक योग्य उद्योजकता परिसंस्था संशोधन आणि विकास तसेच संशोधन आणि नावीन्यपूर्ण ज्ञान संस्था, कंपन्या आणि जोडणाऱ्या संस्थांच्या दृष्टिकोनाला प्रोत्साहन देते तसेच विद्यापीठे आणि संशोधन संस्थांमध्ये संशोधन कार्याच्या उपयुक्त अभिमुखतेमध्ये योगदान देते. दरम्यान, हे एक आदर्श म्हणून देखील कार्य करते आणि विद्यार्थी व संशोधकांना त्यांच्या कल्पना स्टार्टअप कंपनीद्वारे अंमलात आणण्यासाठी प्रोत्साहित करते.

५) समाजात सक्रियतेची मूल्ये आणणे :

स्टार्टअप उद्योजकता समाजाची मूल्ये बदलते आणि ज्ञान व सर्जनशीलतेवर आधारित समाजाच्या अनुषंगाने एक नवीन मानसिकता आणते. यामुळे लोकसंख्येला त्यांच्या कामाची आणि करिअरच्या विकासाची जाणीव वाढू लागली आहे.

६) आर्थिक लाभ :

भारत सरकार स्टार्टअप कंपनीकडून पेटंट खर्चावर ८०% सूट देते. बर्याचदा, स्टार्टअप्समध्ये अद्वितीय उत्पादने किंवा सेवा असतात, त्यांना पेटंटची आवश्यकता असते. स्टार्टअप योजनेंतर्गत या पेटंटची नोंदणी तुलनेने जलद होते.

७) आयकर फायदे :

कर सवलत ही सर्वात मोठ्या सवलतींपैकी एक आहे ज्याचा लाभ कंपन्यांना मिळू शकतो. तथापि, ही सवलत केवळ स्थापनेच्या कालावधीपासून ३ वर्षांपर्यंत उपलब्ध आहे. पुढे काही विशिष्ट फंडांमध्ये गुंतवणूक करून, कंपन्या भांडवली नफ्यावर कर सवलतीचा दावा करू शकतात. आंतर-मंत्रालय मंडळ सर्व स्टार्टअप्सना प्रमाणित करते आणि प्रमाणपत्र जारी करून स्टार्टअप योजनेद्वारे कर लाभांसाठी पात्रता मंजूर करते.

८) नोंदणीचे फायदे :

साधारणपणे, असे मानले जाते की नोंदणी प्रक्रिया कंटाळवाणी असते आणि त्यात अनेक प्रशासकीय प्रक्रिया कराव्या लागतात. म्हणून, आधी चर्चा केल्याप्रमाणे, भारत सरकारने विविध स्टार्टअप हब स्थापन केले आहेत; जे अर्ज, नोंदणी आणि तक्रारींसाठी वेळेची बैठक सुलभ करतात.

९) सरकारी निविदा :

सरकारी निविदा मोठ्या प्रमाणावर उद्योजकांद्वारे निवडल्या जातात कारण सरकारी निविदा पारित केल्याने मोठ्या प्रमाणात व्यवसाय होईल आणि त्यात मोठा पैसा असेल. या निविदा प्राप्त करणे सहसा कठीण असते. तथापि, सध्याच्या योजनेंतर्गत, स्टार्टअप्सना सरकारी निविदा किंवा मोठ्या प्रमाणात हाताळण्याचा कोणताही पूर्व अनुभव नसला तरीही त्यांना प्राधान्य दिले जाते.

१०) नेटवर्किंगच्या मोठ्या संधी :

आपल्या स्टार्टअपबद्दल किती लोकांना माहिती आहे आणि आपण स्टार्टअपशी किती संबंधित आहात यावर एक्सपोजर, वर्ड ऑफ माऊथ मार्केटिंग आणि प्रतिष्ठा अवलंबून असते. ही एक प्रक्रिया आहे जी व्यवसायाच्या मार्गावर होऊ शकते. ही योजना वर्षातून दोनदा सर्व प्लॅटफॉर्म एकाच छताखाली आणते आणि स्टार्ट-अप फेस्टचे आयोजन करते ज्यामुळे कंपन्यांना त्यांचे नेटवर्क विकसित करता येते आणि नवीन बाजारपेठ आणि सहयोगाचे दरवाजे खुले होतात.

३.५.३ क्राउड फंडिंग :

क्राउड फंडिंग हा भारतातील व्यक्ती आणि व्यवसायांसाठी एक लोकप्रिय वित्तपुरवठा पर्याय म्हणून उदयास आला आहे, विविध प्रकल्प, उपक्रम आणि कारणांसाठी निधी उभारण्यासाठी हा निधी उपयुक्त मानला जातो. ऑनलाइन क्राउड फंडिंग प्लॅटफॉर्मच्या वाढीमुळे आणि या पर्यायी निधी प्रारूपाबद्दल जागरूकता वाढल्याने भारतातील क्राउड फंडिंग क्षेत्रामध्ये अलीकडच्या वर्षांत लक्षणीय वाढ झाली आहे. भारतातील क्राउड फंडिंगचे काही प्रमुख पैलू खाली आहेत:

अ) भारतातील क्राउड फंडिंग प्रारूपाचे प्रकार :

क्राउड फंडिंगचे खालील प्रकार आहेत :

१) देणगी-आधारित क्राउड फंडिंग :

भारतीय क्राउड फंडिंग प्लॅटफॉर्म सामाजिक कारणे, वैद्यकीय आणीबाणी, शिक्षण आणि इतर सेवाभावी उपक्रमांसाठी अनेक मोहिमा आयोजित करतात. योगदानकर्ते कोणत्याही आर्थिक परताव्याशिवाय या कारणांना पाठिंबा देण्यासाठी पैसे देतात.

२) पुरस्कार–आधारित क्राउड फंडिंग :

भारतीय स्टार्टअप्स आणि सर्जनशील प्रकल्प सहसा पाठीराख्यांना त्यांच्या आर्थिक पाठिंब्याच्या बदल्यात गैर–आर्थिक पुरस्कार देण्यासाठी पुरस्कार–आधारित क्राउड फंडिंग वापरतात. ही बक्षिसे उत्पादने, सेवा किंवा अनन्य अनुभवांपासून असू शकतात.

३) समहक्क क्राउड फंडिंग :

भारतात, समहक्क क्राउड फंडिंगला जोर मिळत आहे, ज्यामुळे गुंतवणूकदारांना त्यांच्या गुंतवणुकीच्या बदल्यात स्टार्टअप्स आणि सुरुवातीच्या टप्प्यातील कंपन्यांमध्ये भागधारक बनता येते. हे प्रारूप स्टार्टअप्सना गुंतवणूकदारांच्या मोठ्या गटातून भांडवल उभारण्यास सक्षम करते.

४) ऋण क्राउड फंडिंग :

भारतातील पीअर–टू–पीअर लेंडिंग प्लॅटफॉर्म व्यक्तींना नियमित व्याज देयके आणि मूळ रकमेच्या परतफेडीच्या बदल्यात कर्जदारांना पैसे देण्यास सक्षम करतात.

ब) क्राउड फंडिंगचे निकष :

क्राउड फंडिंगसाठी पुढील काही प्रमुख निकष आहेत :

१) स्पष्ट आणि आकर्षक प्रकल्प किंवा कारण :

एक यशस्वी क्राउड फंडिंग मोहीम स्पष्ट आणि आकर्षक प्रकल्प किंवा कारणाने सुरू होते. मोहिमेच्या निर्मात्याने मोहिमेचा उद्देश, त्याची उद्दिष्टे आणि अपेक्षित प्रभाव स्पष्ट केला पाहिजे. तो एक सर्जनशील प्रकल्प असो, सामाजिक कारण असो, स्टार्टअप उपक्रम असो किंवा वैयक्तिक गरज असो, मोहिमेला संभाव्य पाठीराख्यांना प्रतिसाद मिळाला पाहिजे.

२) वास्तववादी निधी उद्दिष्ट :

मोहिमेचे निधीचे उद्दिष्ट वास्तववादी आणि विचारपूर्वक असले पाहिजे. हे प्रकल्प किंवा कारण पूर्ण करण्यासाठी वास्तविक निधी आवश्यकतांशी सरेखित केले पाहिजे. अवास्तविकपणे उच्च निधीची उद्दिष्टे संभाव्य पाठीराख्यांना रोखू शकतात, तर एक माफक आणि साध्य करण्यायोग्य ध्येय निश्चित केल्याने ते गाठण्याची शक्यता वाढते.

३) तपशीलवार प्रकल्प आराखडा आणि अंदाजपत्रक :

मोहिमेच्या निर्मात्याने सविस्तर प्रकल्प आराखडा आणि अर्थसंकल्प प्रदान केला पाहिजे, ज्यामध्ये उभारलेल्या निधीचा वापर कसा केला जाईल. निधी कसा खर्च केला जाईल याबद्दल पारदर्शक संवाद पाठीराखांसोबत विश्वास निर्माण करतो आणि जबाबदारी दाखवतो.

४) आकर्षक बक्षिसे (पुरस्कार–आधारित क्राउड फंडिंगसाठी) :

पुरस्कार–आधारित क्राउड फंडिंगमध्ये, पाठीराख्यांना आकर्षक आणि संबंधित बक्षिसे देणे आवश्यक आहे. लोकांना मोहिमेत योगदान देण्यास प्रवृत्त करण्यासाठी पुरस्कार पुरेसे आकर्षक असले पाहिजेत. बक्षिसे देखील मोहिमेच्या उद्देशाशी आणि निधीच्या पातळीशी जुळली पाहिजेत.

५) विश्वासार्ह मोहीम निर्माता :

पाठीराखे अनेकदा योगदान देण्यापूर्वी मोहिमेच्या निर्मात्याची विश्वासार्हता आणि यश–अपयशाची मालिका विचारात घेतात. निर्मात्याची पार्श्वभूमी, अनुभव आणि पात्रता याबद्दल माहिती प्रदान केल्याने संभाव्य समर्थकांमध्ये आत्मविश्वास निर्माण होऊ शकतो.

६) मोहीम सामग्री गुंतवणे :

व्हिडिओ, प्रतिमा आणि चांगले लिखित वर्णनांसह आकर्षक आणि दृष्यदृष्ट्या आकर्षक मोहीम सामग्री ही संभाव्य पाठीराख्यांना आकर्षित करू शकते आणि त्यांना प्रकल्पाबद्दल अधिक जाणून घेण्यासाठी प्रोत्साहित करू शकते.

७) विपणन आणि जाहिरात :

क्राउड फंडिंग मोहिमेच्या यशस्वीतेसाठी प्रभावी विपणन आणि प्रमोशन महत्त्वपूर्ण आहे. मोहिमेच्या निर्मात्याने सोशल मीडिया, ईमेल मार्केटिंग आणि इतर चॅनेलचा उपयोग व्यापक प्रेक्षकांपर्यंत पोहोचण्यासाठी आणि मोहिम भोवती चर्चा निर्माण करण्यासाठी केला पाहिजे.

८) पारदर्शक संवाद :

संपूर्ण मोहिमेदरम्यान समर्थकांशी पारदर्शक आणि नियमित संवाद आवश्यक आहे. मोहीम निर्मात्यांनी प्रकल्पाच्या प्रगतीबद्दल अद्यतने प्रदान केली पाहिजेत, पाठिराख्यांच्या योगदानाची कबुली द्यावी आणि प्रश्न किंवा समस्यांना त्वरित प्रतिसाद द्यावा.

९) कायदेशीर आणि नियामक अनुपालन :

क्राउड फंडिंग प्रारूपाच्या प्रकारावर आणि प्रदेशानुसार, पालन करण्यासाठी कायदेशीर आणि नियामक आवश्यकता असू शकतात. उदाहरणार्थ, समहक्क क्राउड फंडिंग मोहिमांना विशिष्ट प्रतिभूती नियमांचे पालन करण्याची आवश्यकता असू शकते.

१०) अटी आणि नियम :

परतावा, वितरण कालमर्यदा (पुरस्कार-आधारित क्राउड फंडिंगसाठी) आणि इतर संबंधित माहिती संबंधित स्पष्ट अटी आणि शर्ती प्रदान केल्याने अपेक्षा व्यवस्थापित करण्यात आणि संभाव्य विवाद टाळण्यास मदत होते.

११) अंतिम मुदत आणि कालमर्यादा :

मोहिमेसाठी वाजवी कालमर्यादा आणि निधीचे उद्दिष्ट गाठण्यासाठी स्पष्ट कालमर्यादा निश्चित केल्याने निकडीची भावना निर्माण होऊ शकते आणि पाठीराख्यांना त्वरीत कार्य करण्यास प्रोत्साहित केले जाऊ शकते.

बहुविकल्पी प्रश्न

१) राखून ठेवलेली कमाई आणि घसारा निधी ही ---------- वित्तपुरवठा स्त्रोतांची उदाहरणे आहेत.
अ) बाह्य ब) कर्ज घेतलेले क) इक्विटी ड) अंतर्गत

२) समहक्क भाग, डिबेंचर्स विकणे आणि बँक कर्ज मिळवणे ही ---------- वित्तपुरवठा स्त्रोतांची उदाहरणे आहेत.
अ) बाह्य ब) कर्ज घेतलेले क) राखून ठेवलेले ड) अंतर्गत

३) व्यवसायात नफा परत मिळवणे हा ---------- वित्ताचा एक प्रकार आहे.
अ) बाह्य ब) कर्ज घेतलेले क) समहक्क ड) अंतर्गत

४) कॉर्पोरेट बाँड जारी करणे हा ---------- वित्तपुरवठ्याचा एक प्रकार आहे.
अ) अंतर्गत ब) इक्विटी क) बाह्य ड) कर्ज घेतलेले

५) उद्यम भांडवल गुंतवणूक शोधणे हे ---------- वित्तपुरवठ्याचे उदाहरण आहे.
अ) समहक्क ब) अंतर्गत क) कर्ज घेतलेले ड) बाह्य

६) बँक कर्ज घेणे हा ---------- वित्तपुरवठ्याचा एक प्रकार आहे.
अ) कर्ज घेतलेले ब) समहक्क क) अंतर्गत ड) बाह्य

७) IDBI ची स्थापना विविध उद्योगांना आर्थिक सहाय्य आणि विकास सहाय्य देण्यासाठी ---------- मध्ये करण्यात आली.
अ) १९५० ब) १९६४ क) १९८० ड) १९९१

८) IDBI प्रामुख्याने देशातील औद्योगिक प्रकल्पांना ---------- सहाय्य प्रदान करण्यावर लक्ष केंद्रित करते.
अ) शैक्षणिक ब) कृषी क) आर्थिक ड) आरोग्याशी संबंधित

९) SFC ची स्थापना विविध राज्यांमध्ये ---------- ला मध्यम आणि दीर्घकालीन आर्थिक सहाय्य देण्यासाठी करण्यात आली.
अ) सरकारी प्रकल्प ब) विदेशी कंपन्या
क) खाजगी व्यक्ती ड) लघु आणि मध्यम उद्योग (SMEs)

१०) SFCs त्यांच्या संबंधित राज्यांमध्ये ---------- आणि संतुलित औद्योगिक विकासाला चालना देण्यासाठी महत्त्वपूर्ण भूमिका बजावतात.
अ) शेती ब) शिक्षण क) पायाभूत सुविधा ड) मनोरंजन

११) SIDBI ची स्थापना ---------- मध्ये केवळ लघुउद्योगांना प्रोत्साहन आणि वित्तपुरवठा करण्यावर लक्ष केंद्रित करण्यासाठी करण्यात आली.
अ) १९५६ ब) १९७० क) १९८२ ड) १९९६

१२) SIDBI ---------- च्या वाढीस आणि विकासास समर्थन देण्यासाठी विविध आर्थिक आणि गैर-वित्तीय सेवा प्रदान करते.
अ) मोठ्या कंपन्या ब) सरकारी प्रकल्प
क) कृषी उपक्रम ड) लघु आणि सूक्ष्म उपक्रम

१३) नाबार्डची स्थापना कृषी आणि ग्रामीण विकासाला आर्थिक सहाय्य देण्यासाठी ---------- मध्ये करण्यात आली.

अ) १९४७ ब) १९५६ क) १९८२ ड) १९९२

१४) नाबार्ड प्रामुख्याने शेतकरी आणि ग्रामीण भागात ---------- पत आणि इतर संबंधित सेवा प्रदान करण्यावर लक्ष केंद्रित करते.

अ) औद्योगिक ब) शहरी क) कृषी ड) तांत्रिक

१५) निर्यातदार आणि आयातदारांना आर्थिक पाठबळ देऊन आंतरराष्ट्रीय व्यापाराला चालना देण्यासाठी एक्झिम बँकेची स्थापना ---------- मध्ये करण्यात आली.

अ) १९४७ ब) १९६४ क) १९८२ ड) १९९२

१६) एक्झिम बँक आर्थिक सहाय्य, व्यापार माहिती आणि ---------- सेवा प्रदान करून निर्यात आणि आयात क्रियाकलाप सुलभ करते.

अ) वैद्यकीय ब) शैक्षणिक क) विमा ड) मनोरंजन

१७) ID हा जागतिक बँक समूहाचा भाग आहे आणि जगातील सर्वात गरीब देशांना ---------- सवलती प्रदान करतो.

अ) अनुदान ब) कर्ज क) गुंतवणूक ड) इक्विटी शेअर्स

१८) ID चे उद्दिष्ट ---------- कमी करणे आणि त्याच्या लाभार्थी देशांमध्ये शाश्वत आर्थिक वाढीस प्रोत्साहन देणे आहे.

अ) तांत्रिक प्रगती ब) पर्यावरणीय प्रदूषण क) गरिबी ड) महागाई

१९) IFC हा जागतिक बँक गटाचा सदस्य आहे जो विकसनशील देशांमध्ये ---------- ला समर्थन देण्यावर लक्ष केंद्रित करतो.

अ) सरकारी प्रकल्प ब) मोठ्या कॉर्पोरेशन क) शैक्षणिक संस्था ड) मायक्रोफायनान्स संस्था

२०) IFC विकसनशील अर्थव्यवस्थांमध्ये ---------- खाजगी क्षेत्र तयार करण्यात मदत करण्यासाठी गुंतवणूक आणि सल्लागार सेवा प्रदान करते.

अ) नोकरशाही ब) कमकुवत क) स्पर्धात्मक ड) सरकार-नियंत्रित

२१) आशियाई विकास बँक ही एक प्रादेशिक विकास बँक आहे जी ---------- देशांतील आर्थिक आणि सामाजिक विकासाला चालना देण्याचे उद्दिष्ट ठेवते.

अ) आफ्रिकन ब) उत्तर अमेरिकन

क) आशियाई आणि पॅसिफिक ड) युरोपियन

२२) आशियाई विकास बँक त्याच्या सदस्य देशांमधील ---------- आणि विकासाशी संबंधित प्रकल्पांसाठी आर्थिक संसाधने आणि तांत्रिक सहाय्य प्रदान करते.

अ) अंतराळ संशोधन ब) कला आणि संस्कृती

क) पायाभूत सुविधा ड) लष्करी संरक्षण

२३) ब्रिक्स बँक, अधिकृतपणे नवीन विकास बँक म्हणून ओळखली जाते, पायाभूत सुविधा आणि शाश्वत विकास प्रकल्पांना वित्तपुरवठा करण्यासाठी ---------- देशांनी स्थापन केली होती.

अ) विकसित वेस्टर्न ब) युरोपियन युनियन क) ब्रिक्स ड) मध्य पूर्व

२४) नवीन विकास बँक ही आर्थिक विकास, दारिद्र्य निर्मूलन आणि शाश्वत ---------- या प्रकल्पांवर लक्ष केंद्रित करते.

अ) लष्करी संरक्षण ब) शहरीकरण क) कृषी पद्धती ड) पर्यावरणीय पद्धती

२५) बाह्य व्यावसायिक कर्जे (ECBs) भारतीय संस्थांनी ---------- द्वारे परदेशी बाजारपेठेत उभारलेल्या निधीचा संदर्भ देते.

अ) देशांतर्गत बँका ब) निर्यात-आयात कार्ये

क) आंतरराष्ट्रीय शेअर बाजार ड) सरकारी अनुदान

२६) बाह्य व्यावसायिक कर्जे (ECB) चा वापर ---------- आणि पायाभूत सुविधा प्रकल्पांसारख्या विविध उपक्रमांना वित्तपुरवठा करण्यासाठी केला जातो.

अ) कृषी अनुदाने ब) पर्यावरणीय उपक्रम

क) निर्यात-आयात कार्ये ड) तांत्रिक संशोधन

२७) अमेरिकन डिपॉझिटरी पावती (DR) हे ---------- बँकेने जारी केलेले प्रमाणपत्र आहे, जे परदेशी कंपनीच्या शेअर्सचे प्रतिनिधित्व करते.

अ) केंद्रीय ब) खाजगी क) देशांतर्गत ड) विदेशी

२८) अमेरिकन डिपॉझिटरी पावती (DRs) युनायटेड स्टेट्समधील गुंतवणूकदारांना परदेशी स्टॉक एक्स्चेंजवर व्यापार न करता ---------- कंपन्यांमध्ये अप्रत्यक्षपणे गुंतवणूक करण्याची परवानगी देतात.

अ) देशांतर्गत ब) विकसित क) उदयोन्मुख बाजारपेठ ड) ना-नफा

२९) जागतिक ठेवी पावती (GDR) हा अमेरिकन डिपॉझिटरी पावती (DR) सारखाच असतो परंतु तो केवळ युनायटेड स्टेट्समध्येच नव्हे तर ---------- मार्केटमध्ये देखील व्यवहार करता येतो.

अ) घरगुती ब) उदयोन्मुख क) विकसित ड) ना-नफा

३०) जागतिक ठेवी पावती (GDRs) परदेशी कंपन्यांना आंतरराष्ट्रीय भांडवली बाजारात प्रवेश प्रदान करतात आणि त्यांना जागतिक गुंतवणूकदारांकडून ---------- उभारण्यास सक्षम करतात.

अ) देशांतर्गत निधी ब) कृषी अनुदान क) आर्थिक मदत ड) भांडवल

३१) मुद्रा हा एक सरकारी उपक्रम आहे, ---------- सह विविध कर्ज श्रेणींद्वारे एमएसएमईंना आर्थिक सहाय्य प्रदान करतो.

अ) कृषी कर्जे ब) निर्यात-आयात कर्ज

क) अल्प मुदतीची कर्जे ड) शिशु, किशोर आणि तरुण कर्ज

३२) स्टार्टअप कर्जे ---------- ला त्यांच्या विकासाच्या सुरुवातीच्या टप्प्यात समर्थन देण्याच्या उद्देशाने तयार केलेले वित्तपुरवठा उपाय आहेत.

अ) मोठ्या कॉर्पोरेशन्स ब) सुस्थापित कंपन्या

क) नवीन व्यवसाय उपक्रम ड) सरकारी प्रकल्प

३३) क्राउड फंडिंगमध्ये एमएसएमई प्रकल्पांना निधी देण्यासाठी ---------- व्यक्तींकडून, विशेषत: ऑनलाइन प्लॅटफॉर्मद्वारे लहान रक्कम गोळा करणे समाविष्ट असते.

अ) एकल गुंतवणूकदार ब) सरकारी एजन्सी

क) मोठे कॉर्पोरेशन ड) गट

३४) मुद्रा हे व्यवसाय वाढीच्या टप्प्यावर आधारित तीन प्रकारचे कर्ज देते: नवीन व्यवसायांसाठी शिशु, विद्यमान उपक्रमांसाठी किशोर आणि सुस्थापित एमएसएमईसाठी ----------.

अ) कनिष्ठ **ब)** तरुण **क)** प्राइम **ड)** एलिट

३५) नवीन आणि वाढत्या व्यवसायांच्या गरजा पूर्ण करण्यासाठी स्टार्टअप कर्जे अनेकदा लवचिक परतफेड अटी आणि ---------- व्याजदरांसह येतात.

अ) उच्च **ब)** स्थिर **क)** निम्न **ड)** चल

३६) क्राउड फंडिंग एमएसएमईंना त्यांच्या प्रकल्पांसाठी समुदाय समर्थनाची भावना वाढवून ---------- च्या विस्तीर्ण दुव्यामधून भांडवलात प्रवेश करण्यास सक्षम करते.

अ) बँका **ब)** प्रतिस्पर्धी **क)** गुंतवणूकदार **ड)** सरकारी संस्था

उत्तरे : १) ड, २) अ, ३) ड, ४) क, ५) ड, ६) अ, ७) ब, ८) क, ९) ड, १०) क, ११) क, १२) ड, १३) ड, १४) क, १५) ड, १६) क, १७) अ, १८) क, १९) ब, २०) क, २१) क, २२) क, २३) क, २४) ड, २५) क, २६) क, २७) ड, २८) क, २९), ब, ३०) ड, ३१) ड, ३२) क, ३३) ड, ३४) ब, ३५) क, ३६) क.

सरावासाठी प्रश्न

प्र. १. औद्योगिक वित्तपुरवठ्याची व्याख्या सांगा. औद्योगिक वित्तपुरवठ्याचे विविध स्त्रोत स्पष्ट करा.

प्र. २. औद्योगिक वित्तपुरवठ्याचे अंतर्गत स्त्रोत स्पष्ट करा.

प्र. ३. औद्योगिक वित्तपुरवठ्याचे बाह्य स्त्रोत सांगा.

प्र. ४. औद्योगिक वित्तपुरवठ्यामध्ये IDBI ची भूमिका आणि योगदान स्पष्ट करा.

प्र. ५. औद्योगिक वित्तपुरवठ्यामध्ये SCF ची भूमिका आणि योगदान सांगा.

प्र. ६. औद्योगिक वित्तपुरवठ्यामध्ये SIDBI ची भूमिका आणि योगदान स्पष्ट करा.

प्र. ७. औद्योगिक वित्तपुरवठ्यामध्ये नाबार्डची भूमिका आणि योगदान स्पष्ट करा.

प्र. ८. औद्योगिक वित्तपुरवठ्यामध्ये EXIM बँकेची भूमिका आणि योगदान स्पष्ट करा.

प्र. ९. आंतरराष्ट्रीय विकास यंत्रणा (IDA) बद्दल माहिती सांगा.

प्र. १०. आंतरराष्ट्रीय वित्तीय महामंडळ (IFC) बद्दल माहिती सांगा.

प्र. ११. आशियाई विकास बँक (ADB) बद्दल माहिती सांगा.

प्र. १२. ब्रिक्स बँकेबद्दल तपशीलवार माहिती द्या.

प्र. १३. मोठ्या उद्योगांना वित्तपुरवठा करण्याबाबतच्या सद्यकालीन प्रवाहांचे स्पष्टीकरण द्या.

प्र. १४. एमएसएमईला वित्तपुरवठा करण्याबाबतच्या सद्यकालीन प्रवाहांचे स्पष्टीकरण द्या.

प्र. १५. **खालील विषयांवर टीप लिहा:**

अ) औद्योगिक वित्तपुरवठा.
ब) आंतरराष्ट्रीय विकास संस्था (IDA).
क) आंतरराष्ट्रीय वित्तीय महामंडळ (IFC).
ड) आशियाई विकास बँक (ADB).
इ) ब्रिक्स बँक.
ई) एक्झिम बँक
फ) मुद्रा कर्ज.
ग) स्टार्टअप कर्ज.
ह) क्राउड फंडिंग.

प्रकरण ४

महाराष्ट्रातील प्रमुख उद्योग : कार्यपद्धती, समस्या आणि प्रगती

प्रस्तावना :

महाराष्ट्र, भारतातील सर्वात औद्योगिकदृष्ट्या विकसित राज्यांपैकी एक आहे, विविध प्रकारच्या प्रमुख उद्योगांचे घर आहे. राज्याच्या अर्थव्यवस्थेत उत्पादन, स्वयंचलन, माहिती तंत्रज्ञान, वस्त्रोद्योग, रसायने, फार्मास्युटिकल्स, कृषी आणि सेवा या क्षेत्रांचे वर्चस्व आहे. राज्याची राजधानी, मुंबई हे एक प्रमुख आर्थिक केंद्र आहे, जे विविध वित्तीय संस्था आणि सेवांचे आयोजन करते, ज्यामुळे महाराष्ट्राचे आर्थिक महत्त्व आणखी वाढले आहे. पुणे, नाशिक, औरंगाबाद आणि नागपूर ही प्रमुख औद्योगिक केंद्रे आहेत, ज्यांचा महाराष्ट्राच्या आर्थिक विकासात मोठा वाटा आहे. भक्कम पायाभूत सुविधा, कुशल कार्यबल आणि अनुकूल व्यावसायिक वातावरणासह, महाराष्ट्र देशांतर्गत आणि आंतरराष्ट्रीय अशा दोन्ही प्रकारच्या गुंतवणुकीला आकर्षित करतो, ज्यामुळे ते भारताच्या औद्योगिक परिदृश्यात प्रमुख योगदान देते. याव्यतिरिक्त, महाराष्ट्र कृषी क्षेत्रात, विशेषतः ऊस, द्राक्षे आणि दुग्धजन्य पदार्थांच्या उत्पादनात आघाडीवर आहे.

४.१ फार्मास्युटिकल (औषधनिर्मिती) उद्योग :

विविध औषधांचे उत्पादन करणाऱ्या अनेक उत्पादन सुविधा, संशोधन आणि विकासावर मजबूत लक्ष, जागतिक निर्यातीमध्ये सक्रिय सहभाग, प्रोत्साहन आणि धोरणांद्वारे सरकारचे समर्थन आणि कुशल व्यावसायिकांची उपस्थिती यामुळे महाराष्ट्रात भरभराट होत असलेला फार्मास्युटिकल हा एक उद्योग आहे. भारताच्या फार्मास्युटिकल क्षेत्रातील एक प्रमुख राज्य म्हणजे महाराष्ट्र होय.

उदाहरणे :

महाराष्ट्रातील फार्मास्युटिकल उद्योगांची काही उदाहरणे खालीलप्रमाणे :

१) एव्हेंटिस फार्मा लिमिटेड

२) ग्लॅक्सोस्मिथक्लाइन

३) शारंगधर नैसर्गिक आरोग्य सेवा

४) लेबेन लॅबोरेटरीज प्रा. लि.

५) प्लॅनेट फार्मा

६) थिंक फार्मा

७) मल्टी ऑरगॅनिक्स प्रा. लि.

८) रॅड मॅन इंडस्ट्रीज

४.१.१ फार्मास्युटिकल उद्योगांची कार्यपद्धती :

महाराष्ट्रातील फार्मास्युटिकल उद्योग एक जटिल आणि सुसूत्रित प्रक्रियेद्वारे चालतो ज्यामध्ये संशोधन आणि विकास, उत्पादन, गुणवत्ता नियंत्रण, वितरण, विपणन, नियामक अनुपालन, निर्यात, संशोधन सहयोग, सरकारी धोरणे आणि प्रोत्साहने तसेच कुशल कार्यबल यांचा समावेश आहे. खालील माहितीद्वारे महाराष्ट्रात औषध उद्योग कसे कार्य करतात याची सर्वसमावेशक माहिती देण्यासाठी या प्रत्येक पैलूचा शोध घेतला आहे.

१) संशोधन आणि विकास (R&D) :

महाराष्ट्रातील फार्मास्युटिकल उद्योग नवीन औषधे शोधण्यासाठी आणि विकसित करण्यासाठी, विद्यमान कार्यपद्धती सुधारण्यासाठी आणि अपूर्ण वैद्यकीय गरजा पूर्ण करण्यासाठी संशोधन आणि विकासामध्ये मोठ्या प्रमाणात गुंतवणूक करतो. फार्मास्युटिकल कंपन्या, संशोधन संस्था आणि शैक्षणिक संस्था नाविन्यपूर्ण संशोधन प्रकल्प आयोजित करण्यासाठी सहयोग करतात. ते उपचारात्मक परिणाम वाढविण्यासाठी आणि दुष्परिणाम कमी करण्यासाठी नवीन रासायनिक घटक, जैविक औषधे आणि नवीन औषध वितरण प्रणाली शोधतात. या संशोधन आणि विकास प्रक्रियेमध्ये मानवी नैदानिक चाचण्यांकडे जाण्यापूर्वी संभाव्य औषध उमेदवारांची सुरक्षितता आणि परिणामकारकता निश्चित करण्यासाठी प्रयोगशाळेतील प्रयोग आणि प्राण्यांच्या अभ्यासासह व्यापक पूर्व-वापर चाचण्यांचा समावेश होतो.

२) उत्पादन :

महाराष्ट्रात प्रगत तंत्रज्ञानाने सुसज्ज असलेल्या आणि चांगल्या उत्पादन पद्धती आणि आंतरराष्ट्रीय दर्जाच्या मानकांचे पालन करणाऱ्या असंख्य औषधी उत्पादन सुविधा आहेत. हे उत्पादन युनिट जेनेरिक औषधे, ओव्हर-द-काउंटर उत्पादने आणि विशेष औषधांसह औषधांच्या विस्तृत श्रेणीचे उत्पादन करतात. उत्पादन प्रक्रियेमध्ये सक्रिय फार्मास्युटिकल घटक, कार्यपद्धती सुधारणा आणि पॅकेजिंगचे संश्लेषण समाविष्ट असते. उत्पादनाची गुणवत्ता आणि सातत्य सुनिश्चित करण्यासाठी ते कठोर प्रोटोकॉलचे पालन करतात.

३) गुणवत्ता नियंत्रण :

औषधे आवश्यक मानकांची पूर्तता करतात आणि वापरासाठी सुरक्षित आहेत याची खात्री करण्यासाठी कठोर गुणवत्ता नियंत्रण उपाय संपूर्ण उत्पादन प्रक्रियेत लागू केले जातात. गुणवत्ता नियंत्रण प्रयोगशाळा औषधांची ओळख, शुद्धता, सामर्थ्य आणि स्थिरता सत्यापित करण्यासाठी विविध चाचण्या आणि विश्लेषणे करतात. हे सुनिश्चित करते की वितरणासाठी सोडलेली औषधांची प्रत्येक बॅच नियामक तपशीलांचे पालन करते आणि आंतरराष्ट्रीय गुणवत्ता मानकांची पूर्तता करते.

४) वितरण आणि पुरवठा साखळी :

एकदा औषधे तयार झाल्यानंतर, ते विविध घाऊक विक्रेते, किरकोळ विक्रेते, रुग्णालये, दवाखाने आणि फार्मसीमध्ये सुव्यवस्थित पुरवठा साखळी नेटवर्कद्वारे वितरित केले जातात. फार्मास्युटिकल कंपन्या त्यांच्या उत्पादनांचे वेळेवर आणि कार्यक्षम वितरण सुनिश्चित करण्यासाठी वितरक आणि लॉजिस्टिक भागीदारांसोबत जवळून काम करतात. पुरवठा साखळी व्यवस्थापन प्रणाली उत्पादनाचा अपव्यय कमी करण्यासाठी, स्टॉकआउट्स टाळण्यासाठी आणि विविध आरोग्य सेवा प्रदात्यांकडून मागणी पूर्ण करण्यासाठी तयार केलेली आहे.

५) विपणन आणि विक्री :

महाराष्ट्रातील फार्मास्युटिकल कंपन्या हेल्थकेअर प्रोफेशनल आणि ग्राहकांपर्यंत पोहोचण्यासाठी विपणन आणि प्रचारात्मक क्रियाकलापांमध्ये गुंततात. ते आरोग्यसेवा व्यावसायिकांना त्यांच्या उत्पादनांचे फायदे आणि वैशिष्ट्यांचा प्रचार करण्यासाठी वैज्ञानिक माहिती आणि प्रशिक्षण देतात. विपणन धोरणांमध्ये वैद्यकीय परिषदा, कार्यशाळा, परिसंवाद आणि डिजिटल विपणन मोहिमा यांचा समावेश होतो. विक्री संघ त्यांच्या औषधांच्या योग्य वापरास प्रोत्साहन देण्यासाठी आरोग्यसेवा व्यावसायिकांशी संवाद साधतात आणि सतत सुधारणा करण्यासाठी अभिप्राय गोळा करतात.

६) नियामक अनुपालन :

महाराष्ट्रातील औषध उद्योग कठोर नियामक निरीक्षणाखाली चालतो. केंद्रीय औषध मानक नियामक संघटना (CDSCO) आणि युनायटेड अमिरिकां अन्न आणि औषध प्रशासन (यूएस FDA) आणि युरोपियन औषध यंत्रणा (एच) सारख्या आंतरराष्ट्रीय नियामक एजन्सी सारख्या राष्ट्रीय नियामक प्राधिकरणांनी सेट केलेल्या विविध नियमांचे पालन हे उद्योग करतात. फार्मास्युटिकल कंपन्या त्यांची उत्पादने बाजारात आणण्यापूर्वी नियामक मंजुरीसाठी औषध सुरक्षा, परिणामकारकता आणि उत्पादन प्रक्रियांबद्दल तपशीलवार माहिती सादर करतात. नियामक मानकांचे पालन सुनिश्चित करण्यासाठी नियमित तपासणी केली जाते.

७) निर्यात :

महाराष्ट्रातील अनेक फार्मास्युटिकल कंपन्या त्यांची उत्पादने विविध देशांमध्ये निर्यात करतात, ज्यामुळे जागतिक फार्मास्युटिकल बाजारपेठेमध्ये भारताचे लक्षणीय योगदान आहे. फार्मास्युटिकल उत्पादनांच्या निर्यातीसाठी विविध आंतरराष्ट्रीय नियम आणि मानकांचे पालन करणे आवश्यक आहे. कंपन्यांनी निर्यात परवाने मिळवणे आवश्यक आहे आणि लक्ष्य बाजारांच्या विशिष्ट आवश्यकता पूर्ण करणे आवश्यक आहे.

८) संशोधन सहयोग :

महाराष्ट्रातील फार्मास्युटिकल उद्योग संशोधन संस्था आणि शैक्षणिक संस्थांसोबत नावीन्य आणण्यासाठी आणि सार्वजनिक आरोग्याच्या आव्हानांना तोंड देण्यासाठी सक्रियपणे सहकार्य करतो. हे सहकार्य ज्ञान-वाटप, अत्याधुनिक संशोधनात प्रवेश आणि सहयोगी औषध विकास प्रकल्प सुलभ करतात. शैक्षणिक संस्थांसोबत भागीदारी करून, औषध कंपन्या औषध शोध आणि विकास प्रक्रियेला गती देण्यासाठी विशेष कौशल्य आणि संसाधनांचा लाभ घेऊ शकतात.

९) सरकारी धोरणे आणि प्रोत्साहने :

महाराष्ट्र राज्य सरकार फार्मास्युटिकल क्षेत्रातील गुंतवणूक आणि वाढीस प्रोत्साहन देण्यासाठी धोरणात्मक समर्थन, प्रोत्साहन आणि अनुदाने प्रदान करते. या धोरणांचा उद्देश संशोधन आणि विकासाला चालना देणे, परदेशी गुंतवणूक आकर्षित करणे, देशांतर्गत उत्पादनास समर्थन देणे आणि निर्यातीला चालना देणे हा आहे. सरकारी

उपक्रमांमुळे औषध उद्योगाची भरभराट होण्यासाठी आणि राज्याच्या आर्थिक विकासात योगदान देण्यासाठी सक्षम वातावरण निर्माण होते.

१०) कुशल कामगार :

महाराष्ट्रातील फार्मास्युटिकल उद्योग शास्त्रज्ञ, संशोधक, फार्मासिस्ट, केमिस्ट, अभियंता, नियामक प्रकरणातील तज्ञ, विक्री आणि विपणन व्यावसायिक आणि इतर व्यावसायिकांचा समावेश असलेल्या कुशल आणि शिक्षित कामगारांवर अवलंबून आहे. महाराष्ट्रातील विद्यापीठे आणि शैक्षणिक संस्था फार्मास्युटिकल विज्ञान आणि संबंधित क्षेत्रातील विशेष अभ्यासक्रम तयार करतात, ज्यामुळे उद्योगाच्या यशात योगदान देणारे प्रतिभावान व्यावसायिक तयार होतात.

४.१.२ फार्मास्युटिकल उद्योगांच्या समस्या :

इतर कोणत्याही उद्योगाप्रमाणेच महाराष्ट्रातील फार्मास्युटिकल उद्योगाला विविध आव्हानांचा सामना करावा लागतो ज्यामुळे त्याच्या वाढीवर आणि कामगिरीवर परिणाम होऊ शकतो. महाराष्ट्रातील फार्मास्युटिकल उद्योगासमोरील काही प्रमुख समस्या पुढीलप्रमाणे आहेत :

१) नियामक अनुपालनाचे ओझे :

महाराष्ट्रात कार्यरत असलेल्या फार्मास्युटिकल कंपन्यांनी राष्ट्रीय आणि आंतरराष्ट्रीय दोन्ही प्राधिकरणांनी निश्चित केलेल्या जटिल आणि सतत बदलणाऱ्या नियामक आवश्यकतांचे पालन करणे आवश्यक आहे. कठोर नियमांचे पालन सुनिश्चित करणे वेळखाऊ आणि खर्चिक असू शकते, ज्यामुळे उत्पादनांच्या मंजुरींमध्ये विलंब होतो आणि कार्यात्मक खर्चात वाढ होते.

२) किंमत आणि प्रतिपूर्ती दबाव :

महाराष्ट्रातील फार्मास्युटिकल कंपन्यांना अनेकदा सरकार आणि आरोग्य विमा पुरवठादारांकडून किंमतीच्या दबावाला सामोरे जावे लागते. अत्यावश्यक औषधांवर किंमत मर्यादा लागू करणे आणि परवडणाऱ्या औषधांच्या मागणीचा परिणाम नफा आणि संशोधन तसेच विकासातील गुंतवणुकीवर होऊ शकतो.

३) बौद्धिक संपदा संरक्षण :

बौद्धिक संपदा अधिकारांचे (IPR) संरक्षण करणे औषध कंपन्यांसाठी नाविन्य पूर्णतेला प्रोत्साहन देण्यासाठी आणि संशोधन व विकास गुंतवणूकीची परतफेड करण्यासाठी महत्त्वपूर्ण आहे. तथापि, पेटंट उल्लंघन आणि जेनेरिक स्पर्धेसह आयपीआर अंमलबजावणी आव्हाने, कंपन्यांच्या त्यांच्या स्वतःच्या मालकीच्या औषधांचे संरक्षण करण्याच्या क्षमतेस अडथळा आणू शकतात.

४) बनावट औषधे :

महाराष्ट्रातील फार्मास्युटिकल उद्योग, इतर प्रदेशांप्रमाणेच, बनावट औषधांच्या मुद्द्याने ग्रासलेला आहे. या बनावट औषधांमुळे ग्राहकांचे केवळ आरोग्य धोक्यात येत नाही तर वैध औषध उत्पादनांवरील विश्वासही कमी होतो.

५) पायाभूत सुविधा आणि लॉजिस्टिक :

महाराष्ट्रामध्ये पायाभूत सुविधा चांगल्या प्रकारे विकसित असताना, वाहतूक, गोदाम आणि कोल्ड चेन लॉजिस्टिक्सशी संबंधित आव्हाने औषध उत्पादनांच्या वेळेवर वितरण आणि गुणवत्तेवर परिणाम करू शकतात, विशेषतः दुर्गम भागात ही समस्या प्रकर्षाने जाणवते.

६) वैद्यकीय चाचणी नियम :

अलिकडच्या वर्षांत भारतातील वैद्यकीय चाचण्यांसाठी नियामक प्रारूपामध्ये लक्षणीय बदल झाले आहेत. कठोर नियम लागू केल्यामुळे देशात आयोजित केलेल्या वैद्यकीय चाचण्यांच्या संख्येत घट झाली आहे, ज्यामुळे संशोधन आणि विकास क्रियाकलापांवर परिणाम झाला आहे.

७) कुशल कामगारांची कमतरता :

कुशल व्यावसायिकांचा प्रवेश असूनही, विशिष्ट तज्ञांची कमतरता असू शकते, जसे की क्लिनिकल संशोधक, फार्माकोलॉजिस्ट आणि नियामक प्रकरणांचे विशेषज्ञ, जे औषध विकास आणि नियामक अनुपालनाच्या गतीमध्ये अडथळा आणू शकतात.

८) आयातीवरील अवलंबित्व :

महाराष्ट्रातील काही फार्मास्युटिकल कंपन्या औषध निर्मितीसाठी आयात केलेला कच्चा माल आणि इतर संसाधनांवर अवलंबून असतात. विनिमय दरातील चढउतार आणि पुरवठा साखळीतील व्यत्यय उत्पादन खर्च व उपलब्धतेवर परिणाम करू शकतात.

९) स्पर्धा आणि सामान्यीकरण :

महाराष्ट्रातील फार्मास्युटिकल उद्योगाला तीव्र स्पर्धेचा सामना करावा लागतो, विशेषत: जेनेरिक औषधांच्या बाजारपेठेत. ब्रँडेड औषधांचे पेटंट कालबाह्य झाल्यामुळे जेनेरिक आवृत्त्यांचा ओघ वाढतो, ज्यामुळे नवोदित कंपन्यांसाठी नफा कमी होतो.

१०) पर्यावरणविषयक सतर्कता :

फार्मास्युटिकल उद्योग पर्यावरणास हानिकारक असणारा कचरा आणि उत्सर्जन तयार करतो. पर्यावरणीयदृष्ट्या शाश्वत पद्धती आणि कचरा व्यवस्थापन सुनिश्चित करणे कंपन्यांसाठी पर्यावरणीय जबाबदारीसह आर्थिक वाढीचा समतोल राखण्याचे आव्हान आहे.

११) तांत्रिक प्रगती :

औषध शोध, उत्पादन आणि माहिती विश्लेषणामध्ये वेगवान तांत्रिक प्रगती लक्षात ठेवण्यासाठी महत्त्वपूर्ण गुंतवणूक आणि अनुकूलन आवश्यक आहे. स्पर्धात्मक राहण्यासाठी कंपन्यांनी त्यांच्या पायाभूत सुविधा आणि प्रणालींमध्ये सातत्याने सुधारणा करणे आवश्यक आहे.

४.१.३ फार्मास्युटिकल उद्योगांची प्रगती :

महाराष्ट्रातील फार्मास्युटिकल उद्योगांच्या प्रगतीवर प्रकाश टाकणारे काही प्रमुख पैलू पुढीलप्रमाणे आहेत :

१) उत्पादन उत्कृष्टता :

आंतरराष्ट्रीय दर्जाच्या मानकांचे पालन करणाऱ्या अत्याधुनिक सुविधांसह महाराष्ट्रात मजबूत फार्मास्युटिकल उत्पादन क्षेत्र आहे. हे उद्योग जेनेरिक औषधे आणि विशेष औषधांसह औषधांच्या विस्तृत श्रेणीचे उत्पादन करतात, ज्यामुळे जागतिक उत्पादन केंद्र म्हणून भारताच्या स्थानास योगदान प्राप्त होते.

२) निर्यात वाढ :

महाराष्ट्रातील औषध उद्योगाने निर्यातीत लक्षणीय वाढ नोंदवली आहे. राज्याच्या फार्मास्युटिकल कंपन्यांनी विविध देशांपर्यंत त्यांची पोहोच वाढवली आहे, औषधे आणि औषधी उत्पादने आंतरराष्ट्रीय बाजारपेठेत निर्यात केली आहेत तसेच फार्मास्युटिकल्सचा प्रमुख निर्यातदार म्हणून भारताचे स्थान मजबूत केले आहे.

३) जैवतंत्रज्ञान प्रगती :

भारतातील जैवतंत्रज्ञानाच्या प्रगतीत महाराष्ट्र आघाडीवर आहे. बायोलॉजिक्स आणि बायोसिमिलर्सवर उद्योगाचे लक्ष केंद्रित केल्यामुळे जटिल जैविक औषधांचा विकास आणि उत्पादन, गंभीर आरोग्य सेवा गरजा पूर्ण करणे आणि बाजारपेठेतील उपस्थिती वाढवणे शक्य झाले आहे.

४) वैद्यकीय संशोधन :

वैद्यकीय संशोधन आणि चाचण्यांसाठी महाराष्ट्र हे प्रमुख ठिकाण आहे. वैविध्यपूर्ण रूग्णसंख्या, सुस्थापित संशोधन संस्था आणि सुव्यवस्थित नियामक प्रक्रियांची उपलब्धता यामुळे राज्याकडे देशांतर्गत आणि आंतरराष्ट्रीय दोन्ही वैद्यकीय चाचण्या आकर्षित झाल्या आहेत.

५) कौशल्य विकास :

फार्मास्युटिकल सायन्सेस, फार्माकोलॉजी, बायोटेक्नॉलॉजी आणि संबंधित क्षेत्रांमध्ये कुशल कामगार निर्माण करण्यात महाराष्ट्रातील शैक्षणिक संस्थांचा मोलाचा वाटा आहे. ही प्रतिभा उद्योगाच्या वाढीला आणि नावीन्यपूर्णतेला पाठिंबा देते.

६) सरकारी मदत :

महाराष्ट्र राज्य सरकार विविध धोरणे, प्रोत्साहने आणि पायाभूत सुविधांच्या विकासाद्वारे औषध उद्योगाला पाठिंबा देण्यासाठी सक्रिय आहेत. या उपक्रमांमुळे व्यवसायासाठी अनुकूल वातावरण निर्माण झाले आहे आणि या क्षेत्रातील गुंतवणुकीला प्रोत्साहन मिळाले आहे.

७) कोविड–१९ साथीचा प्रतिसाद :

कोविड–१९ महामारीच्या काळात, महाराष्ट्रातील औषध उद्योगाने आवश्यक औषधे, वैद्यकीय उपकरणे आणि लसींचे उत्पादन व पुरवठा करण्यात महत्त्वपूर्ण भूमिका बजावली. भारताच्या लसीकरण मोहिमेत राज्याने महत्त्वपूर्ण योगदान दिले आणि उपयुक्त आरोग्य सेवा समर्थन प्रदान केले.

८) वाढती गुंतवणूक :

फार्मास्युटिकल क्षेत्रात महाराष्ट्राने देशांतर्गत आणि विदेशी गुंतवणूक आकर्षित करणे सुरूच ठेवले आहे. राज्याची व्यवसाय धोरणे, कुशल मनुष्यबळ आणि सुविकसित पायाभूत सुविधांमुळे महाराष्ट्र हे औषध कंपन्यांसाठी एक आकर्षक ठिकाण बनले आहे.

९) तांत्रिक प्रगती :

महाराष्ट्रातील फार्मास्युटिकल उद्योगाने उत्पादन कार्यक्षमता वाढविण्यासाठी, कार्यप्रणाली सुव्यवस्थित करण्यासाठी आणि औषधांच्या विकासाला गती देण्यासाठी डिजिटल तंत्रज्ञान, स्वयंचालन आणि माहिती विश्लेषणाचा स्वीकार केला आहे.

४.२ पेट्रोकेमिकल आणि केमिकल उद्योग :

भारतातील पेट्रोकेमिकल आणि रासायनिक उद्योगांसाठी महाराष्ट्र हे प्रमुख केंद्र आहे. पॉलिमर, खते, रंग, कृषी रसायने आणि फार्मास्युटिकल इंटरमीडिएट्स यांसारख्या विविध प्रकारच्या उत्पादनांची निर्मिती करणारे राज्यात अनेक मोठ्या प्रमाणात पेट्रोकेमिकल कॉम्प्लेक्स आणि रासायनिक उत्पादन युनिट्स आहेत. मुंबई, नवी मुंबई, पुणे आणि ठाणे ही महाराष्ट्रातील प्रमुख औद्योगिक केंद्रे आहेत, जी देशांतर्गत आणि आंतरराष्ट्रीय कंपन्यांकडून गुंतवणूक आकर्षित करतात. राज्याचे धोरणात्मक स्थान, सुविकसित पायाभूत सुविधा, बंदरांपर्यंत पोहोचणे आणि कुशल कर्मचारी वर्ग महाराष्ट्रातील पेट्रोकेमिकल आणि रासायनिक क्षेत्रांच्या वाढीस आणि यशात योगदान देतात.

उदाहरणे :

महाराष्ट्रातील पेट्रोकेमिकल आणि रासायनिक उद्योगांची उदाहरणे खालीलप्रमाणे आहेत.

१) रिलायन्स इंडस्ट्रीज लिमिटेड

२) भारत पेट्रोलियम कॉर्पोरेशन लिमिटेड
३) ग्रासिम इंडस्ट्रीज लिमिटेड
४) BASF इंडिया लिमिटेड
५) DOW केमिकल इंटरनॅशनल प्रायव्हेट लिमिटेड
६) पिडिलाइट इंडस्ट्रीज लिमिटेड
७) बाळकृष्ण इंडस्ट्रीज लिमिटेड
८) गोदरेज कंझ्युमर प्रॉडक्ट्स लिमिटेड

४.२.१ पेट्रोकेमिकल आणि केमिकल उद्योगांची कार्यपद्धती :

महाराष्ट्रातील पेट्रोकेमिकल आणि रासायनिक उद्योगांच्या कार्यामध्ये कच्च्या मालाच्या पुरवठ्यापासून रासायनिक उत्पादनांच्या विस्तृत श्रेणीचे उत्पादन आणि वितरणापर्यंत परस्परसंबंधित प्रक्रियांचा समावेश आहे. हे उद्योग राज्यात कसे चालतात याचे अलोकन पुढीलप्रमाणे :

१) कच्च्या मालाचा पुरवठा :
महाराष्ट्रातील पेट्रोकेमिकल आणि रासायनिक उद्योग प्रामुख्याने पेट्रोलियम आणि नैसर्गिक वायूपासून मिळणाऱ्या कच्च्या मालावर अवलंबून असतात, जसे की इथिलीन, प्रोपीलीन, बेंझिन आणि इतर फीडस्टॉक. हा कच्चा माल रिफायनरीज, नैसर्गिक वायू प्रक्रिया प्रकल्प आणि इतर पुरवठादारांकडून मिळवला जातो.

२) पेट्रोकेमिकल कॉम्प्लेक्स आणि केमिकल उत्पादन केंद्रे :
महाराष्ट्रात अनेक पेट्रोकेमिकल कॉम्प्लेक्स आणि केमिकल उत्पादन केंद्रे आहेत जे बंदरे आणि वाहतूक केंद्रांजवळ रणनीतिकदृष्ट्या स्थित आहेत. या सुविधा अत्याधुनिक तंत्रज्ञानाने सुसज्ज आहेत आणि कडक सुरक्षा व पर्यावरणीय मानकांचे पालन करतात.

३) उत्पादन प्रक्रिया :
पेट्रोकेमिकल आणि रासायनिक उद्योगांमध्ये क्रॅकिंग, डिस्टिलेशन, पॉलिमरायझेशन आणि रासायनिक संश्लेषण यासह विविध उत्पादन प्रक्रियांचा समावेश होतो. या प्रक्रिया कच्च्या मालाचे पॉलिमर, प्लास्टिक, रेजिन, खते, कीटकनाशके आणि फार्मास्युटिकल इंटरमीडिएट्स यासारख्या उत्पादनांच्या विस्तृत श्रेणीत रूपांतर करतात.

४) गुणवत्ता नियंत्रण :
उत्पादित उत्पादने ही आंतरराष्ट्रीय गुणवत्ता मानके आणि सुरक्षा नियमांची पूर्तता करतात याची खात्री करण्यासाठी गुणवत्ता नियंत्रण ही या उद्योगांची एक महत्त्वाची बाब आहे. उत्पादनाचे सातत्य आणि विश्वासार्हता राखण्यासाठी उत्पादन प्रक्रियेच्या वेगवेगळ्या टप्प्यांवर नियमित चाचणी आणि विश्लेषण केले जाते.

५) वितरण आणि पुरवठा साखळी :
उत्पादनानंतर, रासायनिक उत्पादने सुव्यवस्थित पुरवठा साखळी नेटवर्कद्वारे वितरीत केली जातात. रस्ते, रेल्वे आणि बंदरांसह महाराष्ट्रातील सुविकसित पायाभूत सुविधा देशांतर्गत आणि आंतरराष्ट्रीय बाजारपेठांमध्ये या मालाची कार्यक्षम वाहतूक सुलभ करतात.

६) पर्यावरणीय आणि सुरक्षितता उपाय :
रासायनिक उद्योगांचे स्वरूप पाहता, पर्यावरण संरक्षण आणि सुरक्षितता हे सर्वांत महत्त्वाचे उद्दिष्ट आहे. कंपन्या कठोर पर्यावरणीय नियमांचे पालन करतात आणि अपघात टाळण्यासाठी आणि त्यांचे पर्यावरणीय प्रदूषण कमी करण्यासाठी सुरक्षा उपायांची अंमलबजावणी करतात.

७) सरकारी धोरणे आणि प्रोत्साहने :

महाराष्ट्र राज्य सरकार पेट्रोकेमिकल आणि रासायनिक क्षेत्रात गुंतवणूक आकर्षित करण्यासाठी धोरणे आणि प्रोत्साहन देते. या उपक्रमांमुळे उद्योग वाढीसाठी आणि नवोपक्रमाला चालना देण्यासाठी सक्षम वातावरण निर्माण होते.

८) कुशल कामगार :

महाराष्ट्रातील पेट्रोकेमिकल आणि रासायनिक उद्योगांना रासायनिक अभियंते, तंत्रज्ञ, केमिस्ट आणि सुरक्षा व्यावसायिकांसह कुशल आणि तांत्रिकदृष्ट्या निपुण कामगारांची आवश्यकता आहे. या उद्योगांसाठी प्रतिभावान व्यावसायिकांचा समूह विकसित करण्यासाठी राज्याच्या शैक्षणिक संस्था विशेष अभ्यासक्रम राबवितात.

९) जागतिक स्पर्धात्मकता :

महाराष्ट्रातील पेट्रोकेमिकल आणि केमिकल उद्योग जागतिक स्तरावर स्पर्धात्मक राहून उच्च-गुणवत्तेच्या उत्पादनांची वैविध्यपूर्ण श्रेणी, मोठ्या प्रमाणावर अर्थव्यवस्था आणि बंदरांद्वारे आंतरराष्ट्रीय बाजारपेठांमध्ये प्रवेश करण्याच्या क्षमतेमुळे जागतिक स्तरावर स्पर्धात्मक राहिले आहेत.

४.२.२ पेट्रोकेमिकल आणि केमिकल उद्योगांच्या समस्या :

महाराष्ट्रातील पेट्रोकेमिकल आणि रासायनिक उद्योगांना विविध आव्हानांचा सामना करावा लागतो ज्यामुळे त्यांची कार्यप्रणाली, वृद्धी आणि टिकाऊपणावर परिणाम होऊ शकतो. राज्यातील या उद्योगांना भेडसावणाऱ्या काही प्रमुख समस्यांचा पुढीलप्रमाणे आहेत :

१) पर्यावरणविषयक सतर्कता :

पेट्रोकेमिकल आणि रासायनिक उद्योग संभाव्य पर्यावरणीय प्रभावांशी संबंधित आहेत, जसे की वायू आणि जल प्रदूषण, हरितगृह वायू उत्सर्जन आणि घातक कचरा निर्मिती. कठोर पर्यावरणीय नियमांची पूर्तता करणे आणि शाश्वत पद्धती लागू करणे या उद्योगांसाठी आव्हाने आहेत.

२) सुरक्षिततताविषयक धोके :

रासायनिक उत्पादन प्रक्रियेमध्ये घातक पदार्थ हाताळणे समाविष्ट असते, ज्यामुळे कामगार आणि जवळपासच्या समुदायांची सुरक्षितता धोक्यात येऊ शकते. कामाच्या ठिकाणी सुरक्षितता सुनिश्चित करण्यासाठी आणि अपघात रोखण्यासाठी सतत देखरेख आणि सुरक्षा प्रोटोकॉलचे पालन करणे आवश्यक आहे.

३) कच्च्या माल किंमत अस्थिरता :

पेट्रोलियम आणि नैसर्गिक वायूपासून मिळणाऱ्या कच्च्या मालाच्या किमती जागतिक बाजारपेठेत लक्षणीय चढ-उतारांच्या अधीन असू शकतात. ही अस्थिरता पेट्रोकेमिकल आणि रासायनिक कंपन्यांच्या नफा आणि नियोजनावर परिणाम करते.

४) बाजारातील स्पर्धात्मकता :

महाराष्ट्रातील पेट्रोकेमिकल आणि रासायनिक उद्योगांना तीव्र देशांतर्गत आणि आंतरराष्ट्रीय स्पर्धेचा सामना करावा लागतो. स्पर्धात्मक राहण्यासाठी, कंपन्यांनी तंत्रज्ञान अपग्रेड, प्रक्रिया ऑप्टिमायझेशन आणि उत्पादन नवकल्पना यामध्ये गुंतवणूक करणे आवश्यक आहे.

५) नियामक अनुपालन :

या उद्योगांसाठी जटिल आणि सतत विकसित होत असलेल्या नियामक आवश्यकतांचे पालन करणे हे एक आव्हान आहे. पर्यावरणीय, सुरक्षितता आणि उत्पादन गुणवत्ता नियमांचे पालन केल्याने कार्यात्मक खर्चात वाढ होऊ शकते तसेच सतत देखरेख आणि अहवाल आवश्यक असतो.

६) पायाभूत सुविधा आणि लॉजिस्टिक :

महाराष्ट्रामध्ये पायाभूत सुविधा चांगल्या प्रकारे विकसित झाल्या असताना, रासायनिक उत्पादनांची कार्यक्षम वाहतूक, साठवणूक आणि हाताळणी सुनिश्चित करणे, विशेषतः दुर्गम भागात असलेल्या कंपन्यांसाठी आव्हानात्मक असू शकते.

७) कौशल्याची कमतरता :

पेट्रोकेमिकल आणि रासायनिक उद्योगांना रासायनिक अभियंते, तंत्रज्ञ आणि सुरक्षा व्यावसायिकांसह कुशल कामगारांची आवश्यकता असते. कुशल प्रतिभा शोधणे आणि टिकवून ठेवणे हे एक आव्हान असू शकते, ज्यामुळे काही विशिष्ट क्षेत्रांमध्ये कौशल्याची कमतरता निर्माण होते.

८) ऊर्जा खर्च :

या उद्योगांचे ऊर्जा-केंद्रित स्वरूप त्यांना ऊर्जेच्या किमतींबाबत संवेदनशील बनवते. ऊर्जा खर्चातील चढउतार उत्पादन खर्च आणि एकूण नफा प्रभावित करू शकतात.

९) तांत्रिक सुधारणा :

कार्यक्षमता सुधारण्यासाठी, उत्सर्जन कमी करण्यासाठी आणि पर्यावरणीय मानकांची पूर्तता करण्यासाठी सतत तांत्रिक प्रगती आवश्यक आहे. तथापि, नवीन तंत्रज्ञानाचा अवलंब करणे आणि विद्यमान पायाभूत सुविधांमध्ये सुधारणा करण्यासाठी मोठ्या गुंतवणूकीची आवश्यकता असू शकते.

१०) जागतिक आर्थिक घटक :

पेट्रोकेमिकल आणि रासायनिक उद्योग जागतिक आर्थिक प्रवाह आणि भू-राजकीय घटकांच्या अधीन आहेत. आर्थिक मंदी ही व्यापार मागणी, निर्यात संधी आणि या उद्योगांच्या एकूण कामगिरीवर परिणाम करू शकते.

११) टिकाऊपणा आणि चक्राकार अर्थव्यवस्था :

शाश्वततेच्या वाढत्या जागरुकतेसह, पेट्रोकेमिकल आणि रासायनिक उद्योगांनी पुनर्वापर, कचरा कमी करणे आणि पर्यावरणास अनुकूल उत्पादन डिझाइनसह परिपत्रक अर्थव्यवस्था तत्त्वे स्वीकारण्याची अपेक्षा ग्राहक आणि भागधारक करतात.

१२) कोविड-१९ महामारीचा प्रभाव :

कोविड-१९ महामारीमुळे पुरवठा साखळी विस्कळीत झाली आहे, काही उत्पादनांची मागणी कमी झाली आहे आणि महाराष्ट्रातील पेट्रोकेमिकल आणि केमिकल उद्योगांसमोर कामाची आव्हाने निर्माण झाली आहेत.

४.२.३ पेट्रोकेमिकल आणि केमिकल उद्योगांची प्रगती :

महाराष्ट्रातील पेट्रोकेमिकल आणि रासायनिक उद्योगांनी लक्षणीय प्रगती केली आहे आणि राज्याच्या अर्थव्यवस्थेत आणि भारताच्या औद्योगिक वाढीसाठी महत्त्वपूर्ण योगदान दिले आहे. प्रगतीच्या काही उल्लेखनीय क्षेत्रांमध्ये पुढील बाबी समाविष्ट आहेत :

१) उत्पादन क्षमतेत वाढ :

महाराष्ट्रात पेट्रोकेमिकल आणि रासायनिक उत्पादनांच्या उत्पादन क्षमतेत लक्षणीय वाढ झाली आहे. मोठ्या प्रमाणात पेट्रोकेमिकल कॉम्प्लेक्स आणि रासायनिक उत्पादन युनिट्सच्या स्थापनेमुळे विविध रसायने, पॉलिमर आणि विशेष उत्पादनांचे उत्पादन आणि पुरवठा वाढला आहे.

२) उत्पादन श्रेणीचे विविधीकरण :

महाराष्ट्रातील पेट्रोकेमिकल आणि रासायनिक उद्योगांनी बाजारातील विविध मागण्या पूर्ण करण्यासाठी त्यांच्या उत्पादनांच्या रचनेमध्ये विविधता आणली आहे. ते आता प्लॅस्टिक, खते, फार्मास्युटिकल इंटरमीडिएट्स, रंग, कृषी रसायने आणि औद्योगिक रसायनांसह विविध प्रकारच्या उत्पादनांची निर्मिती करतात.

३) तांत्रिक प्रगती :

प्रक्रिया कार्यक्षमता, उत्पादन गुणवत्ता आणि सुरक्षितता मानके सुधारण्यासाठी उद्योगाने प्रगत तंत्रज्ञान आणि स्वयंचलन स्वीकारले आहे. तांत्रिक प्रगतीमुळे कंपन्यांना त्यांचे कार्यप्रणाली विस्तृत करण्यास आणि ऊर्जा वापर कमी करण्यास सक्षम केले आहे.

४) संशोधन आणि विकास :

महाराष्ट्रातील पेट्रोकेमिकल आणि रासायनिक उद्योग संशोधन आणि विकास (R&D) उपक्रमांमध्ये सक्रियपणे गुंतवणूक करत आहेत. संशोधन आणि विकास प्रयत्न नवीन संरचना विकसित करणे, उत्पादनाची कार्यक्षमता सुधारणे आणि रसायनांसाठी नाविन्यपूर्ण अनुप्रयोग शोधणे यावर लक्ष केंद्रित करतात.

५) निर्यात वृद्धी :

महाराष्ट्रातील पेट्रोकेमिकल आणि रासायनिक उद्योगांनी त्यांच्या निर्यात क्षमतेत लक्षणीय वृद्धी केली आहे. ते आता विविध देशांना मोठ्या प्रमाणात रसायने आणि पेट्रोकेमिकल उत्पादने निर्यात करतात, ज्यामुळे जागतिक बाजारपेठेतील प्रमुख निर्यातदार म्हणून भारताच्या स्थानास योगदान प्राप्त होते.

६) रोजगार निर्मिती :

या उद्योगांच्या वाढीमुळे महाराष्ट्रात कुशल कामगारांसाठी रोजगाराच्या संधी निर्माण झाल्या आहेत. रासायनिक अभियांत्रिकी, प्रक्रिया संरचना, संशोधन आणि व्यवस्थापकीय पदांना मागणी वाढली आहे.

७) सकल देशांतर्गत उत्पादनात योगदान :

महाराष्ट्राच्या सकल देशांतर्गत उत्पादनात (GDP) पेट्रोकेमिकल आणि रासायनिक उद्योगांचा मोठा वाटा आहे. राज्याच्या औद्योगिक उत्पादनात त्यांचा भरीव वाटा भारतातील आघाडीच्या औद्योगिक राज्यांपैकी एक म्हणून महाराष्ट्राचे स्थान मजबूत करतो.

८) शाश्वतता उपक्रम :

हे उद्योग अधिकाधिक टिकाऊपणा आणि पर्यावरणीय जबाबदारीवर लक्ष केंद्रित करत आहे. बर्याच कंपन्या इको-फ्रेंडली पद्धतींचा अवलंब करत आहेत, कचरा व्यवस्थापनामध्ये गुंतवणूक करत आहेत आणि त्यांचे पर्यावरणीय प्रदूषण कमी करण्याचे मार्ग शोधत आहेत.

४.३ इलेक्ट्रॉनिक्स उद्योग :

महाराष्ट्र हे भारतातील इलेक्ट्रॉनिक्स उद्योगाचे प्रमुख केंद्र आहे, ज्यात इलेक्ट्रॉनिक उत्पादन कंपन्या, संशोधन आणि विकास केंद्रे आणि तंत्रज्ञान उद्यानांची सुस्थापित व्यवस्था आहे. मुंबई, पुणे, नाशिक आणि औरंगाबाद यांसारख्या प्रमुख शहरांमध्ये ग्राहक इलेक्ट्रॉनिक्स, सेमीकंडक्टर उपकरणे, औद्योगिक स्वयंचलन उपकरणे आणि दूरसंचार उपकरणांसह अनेक प्रकारच्या वस्तूंचे उत्पादन करणारे असंख्य इलेक्ट्रॉनिक्स उत्पादन प्रकल्प आहेत. राज्याचे मोक्याचे स्थान, बंदरांपर्यंत पोहोचणे, कुशल मनुष्यबळ आणि सहाय्यक सरकारी धोरणे यांनी महाराष्ट्रातील इलेक्ट्रॉनिक्स उद्योगाच्या वाढीस आणि यशास हातभार लावला आहे.

उदाहरणे :

महाराष्ट्रातील इलेक्ट्रॉनिक उद्योगांची उदाहरणे खालीलप्रमाणे आहेत :

१) टाटा कन्सल्टन्सी सर्व्हिसेस (TCS)

२) टेक महिंद्रा

३) एचसीएल टेक्नॉलॉजीज
४) लार्सन अँड टुब्रो इन्फोटेक (LTI)
५) झेन्सार टेक्नॉलॉजीज
६) KPIT तंत्रज्ञान
७) पर्सिस्टंट सिस्टम्स
८) सायबेज सॉफ्टवेअर

४.३.१ इलेक्ट्रॉनिक उद्योगांची कार्यपद्धती :

महाराष्ट्रातील इलेक्ट्रॉनिक उद्योग संशोधन आणि विकास, उत्पादन, पुरवठा साखळी व्यवस्थापन, विपणन आणि निर्यात क्रियाकलापांचा समावेश असलेल्या बहुआयामी प्रक्रियेद्वारे कार्य करतात. हे उद्योग राज्यात कसे कार्य करतात याचे अवलोकन पुढीलप्रमाणे :

१) संशोधन आणि विकास (R&D) :

महाराष्ट्रात इलेक्ट्रॉनिक्सला समर्पित अनेक संशोधन आणि विकास केंद्रे तसेच तंत्रज्ञान पार्क आहेत. या सुविधा नाविन्यपूर्ण संशोधन करण्यासाठी, नवीन तंत्रज्ञान विकसित करण्यासाठी आणि विद्यमान इलेक्ट्रॉनिक उत्पादनांमध्ये सुधारणा करण्यासाठी शिक्षण आणि उद्योग यांच्याशी सहयोग करतात.

२) उत्पादन :

राज्यात लहान-मोठ्या उद्योगांपासून मोठ्या बहुराष्ट्रीय कॉर्पोरेशनपर्यंत असंख्य इलेक्ट्रॉनिक्स उत्पादन प्रकल्प आहेत. हे उद्योग विविध प्रकारच्या इलेक्ट्रॉनिक उत्पादनांची निर्मिती करतात, जसे की स्मार्टफोन, लॅपटॉप, टेलिव्हिजन, ग्राहक उपकरणे, इलेक्ट्रॉनिक घटक आणि औद्योगिक स्वयंचलन उपकरणे.

३) पुरवठा साखळी व्यवस्थापन :

महाराष्ट्रातील इलेक्ट्रॉनिक उद्योग कच्चा माल, इलेक्ट्रॉनिक घटक आणि उप-असेंबलीसाठी एक जटिल पुरवठा साखळी व्यवस्थापित करतात. यामध्ये उत्पादनासाठी सामग्रीचा स्थिर प्रवाह सुनिश्चित करण्यासाठी स्थानिक आणि जागतिक पुरवठादारांसह भागीदारी समाविष्ट आहे.

४) गुणवत्ता नियंत्रण :

आंतरराष्ट्रीय मानकांची पूर्तता करण्यासाठी आणि उत्पादनाची विश्वासार्हता सुनिश्चित करण्यासाठी इलेक्ट्रॉनिक्स उद्योगात गुणवत्ता नियंत्रण महत्त्वाचे आहे. उत्पादनातील सातत्य राखण्यासाठी आणि ग्राहकांच्या अपेक्षा पूर्ण करण्यासाठी कंपन्या कठोर चाचणी आणि गुणवत्ता हमी प्रक्रिया राबवतात.

५) विपणन आणि वितरण :

उत्पादनानंतर, किरकोळ विक्रेते, ई-कॉमर्स प्लॅटफॉर्म आणि अधिकृत वितरकांसह विविध माध्यमांद्वारे इलेक्ट्रॉनिक उत्पादनांचे विपणन आणि वितरण केले जाते. विपणन रणनीतींचे उद्दिष्ट व्यापक ग्राहकांपर्यंत पोहोचणे आणि इलेक्ट्रॉनिक उत्पादनांची वैशिष्ट्ये आणि फायद्यांचा प्रचार करणे हे आहे.

६) निर्यात आणि जागतिक पोहोच :

महाराष्ट्रातील इलेक्ट्रॉनिक उद्योग आंतरराष्ट्रीय व्यापारात सक्रियपणे भाग घेतात, विविध देशांना इलेक्ट्रॉनिक उत्पादने निर्यात करतात. महाराष्ट्राचे मोक्याचे स्थान आणि बंदरांपर्यंत पोहोचल्यामुळे कार्यक्षम निर्यात कार्ये सुलभ होतात.

७) सरकारी मदत :

महाराष्ट्र राज्य सरकार गुंतवणूक आकर्षित करण्यासाठी आणि इलेक्ट्रॉनिक उद्योगांच्या वाढीला चालना देण्यासाठी धोरणात्मक समर्थन, प्रोत्साहन आणि सबसिडी प्रदान करते. मेक इन इंडिया मोहिमेसारख्या उपक्रमांनी देशी आणि विदेशी कंपन्यांना राज्यात उत्पादन युनिट्स उभारण्यासाठी प्रोत्साहन दिले आहे.

८) कुशल कामगार :

महाराष्ट्रातील शैक्षणिक संस्था इलेक्ट्रॉनिक्स अभियांत्रिकी आणि संबंधित क्षेत्रातील विशेष अभ्यासक्रम देतात, ज्यामुळे उद्योगासाठी कुशल मनुष्यबळ निर्माण होते. तंत्रज्ञ, अभियंते, डिझाइनर आणि इतर व्यावसायिक इलेक्ट्रॉनिक उत्पादन युनिट्सच्या सुरळीत कामकाजात योगदान देतात.

९) तंत्रज्ञानाचा अवलंब :

महाराष्ट्रातील इलेक्ट्रॉनिक उद्योग स्पर्धात्मक राहण्यासाठी सतत प्रगत तंत्रज्ञान आणि उत्पादन प्रक्रियांचा अवलंब करतात. उत्पादकता आणि उत्पादनाची गुणवत्ता वाढवण्यासाठी कंपन्या स्वयंचलन, कृत्रिम बुद्धिमत्ता आणि खेढ ॲप्लिकेशन्समध्ये गुंतवणूक करतात.

१०) सहयोग आणि नवोपक्रम :

उद्योगातील स्पर्धक, शैक्षणिक संस्था आणि संशोधन संस्था यांच्यातील सहकार्यामुळे इलेक्ट्रॉनिक्स क्षेत्रातील नावीन्यपूर्णतेला चालना मिळते. इलेक्ट्रॉनिक उत्पादने आणि प्रक्रियांमध्ये प्रगती करण्यासाठी कंपन्या संयुक्त संशोधन प्रकल्प आणि तंत्रज्ञान सामायिकरणात व्यस्त असतात.

४.३.२ इलेक्ट्रॉनिक उद्योगांच्या समस्या :

महाराष्ट्रातील इलेक्ट्रॉनिक उद्योगांना विविध आव्हानांचा सामना करावा लागतो ज्यामुळे त्यांची वाढ आणि स्पर्धात्मकता प्रभावित होऊ शकते. राज्यातील या उद्योगांना भेडसावणाऱ्या काही प्रमुख समस्या पुढीलप्रमाणे आहेत :

१) जागतिक स्पर्धा :

इलेक्ट्रॉनिक्स उद्योग जागतिक स्तरावर अत्यंत स्पर्धात्मक आहेत. महाराष्ट्रातील इलेक्ट्रॉनिक कंपन्यांना इतर देशांकडून, विशेषत: आशियातील कमी किमतीच्या उत्पादन केंद्रांमधून तीव्र स्पर्धेचा सामना करावा लागतो. यामुळे किंमत आणि नफा तफावतीवर दबाव येतो.

२) जलद तांत्रिक अप्रचलितता :

इलेक्ट्रॉनिक्स उद्योगाला वेगवान तांत्रिक प्रगती आणि उत्पादन अप्रचलिततेचा अनुभव येतो. महाराष्ट्रातील कंपन्यांनी ग्राहकांच्या वाढत्या मागणी आणि बदलत्या तंत्रज्ञानाच्या अनुषंगाने संशोधन आणि विकासामध्ये सतत गुंतवणूक करणे आवश्यक आहे.

३) पुरवठा साखळी व्यत्यय :

इलेक्ट्रॉनिक्स उद्योग जटिल जागतिक पुरवठा साखळीवर अवलंबून आहेत. कच्च्या मालाचा तुटवडा, व्यापारातील तणाव आणि लॉजिस्टिक आव्हाने यासारखे व्यत्यय उत्पादनाच्या वेळापत्रकावर परिणाम करू शकतात आणि उत्पादन वितरणात विलंब निर्माण करू शकतात.

४) वाढता आदान खर्च :

कच्चा माल, इलेक्ट्रॉनिक घटक आणि सेमीकंडक्टर्सच्या चढ-उताराच्या किमती उत्पादन खर्चावर परिणाम करू शकतात. महाराष्ट्रातील कंपन्यांनी उत्पादनाची गुणवत्ता आणि स्पर्धात्मकता टिकवून ठेवत खर्चाच्या दबावाचे व्यवस्थापन करणे आवश्यक आहे.

५) कुशल कामगारांची कमतरता :

इलेक्ट्रॉनिक्स उद्योगाला कुशल आणि तांत्रिकदृष्ट्या पारंगत कामगारांची आवश्यकता असते. इलेक्ट्रॉनिक्स इंजिनीअरिंग, सॉफ्टवेअर डेव्हलपमेंट आणि डेटा ॲनालिटिक्स यांसारख्या क्षेत्रात कुशल प्रतिभा शोधणे आणि टिकवून ठेवणे आव्हानात्मक असू शकते.

६) बौद्धिक संपदा संरक्षण :

इलेक्ट्रॉनिक्स उद्योगात बौद्धिक संपदा हक्कांचे संरक्षण करणे महत्त्वाचे आहे. महाराष्ट्रातील कंपन्यांना पेटंट उल्लंघन आणि बनावट उत्पादनांशी संबंधित आव्हानांचा सामना करावा लागतो, ज्यामुळे त्यांची स्पर्धात्मकता आणि नफा प्रभावित होऊ शकतो.

७) नियामक मानकांचे पालन :

इलेक्ट्रॉनिक्स उद्योगाने उत्पादन सुरक्षा, पर्यावरणीय नियम आणि निर्यात-आयात आवश्यकता यासंबंधी कठोर नियामक मानकांचे पालन केले पाहिजे. या मानकांची पूर्तता करणे वेळखाऊ असू शकते आणि अनुपालन खर्चात भर घालू शकते.

८) पर्यावरणीय परिणाम :

इलेक्ट्रॉनिक्स उद्योग इलेक्ट्रॉनिक कचरा (ई-कचरा) तयार करतो, ज्याचे योग्य व्यवस्थापन न केल्यास पर्यावरणास हानी पोहोचू शकते. पर्यावरणविषयक समस्यांचे निराकरण करण्यासाठी कंपन्यांनी जबाबदार ई-कचरा पुनर्वापर आणि विल्हेवाट लावण्याच्या पद्धती लागू करणे आवश्यक आहे.

९) ग्राहक प्राधान्ये आणि मागणी अस्थिरता :

इलेक्ट्रॉनिक्स उद्योग ग्राहकांच्या पसंती आणि मागणीतील अस्थिरतेतील बदलांबाबत संवेदनशील आहेत. कंपन्यांनी बाजारातील बदलांचा अंदाज लावला पाहिजे आणि ग्राहकांच्या अपेक्षा पूर्ण करण्यासाठी त्यांच्या उत्पादनाशी जुळवून घेण्यासाठी तत्पर असणे आवश्यक आहे.

१०) पायाभूत सुविधा आणि वीज पुरवठा :

इलेक्ट्रॉनिक्स उद्योगातील सुरळीत कामकाजासाठी विश्वसनीय पायाभूत सुविधा आणि सातत्यपूर्ण वीजपुरवठा आवश्यक आहे. महाराष्ट्रातील पायाभूत सुविधांची आव्हाने, विशेषत: दुर्गम भागात, उत्पादन कार्यक्षमतेवर परिणाम करू शकतात.

४.३.३ इलेक्ट्रॉनिक उद्योगांची प्रगती :

महाराष्ट्रातील इलेक्ट्रॉनिक उद्योगांनी लक्षणीय प्रगती केली आहे आणि भारताच्या वाढत्या इलेक्ट्रॉनिक्स उत्पादनाच्या विस्तरात त्यांचे महत्त्वपूर्ण योगदान आहे. महाराष्ट्रातील इलेक्ट्रॉनिक उद्योगांच्या प्रगतीवर प्रकाश टाकणारे काही महत्त्वाचे पैलू पुढीलप्रमाणे आहेत :

१) निर्यात वृद्धी :

महाराष्ट्रातील इलेक्ट्रॉनिक उद्योग आंतरराष्ट्रीय व्यापारात सक्रिय सहभाग घेत आहेत, विविध देशांना इलेक्ट्रॉनिक उत्पादने निर्यात करत आहेत. राज्याचे मोक्याचे स्थान आणि बंदरांपर्यंत पोहोचल्यामुळे कार्यक्षम निर्यात कार्ये सुलभ झाली आहेत.

२) उत्पादन वैविध्य :

महाराष्ट्रातील इलेक्ट्रॉनिक उद्योगांनी बाजारातील मागणी पूर्ण करण्यासाठी त्यांच्या उत्पादनांच्या रचनेमध्ये विविधता आणली आहे. महाराष्ट्रातील कंपन्या आता देशांतर्गत आणि आंतरराष्ट्रीय बाजारासाठी विविध प्रकारच्या इलेक्ट्रॉनिक उत्पादनांची निर्मिती करतात.

३) शाश्वत पद्धती :

महाराष्ट्रातील इलेक्ट्रॉनिक्स उद्योगाने शाश्वततेबाबत वाढती जागरूकता दर्शविली आहे. कंपन्या इको-फ्रेंडली पद्धतींचा अवलंब करत आहेत, कचरा व्यवस्थापनामध्ये गुंतवणूक करत आहेत आणि त्यांचे पर्यावरणीय प्रदूषण कमी करण्यासाठी मार्ग शोधत आहेत.

४) ग्राहक इलेक्ट्रॉनिक्स आणि IoT फोकस :

स्मार्टफोन, स्मार्ट टीव्ही आणि इतर कनेक्टेड उपकरणांच्या वाढत्या मागणीसह ग्राहक इलेक्ट्रॉनिक्स विभागामध्ये महाराष्ट्रात लक्षणीय वाढ झाली आहे. भारतातील इंटरनेट ऑफ थिंग्ज (IoT) इकोसिस्टमसाठी राज्य हे केंद्रबिंदू बनले आहे.

५) स्टार्ट-अप इकोसिस्टम :

महाराष्ट्राने इलेक्ट्रॉनिक्स क्षेत्रातील एक दोलायमान स्टार्ट-अप इकोसिस्टमचा उदय पाहिला आहे. राज्य स्टार्ट-अप्सना समर्थन आणि उष्मायन सुविधा पुरवते, इलेक्ट्रॉनिक्समध्ये नवकल्पना आणि उद्योजकता वाढवते.

६) ग्राहक इलेक्ट्रॉनिक्स बाजारपेठ :

महाराष्ट्राचा मोठा ग्राहकवर्ग आणि वाढता मध्यमवर्ग यामुळे ग्राहक इलेक्ट्रॉनिक्ससाठी महत्त्वपूर्ण बाजारपेठ निर्माण झाली आहे. स्मार्टफोन, टेलिव्हिजन, लॅपटॉप आणि इतर इलेक्ट्रॉनिक उपकरणांच्या मागणीने इलेक्ट्रॉनिक्स उद्योगाच्या वाढीला चालना दिली आहे.

७) डिजिटल इंडिया पुढाकार :

भारत सरकारच्या डिजिटल इंडिया उपक्रमामुळे इलेक्ट्रॉनिक्स उद्योगाला देशाच्या डिजिटल परिवर्तनात योगदान देण्याची संधी निर्माण झाली आहे. महाराष्ट्रातील इलेक्ट्रॉनिक कंपन्यांनी डिजिटल पायाभूत सुविधा आणि कनेक्टिव्हिटीला पाठिंबा देण्यासाठी महत्त्वपूर्ण भूमिका बजावली आहे.

४.४ सॉफ्टवेअर उद्योग :

महाराष्ट्र हे भारतातील सॉफ्टवेअर उद्योगाचे प्रमुख केंद्र आहे, ज्यात पुणे, मुंबई आणि नवी मुंबई सारखी शहरे प्रमुख आयटी आणि सॉफ्टवेअर डेव्हलपमेंट केंद्रे आहेत. राज्याच्या सॉफ्टवेअर उद्योगांमध्ये सॉफ्टवेअर डेव्हलपमेंट, आयटी सेवा, आयटी सल्ला, उत्पादन विकास आणि सॉफ्टवेअर चाचणी यासह विविध प्रकारच्या क्रियाकलापांचा समावेश होतो. महाराष्ट्राची मजबूत पायाभूत सुविधा, कुशल कामगार आणि अनुकूल व्यावसायिक वातावरण देशांतर्गत आणि आंतरराष्ट्रीय दोन्ही कंपन्यांना आकर्षित करते, ज्यामुळे ते भारताच्या आयटी आणि सॉफ्टवेअर सेवा निर्यातीत महत्त्वपूर्ण योगदान देते.

उदाहरणे :

महाराष्ट्रातील सॉफ्टवेअर उद्योगांची काही उदाहरणे खालीलप्रमाणे आहेत :

१) रोल्टा इंडिया लि

२) टाटा कन्सल्टन्सी सर्व्हिसेस लिमिटेड (TCS)

३) अटॉस सिन्टेल

४) कॅपजेमिनी टेक्नॉलॉजी सर्व्हिसेस इंडिया प्रायव्हेट लिमिटेड

५) कॉम्पुएज इन्फोकॉम लि

६) डायरेक्टी इंटरनेट सोल्युशन्स प्रायव्हेट लिमिटेड

७) लार्सन अँड टुब्रो इन्फोटेक लिमिटेड (LTI)

८) ओरॅकल फायनान्शियल सर्व्हिसेस सॉफ्टवेअर लि

९) हेक्सावेअर टेक्नॉलॉजीज लि

१०) इंग्राम मायक्रो इंडिया प्रायव्हेट लिमिटेड

४.४.१ सॉफ्टवेअर उद्योगांची कार्यपद्धती :

महाराष्ट्रातील सॉफ्टवेअर उद्योग एका सुव्यवस्थित आणि गतिमान प्रक्रियेद्वारे चालतात ज्यामध्ये अनेक प्रमुख पैलूंचा समावेश असतो. हे उद्योग राज्यात कसे कार्य करतात ते पुढील मुद्यांच्या आधारे जाणून घेता येईल :

१) सॉफ्टवेअर डेव्हलपमेंट आणि आयटी सेवा :

महाराष्ट्रात अनेक सॉफ्टवेअर डेव्हलपमेंट कंपन्या आणि आयटी सेवा पुरवठादार आहेत. या कंपन्या व्यवसाय, सरकारी संस्था आणि व्यक्तींसह विविध प्रकारच्या ग्राहकांची पूर्तता करतात. या कंपन्या सॉफ्टवेअर सोल्यूशन्स, कस्टम सॉफ्टवेअर डेव्हलपमेंट, वेब आणि मोबाइल ॲप्लिकेशन्स, एंटरप्राइझ सॉफ्टवेअर, क्लाउड सेवा आणि आयटी सल्ला देतात.

२) आयटी पार्क आणि तंत्रज्ञान केंद्रे :

महाराष्ट्रात अनेक आयटी पार्क आणि तंत्रज्ञान केंद्रे आहेत जी सॉफ्टवेअर कंपन्यांना त्यांची कार्यालये आणि कार्यप्रणाली सुरू करण्यासाठी समर्पित जागा देतात. ही केंद्रे सहयोग आणि नवकल्पना वाढवतात, स्टार्टअप्स आणि स्थापित कंपन्यांना एकत्र काम करण्यास आणि संसाधने सामायिक करण्यास सक्षम करतात.

३) कुशल कामगार :

राज्याच्या शैक्षणिक संस्था माहिती तंत्रज्ञान, संगणक विज्ञान आणि संबंधित क्षेत्रातील विशेष अभ्यासक्रम ऑफर करतात, ज्यामुळे सॉफ्टवेअर उद्योगांसाठी कुशल टॅलेंट पूल तयार होतो. महाराष्ट्रातील कुशल कर्मचारी वर्ग जसे की, डिझाइनर, प्रकल्प व्यवस्थापक आणि IT समर्थन कर्मचारी हे सॉफ्टवेअर डेव्हलपर, डेटा सायंटिस्ट यासह विविध भूमिका पार पाडतात.

४) संशोधन आणि विकास :

महाराष्ट्रातील सॉफ्टवेअर उद्योग संशोधन आणि विकास यामध्ये सक्रियपणे गुंतवणूक करतात आणि नवीन तंत्रज्ञान विकसित करतात. संशोधन आणि विकास प्रयत्न कृत्रिम बुद्धिमत्ता, मशीन लर्निंग, ब्लॉकचेन आणि इंटरनेट ऑफ थिंग्ज (IoT) सारख्या उदयोन्मुख तंत्रज्ञानावर लक्ष केंद्रित करतात.

५) सहयोग आणि भागीदारी :

ज्ञान आणि कौशल्याची देवाणघेवाण करण्यासाठी महाराष्ट्रातील सॉफ्टवेअर कंपन्या अनेकदा आंतरराष्ट्रीय कंपन्या, संशोधन संस्था आणि स्टार्टअपशी सहयोग करतात. भागीदारी आणि सहयोग नवीन बाजारपेठ, तंत्रज्ञान आणि प्रतिभांमध्ये प्रवेश सुलभ करतात.

६) निर्यात आणि जागतिक पोहोच :

भारताच्या आयटी सेवा निर्यातीत महाराष्ट्रातील सॉफ्टवेअर उद्योग महत्त्वपूर्ण भूमिका बजावतात. या कंपन्या ऑफशोअर सॉफ्टवेअर डेव्हलपमेंट, आयटी आउटसोर्सिंग आणि बिझनेस प्रोसेस आउटसोर्सिंग (BPO) सेवा जगभरातील ग्राहकांना पुरवतात.

७) डिजिटल परिवर्तन :

महाराष्ट्रातील सॉफ्टवेअर उद्योग व्यवसाय आणि संस्थांच्या डिजिटल परिवर्तनासाठी सक्रियपणे योगदान देतात. ते डिजिटल मार्केटिंग, ई-कॉमर्स, ऑटोमेशन, डेटा ॲनालिटिक्स आणि क्लाउड कॉम्प्युटिंगसाठी उपाययोजना देतात, ज्यामुळे ग्राहकांना डिजिटल युगाशी जुळवून घेण्यास सहाय्य प्राप्त होते.

८) सरकारी मदत :

महाराष्ट्र राज्य सरकार सॉफ्टवेअर उद्योगांच्या वाढीस चालना देण्यासाठी धोरणात्मक समर्थन आणि प्रोत्साहन प्रदान करते. महाराष्ट्र IT/ITeS धोरणासारख्या उपक्रमांचा उद्देश गुंतवणूक आकर्षित करणे, उद्योजकता वाढवणे आणि व्यवसायासाठी अनुकूल वातावरण निर्माण करणे हा आहे.

९) सायबर सुरक्षा आणि डेटा संरक्षण :

सायबर सुरक्षा आणि डेटा संरक्षण यांना आजच्या काळात महत्व प्राप्त झाले आहे. त्यामुळे महाराष्ट्रातील सॉफ्टवेअर कंपन्या सायबर सुरक्षा, डेटा प्रायव्हसी आणि डेटा संरक्षण नियमांचे पालन करण्याशी संबंधित सेवा देखील देतात.

१०) सातत्यपूर्ण शिक्षण आणि कौशल्य विकास :

महाराष्ट्रातील सॉफ्टवेअर उद्योग सातत्यपूर्ण शिक्षण आणि कौशल्य विकासावर भर देतात. कंपन्या आपला कर्मचारी वर्ग नवीनतम तंत्रज्ञान आणि ट्रेंडसह अद्ययावत ठेवण्यासाठी प्रशिक्षण कार्यक्रम आणि कार्यशाळा आयोजित करतात.

४.४.२ सॉफ्टवेअर उद्योगांच्या समस्या :

इतर कोणत्याही क्षेत्राप्रमाणेच महाराष्ट्रातील सॉफ्टवेअर उद्योगांना अनेक आव्हानांचा सामना करावा लागतो ज्यामुळे त्यांच्या कामकाजावर आणि वाढीवर परिणाम होऊ शकतो. राज्यातील या उद्योगांना भेडसावणाऱ्या काही प्रमुख समस्या पुढीलप्रमाणे आहेत :

१) कुशल कामगारांची कमतरता :

महाराष्ट्रात लक्षणीय प्रतिभासंचय असताना, सॉफ्टवेअर विकासाच्या काही विशिष्ट क्षेत्रात, जसे की आर्टिफिशियल इंटेलिजन्स, डेटा सायन्स आणि सायबर सिक्युरिटीमध्ये उच्च कुशल आणि विशेष व्यावसायिकांची कमतरता जाणवते.

३) प्रतिभा टिकवून ठेवणे :

कुशल व्यावसायिकांना आकर्षित करणे आणि टिकवून ठेवणे हे सॉफ्टवेअर कंपन्यांसाठी एक आव्हान आहे, विशेषत: जेव्हा तंत्रज्ञानाच्या प्रतिभेला जास्त मागणी असते आणि इतर उद्योगांकडून स्पर्धा असते.

३) वेगाने विकसित होणारे तंत्रज्ञान :

सॉफ्टवेअर उद्योग वेगाने विकसित होत असलेल्या तंत्रज्ञानासह वेगवान वातावरणात कार्यरत आहेत. महाराष्ट्रातील कंपन्यांनी नवीनतम ट्रेंडशी अद्ययावत राहण्यासाठी आणि स्पर्धात्मक राहण्यासाठी प्रशिक्षण आणि विकासामध्ये सतत गुंतवणूक करणे आवश्यक आहे.

४) किंमत आणि किंमत दबाव :

सॉफ्टवेअर उद्योगाच्या जागतिक स्वरूपामुळे किमतीवर दबाव येतो, ग्राहक किफायतशीर पर्याय शोधतात. याचा महाराष्ट्रातील सॉफ्टवेअर कंपन्यांच्या नफ्यावर परिणाम होऊ शकतो.

६) बौद्धिक संपदा संरक्षण :

सॉफ्टवेअर कंपन्यांना त्यांच्या बौद्धिक संपदा अधिकारांचे संरक्षण करण्याशी संबंधित आव्हानांचा सामना करावा लागतो, विशेषत: सॉफ्टवेअर पायरसी आणि प्रोप्रायटरी कोडचा अनधिकृत वापर यासंदर्भात अशा समस्या जास्त प्रमाणात भेडसावतात.

६) माहितीची गोपनीयता आणि सुरक्षा :

माहितीचे वाढते उल्लंघन आणि सायबर धोक्यांमुळे, डेटाची गोपनीयता आणि सुरक्षितता सुनिश्चित करणे ही महाराष्ट्रातील सॉफ्टवेअर कंपन्यांसाठी एक महत्त्वाची समस्या आहे. त्यांनी संवेदनशील माहितीचे संरक्षण करण्यासाठी मजबूत सायबर सुरक्षा उपायांमध्ये गुंतवणूक करणे आवश्यक आहे.

७) पायाभूत सुविधा आणि कनेक्टिव्हिटी :

महाराष्ट्रात चांगल्या पायाभूत सुविधा असताना, काही क्षेत्रांमध्ये विश्वसनीय आणि हाय-स्पीड इंटरनेट कनेक्टिव्हिटीचा प्रवेश ही समस्या असू शकते, ज्यामुळे दूरस्थ कार्य क्षमता आणि सॉफ्टवेअर विकास प्रक्रिया प्रभावित होतात.

८) सरकारी नियम :

सॉफ्टवेअर कंपन्यांनी माहिती संरक्षण कायदे, कर धोरणे आणि निर्यात-आयात नियमांसह विविध सरकारी नियमांचे पालन करणे आवश्यक आहे. बदलत्या नियामक आवश्यकतांचे पालन करणे आव्हानात्मक असू शकते.

९) बाजारपेठेतील स्पर्धा :

महाराष्ट्रातील सॉफ्टवेअर उद्योगाला भारतातील आणि जागतिक स्तरावरील इतर क्षेत्रांमधून तीव्र स्पर्धेचा सामना करावा लागतो. यादृष्टीने कंपन्यांनी नाविन्यपूर्ण उपाय आणि उत्कृष्ट सेवा देऊन स्वतःला वेगळे करणे आवश्यक आहे.

१०) अनिश्चित आर्थिक परिस्थिती :

आर्थिक चढउतारांचा ग्राहकाच्या सॉफ्टवेअर खर्चावर परिणाम होऊ शकतो, ज्यामुळे प्रकल्पाच्या निर्मिती प्रक्रियेत आणि गुंतवणुकीच्या निर्णयांमध्ये अनिश्चितता निर्माण होते.

११) तांत्रिक अप्रचलितता :

सॉफ्टवेअर उद्योग तांत्रिकदृष्ट्या अप्रचलित होण्याच्या जोखमीच्या अधीन आहेत. कंपन्यांनी भविष्यासाठी योजना आखणे आणि प्रासंगिक राहण्यासाठी उदयोन्मुख तंत्रज्ञानामध्ये गुंतवणूक करणे आवश्यक आहे.

१२) सांस्कृतिक आणि भाषा फरक :

महाराष्ट्राचा सॉफ्टवेअर उद्योग बर्याचदा आंतरराष्ट्रीय ग्राहकांच्या गरजांची पूर्तता करतो, ज्यात सांस्कृतिक आणि भाषा अडथळ्यांना सामोरे जावे लागते, ज्यासाठी प्रभावी संप्रेषण धोरण आवश्यक असते.

४.४.३ सॉफ्टवेअर उद्योगांची प्रगती :

महाराष्ट्रातील सॉफ्टवेअर उद्योगांची वृद्धी आणि विकास उल्लेखनीय आहे. राज्यातील उद्योगाच्या प्रगतीमध्ये अनेक घटकांनी योगदान दिले आहे :

१) मजबूत आयटी संरचना :

पुणे आणि मुंबई सारखी शहरे प्रमुख आयटी आणि सॉफ्टवेअर डेव्हलपमेंट केंद्रे म्हणून काम करत असताना महाराष्ट्राने मजबूत आयटी संरचनेची निर्मिती केली आहे. राज्यातील पायाभूत सुविधा, कनेक्टिव्हिटी आणि कुशल प्रतिभांची उपलब्धता यामुळे जगभरातील आयटी कंपन्यांना आकर्षित केले आहे.

२) सेवांचे विविधीकरण :

महाराष्ट्रातील सॉफ्टवेअर उद्योगांनी विविध क्षेत्रे आणि बाजारपेठा पूर्ण करण्यासाठी त्यांच्या सेवांमध्ये विविधता आणली आहे. ते सॉफ्टवेअर डेव्हलपमेंट, आयटी सल्ला, अनुप्रयोग व्यवस्थापन, माहिती विश्लेषण, क्लाउड सेवा आणि डिजिटल परिवर्तन यासारख्या सेवा प्रदान करतात.

३) जागतिक व्याप्ती :

महाराष्ट्रातील सॉफ्टवेअर कंपन्यांनी विविध उद्योग आणि देशांतील ग्राहकांना सेवा देत असतांनाच जागतिक बाजारपेठेत देखील ठसा उमटवला आहे. त्यांचे कौशल्य, दर्जेदार सेवा आणि किफायतशीरतेने आयटी आउटसोर्सिंगसाठी भारताचे स्थान अधिक मजबूत केले आहे.

४) स्टार्ट–अप संरचना :

महाराष्ट्राने सॉफ्टवेअर क्षेत्रात एक दोलायमान स्टार्ट–अप संरचनेचा आकृतिबंध निर्माण केला आहे. राज्य स्टार्ट–अप्सना समर्थन आणि उष्मायन सुविधा पुरवते, नवकल्पना आणि उद्योजकतेला प्रोत्साहन देते.

५) डिजिटल इंडिया उपक्रम :

भारत सरकारच्या डिजिटल इंडिया उपक्रमाने महाराष्ट्रातील सॉफ्टवेअर उद्योगांना देशाच्या डिजिटल परिवर्तनात योगदान देण्यासाठी महत्त्वपूर्ण संधी उपलब्ध करून दिल्या आहेत. व्यवसाय आणि सरकारी सेवा डिजिटल करण्यात कंपन्यांनी महत्त्वाची भूमिका बजावली आहे.

६) परकीय थेट गुंतवणुक प्रवाह :

सॉफ्टवेअर आणि आयटी क्षेत्रातील परकीय थेट गुंतवणुकीने (एफडीआय) महाराष्ट्रातील सॉफ्टवेअर उद्योगांच्या वाढीस हातभार लावला आहे. बहुराष्ट्रीय कंपन्यांनी राज्यात विकास केंद्रे आणि सेवा वितरण केंद्रे स्थापन करून रोजगाराच्या संधी निर्माण केल्या आहेत.

७) तांत्रिक प्रगती :

महाराष्ट्रातील सॉफ्टवेअर उद्योगांनी कृत्रिम बुद्धिमत्ता, मशीन लर्निंग, ब्लॉकचेन आणि इंटरनेट ऑफ थिंग्ज (IoT) यासह प्रगत तंत्रज्ञान स्वीकारले आहे. या तांत्रिक प्रगतीमुळे त्यांची सेवा क्षमता आणि स्पर्धात्मकता वाढली आहे.

८) आयटी पार्क आणि विशेष आर्थिक क्षेत्राची (SEZ) स्थापना :

आयटी कंपन्यांना आकर्षित करण्यासाठी आणि त्यांच्या वाढीसाठी पोषक वातावरण उपलब्ध करून देण्यासाठी महाराष्ट्राने अनेक आयटी पार्क आणि विशेष आर्थिक क्षेत्र (SEZ) स्थापन केले आहेत. या सुविधा देशांतर्गत आणि आंतरराष्ट्रीय दोन्ही कंपन्यांना आकर्षित करणाऱ्या अत्याधुनिक पायाभूत सुविधा देतात.

९) निर्यातीतील योगदान :

भारताच्या आयटी सेवा निर्यातीत महाराष्ट्रातील आयटी आणि सॉफ्टवेअर उद्योगांचे महत्त्वपूर्ण योगदान आहे. त्यांच्या निर्यात–केंद्रित दृष्टिकोनाने जागतिक आयटी आउटसोर्सिंग ठिकाण म्हणून देशाचे स्थान उंचावले आहे.

४.५ सहकारी उद्योग :

महाराष्ट्रातील सहकारी उद्योग म्हणजे सहकारी संरचने अंतर्गत चालणारे व्यवसाय आणि उपक्रम, जिथे सदस्य त्यांच्या आर्थिक आणि सामाजिक गरजा पूर्ण करण्यासाठी एकत्रितपणे संस्थेची मालकी आणि व्यवस्थापन करतात. हे उद्योग कृषी, दुग्धव्यवसाय, पत आणि वित्तपुरवठा, गृहनिर्माण आणि ग्राहकोपयोगी वस्तूंसह विविध क्षेत्रांमध्ये पसरलेले आहेत. महाराष्ट्रातील सहकारी चळवळीचा ग्रामीण आणि कृषी विकासावर महत्त्वपूर्ण प्रभाव पडतो, सामूहिक प्रयत्न आणि सामायिक संसाधनांद्वारे सामाजिक आणि आर्थिक प्रगतीला चालना देताना शेतकरी आणि लघु उद्योजकांचे सक्षमीकरण होते.

उदाहरणे :

महाराष्ट्रातील सहकारी संस्थांची काही उदाहरणे खालीलप्रमाणे आहेत :

१) श्री कृषिधन कृषी व पणन सहकारी संस्था लि.

२) श्री गणेशा मल्टी स्टेट कोऑपरेटिव्ह क्रेडिट सोसायटी लि.

३) श्री सिद्धिविनायक मल्टी स्टेट को-ऑपरेटिव्ह हाउसिंग सोसायटी लि.

४) महालक्ष्मी मल्टी-स्टेट को-ऑपरेटिव्ह हाउसिंग सोसायटी लि.

५) द मेस एम्प्लॉईज को-ऑपरेटिव्ह क्रेडिट सोसायटी लि.

६) शिवमुद्रा मल्टी स्टेट क्रेडिट कोऑपरेटिव्ह सोसायटी लि.

७) विघ्नहर मल्टी स्टेट कोऑपरेटिव्ह क्रेडिट सोसायटी लि.

८) लातूर बहु राज्य सहकारी पतसंस्था लि.

४.५.१ सहकारी उद्योगांची कार्यपद्धती :

महाराष्ट्रातील सहकारी उद्योगांच्या कार्यामध्ये लोकशाही आणि सहभागात्मक प्रारूपाचा समावेश आहे जेथे सदस्य एकत्रितपणे परस्पर फायद्यासाठी संस्थेची मालकी घेतात आणि ती चालवतात. हे उद्योग राज्यात कसे कार्य करतात याचे अवलोकन पुढीलप्रमाणे :

१) निर्मिती आणि नोंदणी :

सहकारी उद्योगांची स्थापना महाराष्ट्र सहकारी संस्था अधिनियमात नोंदणीच्या औपचारिक प्रक्रियेद्वारे केली जाते. सभासद एकत्र येऊन सहकारी संस्था तयार करतात, त्यांची उद्दिष्टे निश्चित करतात आणि संबंधित अधिकाऱ्यांकडे नोंदणी करतात.

२) सदस्यत्व आणि शासन :

सहकारी उद्योग हे त्यांच्या सदस्यांद्वारे शासित केले जातात, ज्यांना त्यांच्या समभागांची पर्वा न करता समान मतदानाचा अधिकार असतो. ते सहकाराचे दैनंदिन कामकाज आणि निर्णय घेण्याच्या प्रक्रियेवर देखरेख करण्यासाठी संचालक मंडळ किंवा व्यवस्थापन समिती निवडतात.

३) भांडवल आणि निधी :

सभासद सहकारी उद्योगांना भाग किंवा ठेवींच्या स्वरूपात भांडवल देतात. हे भांडवल सहकारी संस्थेचा आर्थिक आधार बनवते आणि सभासदांना त्यांच्या गुंतवणुकीवर सहकाराच्या कामगिरीवर आधारित लाभांश किंवा व्याज मिळते.

४) सामूहिक कार्यपद्धती :

सहकारी उद्योग हे सहकार्य, स्वयं-मदत आणि परस्पर मदत या तत्त्वांवर आधारित कार्य करतात. सदस्य त्यांची संसाधने एकत्र करतात आणि कृषी उत्पादन, दुग्धव्यवसाय, पत आणि वित्त सेवा, ग्राहकोपयोगी वस्तूंचे वितरण आणि गृहनिर्माण विकास यासारख्या सामूहिक क्रियाकलापांमध्ये गुंततात.

५) कृषी सहकारी संस्था :

कृषी क्षेत्रात, सहकारी उद्योग शेतकऱ्यांना आदानांची संयुक्त खरेदी, उत्पादनाचे विपणन आणि शेती यंत्रांचे वितरण यासाठी मदत करतात. ते कृषी उत्पादकता आणि उत्पन्न सुधारण्यासाठी तांत्रिक सहाय्य, विस्तार सेवा आणि पीक विमा देखील देतात.

६) डेअरी सहकारी संस्था :

महाराष्ट्र राज्य त्याच्या यशस्वी दुग्ध सहकारी संस्थांसाठी ओळखले जाते, जिथे शेतकरी एकत्रितपणे दुग्ध प्रक्रिया आणि वितरण सुविधांची मालकी आणि व्यवस्थापन करतात. या सहकारी संस्था शेतकऱ्यांना दुधाचा रास्त भाव आणि ग्राहकांना दर्जेदार दुग्धजन्य पदार्थ उपलब्ध करून देतात.

७) पत आणि वित्तपुरवठा सहकारी संस्था :

सहकारी पतसंस्था त्यांच्या सभासदांना स्पर्धात्मक व्याजदरावर कर्ज, बचत आणि विमा यासह आर्थिक सेवा प्रदान करतात. या सहकारी संस्था शेतकरी आणि लघुउद्योजकांना कर्ज मिळवण्यात आणि त्यांच्या आर्थिक संधी वाढवण्यास मदत करतात.

८) गृहनिर्माण सहकारी संस्था :

सहकारी गृहनिर्माण संस्था सभासदांना संयुक्तपणे निवासी मालमत्ता मिळवण्यात आणि विकसित करण्यात मदत करतात. ते परवडणाऱ्या घरांच्या पर्यायांना प्रोत्साहन देतात आणि रहिवाशांना आवश्यक सुविधा पुरवतात.

९) ग्राहक सहकारी संस्था :

ग्राहक सहकारी संस्था किरकोळ दुकाने चालवतात, जिथे सदस्य वाजवी किमतीत वस्तू आणि सेवा खरेदी करू शकतात. निष्पक्षता आणि पारदर्शकतेशी तडजोड न करता सदस्यांना दर्जेदार उत्पादने पुरवण्यावर प्राथमिक लक्ष केंद्रित केले जाते.

१०) सामाजिक आणि आर्थिक प्रभाव :

महाराष्ट्रातील सहकारी उद्योग सदस्यांना सक्षम बनवून, सर्वसमावेशक वाढीला चालना देऊन आणि भागधारकांमध्ये समुदाय आणि एकता वाढवून ग्रामीण भागातील आर्थिक विकासात योगदान देतात.

११) सरकारी मदत :

महाराष्ट्र राज्य सरकार सहकार चळवळीला बळकट करण्यासाठी आणि प्रोत्साहन देण्यासाठी धोरणात्मक सहाय्य, आर्थिक सहाय्य आणि तांत्रिक मार्गदर्शन पुरवते. सहकारी उद्योगांच्या वाढीला आणि व्यवहार्यतेला प्रोत्साहन देण्यासाठी विविध योजना आणि प्रोत्साहन दिले जाते.

१२) प्रशिक्षण आणि क्षमता निर्मिती :

सहकारी उद्योगांची कार्यक्षमता आणि शाश्वतता वाढवण्यासाठी, सदस्यांना आणि कर्मचाऱ्यांना सहकारी तत्त्वे, व्यवस्थापन पद्धती आणि आधुनिक तंत्रज्ञानाबद्दल शिक्षित करण्यासाठी प्रशिक्षण आणि क्षमता-निर्मिती कार्यक्रम आयोजित केले जातात.

४.५.२ सहकारी उद्योगांच्या समस्या :

राज्यातील सहकारी उद्योगांना भेडसावणाऱ्या काही प्रमुख समस्या पुढीलप्रमाणे आहेत :

१) मर्यादित भांडवल :

सहकारी उद्योगांना अनेकदा मर्यादित भांडवलामुळे संघर्ष करावा लागतो, कारण सदस्यांचे योगदान त्यांच्या वाढत्या आर्थिक गरजा पूर्ण करण्यासाठी पुरेसे नसते. यामुळे आधुनिक तंत्रज्ञान, पायाभूत सुविधा आणि विस्तारीत गुंतवणूक करण्याच्या त्यांच्या क्षमतेला बाधा निर्माण होते.

२) शासन आणि व्यवस्थापन समस्या :

सहकारी उद्योगांच्या यशासाठी प्रभावी प्रशासन आणि व्यवस्थापन महत्त्वाचे आहे. तथापि, काही सहकारी संस्थांना सक्षम नेते निवडणे, पारदर्शकता सुनिश्चित करणे आणि योग्य आर्थिक व्यवस्थापन राखण्यात आव्हाने निर्माण होतात.

३) सदस्यांचा सहभाग आणि वचनबद्धता :

सहकारी उद्योग सक्रिय सदस्यांच्या सहभागावर आणि त्यांच्या उद्दिष्टांसाठी वचनबद्धतेवर अवलंबून असतात. सदस्यांच्या सहभागाचा आणि समर्पणाचा अभाव निर्णय प्रक्रियेत अडथळा आणू शकतो तसेच सहकाराच्या सर्वांगीण प्रगतीमध्ये अडथळा आणू शकतो.

४) वित्तविषयक मर्यादा :

सहकार क्षेत्रात वित्तीय संस्था असूनही, सहकारी पतसंस्थांना बाह्य स्त्रोतांकडून कर्ज मिळवण्यात अडचणी येऊ शकतात. यामुळे सदस्यांना कर्ज देण्याची आणि त्यांच्या आर्थिक गरजा पूर्ण करण्याची त्यांची क्षमता मर्यादित होऊ शकते.

५) बाजारपेठेतील स्पर्धा :

सहकारी उद्योग अनेकदा स्पर्धात्मक बाजारपेठेत चालतात, जिथे त्यांना खाजगी उद्योगांशी स्पर्धा करावी लागते. बाजारातील मागणीशी जुळवून घेणे आणि स्पर्धात्मकता राखणे काही सहकारी संस्थांसाठी आव्हानात्मक असू शकते.

६) नियामक अनुपालन :

विविध नियामक आवश्यकतांचे पालन करणे आणि अहवाल देणे सहकारी उद्योगांसाठी कठीण असू शकते. बदलणारे कायदे आणि नियमांचे पालन करण्यासाठी अतिरिक्त संसाधने आणि कौशल्य आवश्यक असते, ज्यामुळे खर्चात वाढ होते.

७) प्रशिक्षण आणि क्षमता निर्मिती :

कार्यक्षम कामकाजासाठी सहकारी सदस्य आणि कर्मचाऱ्यांची क्षमता वाढविणे आणि कौशल्ये निर्माण करणे आवश्यक आहे. तथापि, काही सहकारी संस्थांना पुरेसे प्रशिक्षण आणि विकासाच्या संधी उपलब्ध करून देण्यात आव्हानांचा सामना करावा लागतो.

८) अपुऱ्या पायाभूत सुविधा :

सहकारी उद्योगांना, विशेषत: ग्रामीण भागात, साठवण सुविधा, वाहतूक आणि तंत्रज्ञान यासारख्या योग्य पायाभूत सुविधांचा अभाव असू शकतो. हे त्यांच्या कृषी उत्पादनांची प्रभावीपणे हाताळणी आणि विपणन करण्याच्या क्षमतेस अडथळा आणू शकते.

९) बाजारपेठ प्रवेश :

सहकारी संस्थांना त्यांची उत्पादने आणि सेवा विकण्यासाठी बाजारपेठेतील मजबूत संबंध आवश्यक आहेत. विशेषत: लहान सहकारी संस्थांसाठी हे दुवे स्थापित करणे आणि टिकवून ठेवणे आव्हानात्मक असू शकते.

१०) सरकारी मदतीवर अवलंबून राहणे :

काही सहकारी उद्योग मोठ्या प्रमाणावर सरकारी मदत आणि अनुदानावर अवलंबून असतात. सरकारी धोरणांमधील बदल किंवा निधी देण्यास होणारा विलंब त्यांच्या आर्थिक स्थिरतेवर आणि टिकाऊपणावर परिणाम करू शकतो.

११) जोखीम व्यवस्थापन :

कृषी क्षेत्रात गुंतलेल्यासहकारी संस्था हवामानाशी संबंधित जोखीम, किंमतीतील चढ-उतार आणि बाजारातील अनिश्चितता यासह विविध जोखमींना तोंड देतात. हे धोके कमी करण्यासाठी प्रभावी जोखीम व्यवस्थापन धोरणे आवश्यक आहेत.

४.५.३ सहकारी उद्योगांची प्रगती :

महाराष्ट्रातील सहकारी उद्योगांनी लक्षणीय प्रगती दर्शविली आहे आणि राज्याच्या सामाजिक-आर्थिक विकासाला चालना देण्यासाठी त्यांनी महत्त्वपूर्ण भूमिका बजावली आहे. पुढील मुद्यांच्या आधारे त्याचा आढावा घेता येईल :

१) कृषी आणि दुग्धव्यवसाय क्षेत्र :

महाराष्ट्रातील सहकारी उद्योग विशेषतः कृषी आणि दुग्धव्यवसाय क्षेत्रात यशस्वी ठरले आहेत. कृषी सहकारी संस्थांनी आदानांची एकत्रित खरेदी, उत्पादनांचे विपणन आणि आधुनिक शेती पद्धतींचा अवलंब करणे, शेतकऱ्यांना फायदा आणि कृषी उत्पादकता वाढवणे सुलभ केले आहे. प्रतिष्ठित अमूल सारख्या डेअरी सहकारी संस्थांनी दुधाला रास्त भाव देऊन आणि ग्राहकांना मूल्यवर्धित डेअरी उत्पादने देऊन दुग्ध उत्पादक शेतकऱ्यांचे जीवनमान बदलले आहे.

२) पत आणि वित्त सेवा :

सहकारी पतसंस्था आणि सहकारी बँका शेतकरी, लघुउद्योजक आणि ग्रामीण समुदायांना आर्थिक सेवा प्रदान करण्यात महत्त्वपूर्ण भूमिका बजावतात. या सहकारी संस्थांनी ज्यांना पारंपारिक बँकिंग सेवांपर्यंत मर्यादित प्रवेश आहे त्यांच्यासाठी पत, बचत आणि विमा उत्पादनांमध्ये प्रवेश सक्षम केला आहे.

३) गृहनिर्माण आणि ग्राहकोपयोगी वस्तू :

सहकारी गृहनिर्माण संस्थांनी सभासदांसाठी परवडणारी घरे उपलब्ध करून दिली आहेत, तर ग्राहक सहकारी संस्थांनी वाजवी किमतीत दर्जेदार उत्पादने देण्यासाठी किरकोळ दुकाने सुरू केली आहेत.

४) महिला सक्षमीकरण :

महाराष्ट्रातील सहकारी उद्योगांनी विविध क्षेत्रात महिलांच्या सहभागाला प्रोत्साहन देऊन महिला सक्षमीकरणात योगदान दिले आहे. महिला सहकारी गट यशस्वी संस्था म्हणून उदयास आले आहेत, विशेषतः सूक्ष्म वित्तपुरवठा आणि हहस्तकला क्षेत्रात.

५) तंत्रज्ञानाचा अवलंब :

सहकारी उद्योगांनी त्यांचे कार्य आणि सेवा सुधारण्यासाठी हळूहळू आधुनिक तंत्रज्ञानाचा स्वीकार केला आहे. डिजिटल प्लॅटफॉर्म, मोबाईल बँकिंग आणि ई-कॉमर्सच्या वापरामुळे कार्यक्षमता आणि पोहोच वाढली आहे.

६) बाजारपेठेतील प्रवेश :

सहकारी संस्था त्यांच्या सदस्यांसाठी मजबूत बाजारपेठेतील संबंध प्रस्थापित करण्यात, त्यांना मोठ्या बाजारपेठांमध्ये प्रवेश प्रदान करण्यात आणि त्यांच्या उत्पादनांच्या चांगल्या किमतींमध्ये मदत करण्यात यशस्वी ठरल्या आहेत.

७) कृषी मूल्य साखळी :

महाराष्ट्रातील कृषी सहकारी संस्थांनी उत्पादनापासून विपणनापर्यंतच्या क्रियाकलापांना एकत्रित करून कृषी मूल्य साखळी मजबूत केली आहे, परिणामी शेतीचे उत्पन्न सुधारले आहे.

८) सेवांचे विविधीकरण :

काही सहकारी उद्योगांनी त्यांच्या पारंपारिक कार्यपद्धतीच्या पलीकडे जाऊन सेवांमध्ये विविधता आणली आहे. नवीकरणीय ऊर्जा, आरोग्यसेवा आणि शिक्षण यासारख्या नवीन क्षेत्रांचा शोध लावला आहे.

४.६ कृषी आधारित आणि वन उद्योग :

महाराष्ट्रातील कृषी आधारित आणि वन उद्योग राज्याच्या अर्थव्यवस्थेत महत्त्वाची भूमिका बजावतात. कृषी-आधारित उद्योगांमध्ये कृषी उत्पादनांवर प्रक्रिया करणे समाविष्ट आहे, जसे की साखर कारखाने, डेअरी युनिट्स आणि अन्न प्रक्रिया प्रकल्प इ. हे उद्योग मूल्यवर्धन आणि रोजगार निर्मितीमध्ये योगदान देतात. लाकूड प्रक्रिया, लगदा आणि पेपर मिल्स आणि लाकूड-आधारित उत्पादनासह वन उद्योग, राज्याच्या समृद्ध वनसंपत्तीचा शाश्वत वापर करतात. या उद्योगांचा महाराष्ट्रातील ग्रामीण जीवनमान, औद्योगिक वृद्धी आणि एकूणच आर्थिक विकासावर लक्षणीय परिणाम होतो.

उदाहरणे :

महाराष्ट्रात खालील काही कृषी-आधारित आणि वन उद्योग खालीलप्रमाणे आहेत :

१) मार्केटयार्ड ॲग्रीसोल्युशन्स प्रा. लि.

२) गो ऑरगॅनिक ॲग्रोटेक प्रा. लि.

३) किसले व्हेजीफार्म प्रायव्हेट लिमिटेड

४) सुकृत इन्फोटेक

५) स्टोअरकी

६) लोकल फार्म

७) रुनार - न्यू जनरेशन फार्मरस

४.६.१ कृषी आधारित आणि वन उद्योगांची कार्यपद्धती :

महाराष्ट्रातील कृषी-आधारित आणि वन उद्योगांच्या कार्यामध्ये कच्च्या मालाच्या खरेदीपासून अंतिम उत्पादन वितरणापर्यंत विविध टप्प्यांचा समावेश होतो. हे उद्योग राज्यात कसे कार्य करतात याचा आढावा पुढील मुद्यांच्या आधारे घेता येईल :

१) कच्चा माल खरेदी :

कृषी आधारित उद्योग ऊस, कापूस, फळे, भाजीपाला, धान्ये आणि तेलबिया यांसारख्या कच्च्या मालाची थेट खरेदी, सहकारी संस्था किंवा सरकारी संस्थांद्वारे शेतकऱ्यांकडून करतात. वनउद्योग शाश्वत वन व्यवस्थापन पद्धतींद्वारे लाकूड आणि इतर वन संसाधने मिळवतात.

२) प्राथमिक प्रक्रिया :

खरेदी केल्यानंतर, कृषी-आधारित आणि वनउद्योग दोन्ही कच्चा माल हा प्राथमिक प्रक्रियेच्या अधीन करतात. कृषी-आधारित उद्योगांसाठी, यामध्ये कृषी उत्पादनांची साफसफाई, प्रतवारी आणि वर्गीकरण समाविष्ट असू शकते. वनउद्योगांसाठी, यात कापणी केलेली झाडे तोडणे आणि त्यांचे लाकडात रूपांतर करणे समाविष्ट आहे.

३) दुय्यम प्रक्रिया आणि मूल्यवर्धन :

कृषी-आधारित उद्योग कच्च्या मालामध्ये मूल्य जोडण्यासाठी दुय्यम प्रक्रिया करतात. यामध्ये रस काढण्यासाठी उसाचे गाळप करणे, फायबरपासून बिया वेगळे करण्यासाठी कापूस जिनिंग करणे आणि फळांचे ज्यूस, जॅम आणि प्रिझर्व्हमध्ये प्रक्रिया करणे यासारख्या क्रियाकलापांचा समावेश आहे. वनउद्योगांच्या बाबतीत, दुय्यम प्रक्रियेमध्ये लाकडाचे प्लायवुड आणि इतर लाकूड उत्पादनांमध्ये रूपांतर करणे समाविष्ट आहे.

४) उत्पादन प्रक्रिया :

दोन्ही उद्योग वस्तूंच्या विस्तृत श्रेणीचे उत्पादन करण्यासाठी उत्पादन क्रियाकलापांमध्ये गुंतलेले आहेत. कृषी-आधारित उद्योग अन्नपदार्थ, खाद्यतेल, दुग्धजन्य पदार्थ, मैदा आणि प्रक्रिया केलेले पदार्थ तयार करतात. वनउद्योग फर्निचर, दारे, खिडक्या आणि कागदासारखी लाकूड-आधारित उत्पादने तयार करतात.

५) पॅकेजिंग आणि वितरण :

दोन्ही उद्योगांमधील तयार उत्पादने वितरणासाठी पॅकेज आणि लेबल केली जातात. कृषी-आधारित उद्योगांनी संपूर्ण महाराष्ट्रात आणि बाहेरील घाऊक विक्रेते, किरकोळ विक्रेते आणि ग्राहकांना उत्पादनांचा पुरवठा करण्यासाठी वितरण जाळे तयार केले आहे. वनउद्योग त्यांची लाकूड उत्पादने आणि कागद देशांतर्गत आणि आंतरराष्ट्रीय बाजारपेठेत वितरीत करतात.

६) बाजारपेठेतील प्रवेश :

दोन्ही उद्योग त्यांच्या उत्पादनांसाठी बाजारपेठेमध्ये प्रवेश करण्यासाठी मजबूत बाजार संबंध स्थापित करतात. कृषी-आधारित उद्योग देशांतर्गत बाजारपेठेची पूर्तता करतात आणि काही उत्पादने निर्यात करू शकतात. वनउद्योग देशांतर्गत मागणी पूर्ण करताना विविध देशांना लाकूड उत्पादने आणि कागद निर्यात करतात.

७) शाश्वत पद्धती :

कृषी-आधारित आणि वन उद्योग दोन्ही शाश्वत पद्धतींवर भर देतात. कृषी-आधारित उद्योग शाश्वत शेतीला समर्थन देतात आणि वन उद्योग संसाधनांची दीर्घकालीन उपलब्धता सुनिश्चित करण्यासाठी जबाबदार वन व्यवस्थापन पद्धतींचे पालन करतात.

८) सामाजिक-आर्थिक प्रभाव :

महाराष्ट्रातील ग्रामीण जीवनमान, रोजगार निर्मिती आणि सर्वांगीण आर्थिक विकासामध्ये कृषी-आधारित आणि वन उद्योग महत्त्वपूर्ण भूमिका बजावतात.

४.६.२ कृषी आधारित आणि वन उद्योगांच्या समस्या :

राज्यातील या उद्योगांना भेडसावणाऱ्या काही प्रमुख समस्या पुढीलप्रमाणे आहेत :

१) शेतीचे हंगामी स्वरूप :

कृषी-आधारित उद्योग अनेकदा हंगामी पिकांवर अवलंबून असतात, ज्यामुळे कच्च्या मालाची उपलब्धता आणि उत्पादनात चढ-उतार होतात. हे त्यांच्या क्षमता वापरावर आणि कार्यक्षमतेवर परिणाम करू शकते.

२) किमतीतील चढउतार :

कृषी मालाच्या किमती अस्थिर असू शकतात, ज्यामुळे कृषी-आधारित उद्योगांच्या नफ्यावर परिणाम होतो. आदान खर्च आणि विक्री किंमतीतील चढ-उतार या उद्योगांसाठी आर्थिक अनिश्चितता निर्माण करू शकतात.

३) अपुऱ्या पायाभूत आणि वाहतूक सुविधा :

अपुऱ्या पायाभूत सुविधा आणि वाहतूक सुविधा कच्च्या मालाच्या आणि तयार उत्पादनांच्या सुरळीत वाहतुकीस अडथळा आणू शकतात. साठवणुकीच्या योग्य सोयी नसल्यामुळेही शेतीचे काढणीनंतरचे नुकसान होऊ शकते.

४) मर्यादित वित्तपुरवठा :

कृषी-आधारित आणि वन उद्योगांच्या वृद्धीसाठी वित्तपुरवठ्याची उपलब्धता महत्त्वाची असते. तथापि, यापैकी काही उद्योगांना, विशेषत: लहान आणि मध्यम आकाराच्या उद्योगांना वित्तीय संस्थांकडून कर्ज मिळविण्यात आव्हानांचा सामना करावा लागू शकतो.

५) मान्सूनवर अवलंबून राहणे :

सिंचन आणि पाणीपुरवठ्यासाठी महाराष्ट्रातील शेती मोठ्या प्रमाणावर पावसावर अवलंबून आहे. अनियमित किंवा अपुऱ्या पावसाचा परिणाम पीक उत्पादनावर आणि उत्पादकतेवर होतो, त्याचा परिणाम कृषी आधारित उद्योगांवर होतो.

६) जमिनीचे तुकडीकरण :

शेतीमध्ये जमिनीचे तुकडे होणे ही एक महत्त्वाची समस्या असू शकते, ज्यामुळे लहान जमीन आणि मर्यादित अर्थव्यवस्था निर्माण होते. यामुळे कृषी आधारित उद्योगांची एकूण उत्पादकता आणि स्पर्धात्मकता प्रभावित होऊ शकते.

७) जमीन-वापर संघर्ष :

कृषी क्रियाकलाप आणि वन संवर्धन यांच्यातील संघर्ष उद्भवू शकतो, ज्यामुळे कृषी-आधारित आणि वन उद्योग दोन्हीसाठी विवाद आणि आव्हाने निर्माण होऊ शकतात.

८) शाश्वतता आणि जैवविविधता संवर्धन :

जैवविविधता आणि पर्यावरणीय समतोलाला हानी न पोहोचवता वनसंपत्तीची दीर्घकालीन उपलब्धता सुनिश्चित करण्यासाठी शाश्वत पद्धती टिकवून ठेवण्यासाठी वन उद्योगांना आव्हानांचा सामना करावा लागतो.

९) नियामक अनुपालन :

कृषी-आधारित आणि वन उद्योगांनी विविध पर्यावरणीय, कामगार आणि सुरक्षा नियमांचे पालन केले पाहिजे, ज्यामुळे परिचालन खर्च आणि प्रशासकीय भार वाढू शकतो.

१०) बाजार प्रवेश आणि मूल्यवर्धन :

कृषी-आधारित उद्योगांना त्यांच्या उत्पादनांसाठी, विशेषतः ग्रामीण आणि दुर्गम भागात बाजारपेठेपर्यंत पोहोचण्यात आव्हानांना सामोरे जावे लागते. प्राथमिक कृषी उत्पादनांमध्ये मूल्यवर्धनाचा अभाव महसूल निर्मितीवर मर्यादा घालू शकतो.

११) हवामान बदलाचा परिणाम :

हवामान बदलामुळे अप्रत्याशित हवामानाचे नमुने, अत्यंत प्रतिकूल हवामानाच्या घटना आणि पीक पद्धतीत बदल होऊ शकतो, ज्यामुळे शेती आणि वन उद्योग दोन्ही प्रभावित होतात.

४.६.३ कृषी आधारित आणि वन उद्योगांची प्रगती :

महाराष्ट्रातील कृषी-आधारित आणि वनउद्योग या दोन्हींनी महत्त्वपूर्ण प्रगती केली असून, राज्याच्या अर्थव्यवस्थेत आणि ग्रामीण विकासात योगदान दिले आहे. पुढील मुद्यांच्या आधारे त्याचा आढावा घेता येईल :

१) विविधीकरण आणि मूल्यवर्धन :

कृषी-आधारित आणि वनउद्योग दोन्हींनी त्यांच्या उत्पादनांच्या प्रतवारीमध्ये विविधता आणली आहे आणि ते मूल्यवर्धनात गुंतले आहेत. कृषी-आधारित उद्योगांनी प्राथमिक कृषी उत्पादनांच्या पलीकडे जाऊन प्रक्रिया केलेले पदार्थ, दुग्धजन्य पदार्थ आणि खाद्यतेलांची विस्तृत श्रेणी निर्माण केली आहे. वनउद्योगांनी मूल्यवर्धनावर लक्ष केंद्रित केले आहे, फर्निचर आणि अभियांत्रिकी लाकूड उत्पादने यासारखी उच्च दर्जाची लाकूड उत्पादने तयार केली आहेत.

२) तंत्रज्ञानाचा अवलंब :

दोन्ही उद्योगांनी कार्यक्षमता वाढवण्यासाठी, अपव्यय कमी करण्यासाठी आणि त्यांच्या उत्पादनांची गुणवत्ता सुधारण्यासाठी आधुनिक तंत्रज्ञान आणि स्वयंचलन स्वीकारले आहे. कृषी-आधारित उद्योगांनी प्रक्रियेसाठी प्रगत यंत्रसामग्रीचा अवलंब केला आहे, तर वनउद्योगांनी लाकूड प्रक्रियेसाठी अत्याधुनिक उपकरणांमध्ये गुंतवणूक केली आहे.

३) सहकारी चळवळ :

महाराष्ट्राच्या सशक्त सहकार चळवळीने कृषी–आधारित उद्योगांना पाठिंबा देण्यासाठी महत्त्वपूर्ण भूमिका बजावली आहे. साखर आणि दुग्धव्यवसाय क्षेत्रातीलकृषी सहकारी संस्था, शेतकऱ्यांना सक्षम करण्यात आणि त्यांच्या उत्पादनाला योग्य भाव मिळवून देण्यात यशस्वी ठरल्या आहेत.

४) निर्यात संधी :

भारतीय कृषी उत्पादने, प्रक्रिया केलेले खाद्यपदार्थ, लाकूड उत्पादने आणि कागदाच्या जागतिक मागणीचा उपयोग करून काही कृषी–आधारित आणि वन उद्योगांनी निर्यात बाजारपेठेत प्रवेश केला आहे.

५) शाश्वत पद्धती :

कृषी–आधारित आणि वन उद्योग या दोन्हींनी शाश्वत पद्धतींवर भर दिला आहे. कृषी–आधारित उद्योग शाश्वत शेतीला समर्थन देतात, तर वन उद्योगांनी संसाधनांची दीर्घकालीन उपलब्धता सुनिश्चित करण्यासाठी जबाबदार वन व्यवस्थापन पद्धतींचा अवलंब केला आहे.

६) सरकारी मदत :

महाराष्ट्र राज्य सरकारने कृषी–आधारित आणि वनउद्योगांना प्रोत्साहन देण्यासाठी धोरणात्मक सहाय्य, प्रोत्साहन आणि आर्थिक सहाय्य प्रदान केले आहे, या क्षेत्रांमध्ये गुंतवणूक आणि शाश्वत वाढीस प्रोत्साहन दिले आहे.

७) बाजार विस्तार :

फूड पार्क आणि प्रक्रिया केंद्रांच्या स्थापनेमुळे अन्न प्रक्रिया क्षेत्रात कृषी–आधारित उद्योगांची वाढ झाली आहे. वनउद्योगांमध्ये लाकूड उत्पादने आणि कागदाची मागणी वाढली आहे, ज्यामुळे नवीन गिरण्यांची स्थापना झाली आहे आणि विद्यमान असलेल्यांचे आधुनिकीकरण झाले आहे.

८) संशोधन आणि नवोपक्रम :

दोन्ही उद्योगांनी नवीन उत्पादने विकसित करण्यासाठी, उत्पादन प्रक्रिया सुधारण्यासाठी आणि एकूण स्पर्धात्मकता वाढविण्यासाठी संशोधन आणि नाविन्यपूर्ण गुंतवणूक केली आहे.

४.७ अन्न प्रक्रिया उद्योग :

महाराष्ट्रातील अन्न प्रक्रिया उद्योग राज्याच्या अर्थव्यवस्थेत महत्त्वाची भूमिका बजावतात, ते कृषी–आधारित मूल्यवर्धन आणि रोजगार निर्मितीमध्ये महत्त्वपूर्ण योगदान देतात. महाराष्ट्र हे अन्न प्रक्रियेचे प्रमुख केंद्र असून, राज्यभर विविध प्रक्रिया केंद्र आणि फूड पार्कची स्थापना केली आहे. हे उद्योग फळे, भाजीपाला, धान्य, दुग्धजन्य पदार्थ आणि मसाल्यांच्या विविध प्रकारच्या कृषी उत्पादनांवर प्रक्रिया करतात. तसेच ज्यूस, कॅन केलेला पदार्थ, दुग्धजन्य पदार्थ, स्नॅक्स आणि तयार जेवण यासारख्या मूल्यवर्धित उत्पादनांमध्ये गुंतवणूक करतात. राज्याचे मुबलक कृषी उत्पादन, मजबूत पुरवठा साखळी, तांत्रिक प्रगती आणि सरकारी मदत यांचा फायदा या क्षेत्राला होतो, ज्यामुळे ते राज्याच्या औद्योगिक परिदृश्याचा आणि भारतातील अन्न उद्योगाच्या एकूण वाढीचा एक महत्त्वाचा घटक बनते.

उदाहरणे :

महाराष्ट्रातील अन्न प्रक्रिया उद्योगांची काही उदाहरणे खालीलप्रमाणे आहेत :

१) हिंदुस्थान फूड्स लिमिटेड

२) गिवौदान (इंडिया) प्रायव्हेट लिमिटेड

३) देसाई ब्रदर्स लिमिटेड

४) हरिओमकर फूड प्रॉडक्ट्स प्रायव्हेट लिमिटेड

५) युनिलिव्हर इंडिया एक्सपोर्ट्स लिमिटेड

६) गंगाखेड शुगर अँड एनर्जी लिमिटेड

७) घोडावत कंझ्युमर लिमिटेड

८) पारख फूड्स लिमिटेड

४.७.१ अन्न प्रक्रिया उद्योगांची कार्यपद्धती :

महाराष्ट्रातील अन्न प्रक्रिया उद्योगांच्या कार्यामध्ये कच्च्या कृषी उत्पादनाचे मूल्यवर्धित आणि बाजारासाठी तयार अन्न उत्पादनांमध्ये रूपांतर करण्यासाठी अनेक पायऱ्यांचा समावेश आहे. या द्योगांची कार्यपद्धती पुढीलप्रमाणे सांगता येईल :

१) कच्चा माल सोर्सिंग :

अन्न प्रक्रिया उद्योग शेतकरी, कृषी सहकारी संस्था आणि घाऊक बाजारातून कच्चा माल घेतात. या कच्च्या मालामध्ये फळे, भाज्या, धान्ये, दुग्धजन्य पदार्थ, मांस, कुक्कुटपालन आणि मसाले यांचा समावेश होतो.

२) वर्गीकरण आणि साफसफाई :

प्रक्रिया युनिट्समध्ये आल्यावर, अशुद्धता, खराब झालेल्या वस्तू आणि परदेशी पदार्थ काढून टाकण्यासाठी कच्च्या मालाची वर्गवारी आणि साफसफाई केली जाते.

३) पूर्व–प्रक्रिया :

उत्पादनाच्या प्रकारानुसार, कच्च्या मालाला पुढील प्रक्रियेसाठी तयार करण्यासाठी सोलणे, कापणे आणि ब्लँचिंग यांसारख्या पूर्व–प्रक्रिया चरणांमधून जावे लागते.

४) प्रक्रिया आणि जतन :

प्रक्रिया केलेल्या कच्च्या मालावर स्वयंपाक करणे, कोरडे करणे, गोठवणे, कॅनिंग, किण्वन आणि पाश्चरायझेशन यासारख्या विविध प्रक्रिया तंत्रांचा वापर केला जातो. या प्रक्रिया अन्नाचे संरक्षण करण्यास, त्याचे जीवनमान वाढविण्यास आणि पौष्टिक गुणवत्ता राखण्यास मदत करतात.

५) घटकांचे मिश्रण आणि एकत्रीकरण :

विशिष्ट उत्पादनांसाठी, विशिष्ट पाककृती आणि चव रच तयार करण्यासाठी अनेक घटक मिश्रित आणि तयार केले जातात.

६) पॅकेजिंग :

प्रक्रिया केलेले आणि जतन केलेले अन्न नंतर कॅन, बाटल्या, पाउच, कार्टन आणि सॅचेट्स अशा विविध स्वरूपात पॅक केले जाते. पॅकेजिंग उत्पादनाची सुरक्षितता सुनिश्चित करते, अन्न खराब होण्यास प्रतिबंध करते आणि ग्राहकांना माहिती प्रदान करते.

७) गुणवत्ता नियंत्रण :

प्रक्रियेच्या संपूर्ण टप्प्यात, उत्पादनाची सुरक्षा, स्वच्छता आणि सातत्य राखण्यासाठी कडक गुणवत्ता नियंत्रण उपाय लागू केले जातात. अन्न सुरक्षा मानके आणि नियमांचे पालन सुनिश्चित करण्यासाठी नियमित चाचणी आणि तपासणी केली जाते.

८) साठवण आणि गोदाम :

तयार उत्पादने वितरणासाठी तयार होईपर्यंत उत्पादनाची गुणवत्ता राखण्यासाठी नियंत्रित तापमान आणि आर्द्रता असलेल्या गोदामांमध्ये साठवली जातात.

९) वितरण आणि विपणन :

अन्न प्रक्रिया उद्योगांनी घाऊक विक्रेते, किरकोळ विक्रेते, सुपरमार्केट, रेस्टॉरंट आणि संस्थात्मक खरेदीदारांना त्यांची उत्पादने पुरवण्यासाठी वितरण जाळ्याची स्थापना केली आहे. बाजारपेठेत त्यांच्या उत्पादनांचा प्रचार करण्यासाठी प्रभावी विपणन धोरणे वापरली जातात.

१०) सरकारी मदत :

अन्न प्रक्रिया क्षेत्रातील गुंतवणुकीला प्रोत्साहन देण्यासाठी महाराष्ट्र राज्य सरकार धोरणात्मक समर्थन, प्रोत्साहन आणि पायाभूत सुविधांचा विकास करते.

४.७.२ अन्न प्रक्रिया उद्योगांच्या समस्या :

महाराष्ट्रातील अन्न प्रक्रिया उद्योगांना अनेक आव्हानांचा सामना करावा लागतो ज्यामुळे त्यांच्या कामकाजावर आणि वाढीवर परिणाम होऊ शकतो. राज्यातील या उद्योगांना भेडसावणाऱ्या काही प्रमुख समस्या पुढीलप्रमाणे आहेत :

१) पुरवठा साखळी व्यत्यय :

अन्न प्रक्रिया उद्योग कच्च्या मालाच्या स्थिर आणि वेळेवर होणाऱ्या पुरवठ्यावर मोठ्या प्रमाणावर अवलंबून असतात. हवामानातील घटना, वाहतुकीच्या समस्या किंवा बाजारातील चढउतारांमुळे पुरवठा साखळीतील व्यत्यय उत्पादनास विलंब आणि उच्च खर्चास कारणीभूत ठरू शकतात.

२) कच्च्या मालाची हंगामी उपलब्धता :

काही कृषी कच्च्या मालाची उपलब्धता हंगामी असू शकते. अन्न प्रक्रिया उद्योगांना मर्यादित उपलब्धतेच्या काळात उत्पादन व्यवस्थापित करण्यात आव्हानांचा सामना करावा लागतो.

३) अपुऱ्या पायाभूत आणि वाहतूक सुविधा :

अपुऱ्या पायाभूत आणि वाहतूक सुविधा आव्हाने, जसे की अपुरी साठवणूक सुविधा, अकार्यक्षम वाहतूक व्यवस्था आणि उच्च वितरण खर्च, उद्योगाच्या सुरळीत कामकाजात अडथळा आणू शकतात.

४) गुणवत्ता नियंत्रण आणि अनुपालन :

अन्न सुरक्षा मानके आणि नियमांचे सातत्यपूर्ण गुणवत्ता आणि अनुपालन सुनिश्चित करणे आव्हानात्मक असू शकते. ग्राहकांचा विश्वास राखण्यासाठी आणि निर्यात आवश्यकता पूर्ण करण्यासाठी कठोर गुणवत्ता नियंत्रण उपाय आवश्यक आहेत.

५) उच्च ऊर्जा खर्च :

अन्न प्रक्रियेमध्ये गरम करणे, थंड करणे आणि रेफ्रिजरेशन यासारख्या ऊर्जा-केंद्रित प्रक्रियांचा समावेश होतो. ऊर्जेच्या किमतीतील चढ-उतारामुळे उद्योगाच्या एकूण उत्पादन खर्चावर परिणाम होऊ शकतो.

६) तंत्रज्ञानाचा अवलंब :

काही अन्न प्रक्रिया उद्योगांना सुरुवातीच्या गुंतवणुकीच्या खर्चामुळे आणि कुशल कामगारांच्या गरजेमुळे आधुनिक तंत्रज्ञान आणि स्वयंचलन स्वीकारण्यात अडचणी येऊ शकतात.

७) बाजारातील स्पर्धा :

महाराष्ट्रातील अन्न प्रक्रिया क्षेत्र स्पर्धात्मक आहे, विविध स्पर्धक बाजारपेठेतील वाटा मिळवण्यासाठी स्पर्धा करत असतात. लहान आणि नवीन उद्योगांसाठी प्रस्थापित ब्रँडशी स्पर्धा करणे आव्हानात्मक ठरते.

८) पॅकेजिंग आणि कचरा व्यवस्थापन :

उत्पादनाच्या संरक्षणासाठी आणि ग्राहकांच्या आवाहनासाठी प्रभावी पॅकेजिंग महत्त्वपूर्ण असते. अन्न प्रक्रिया उद्योगांनी पर्यावरणाशी संबंधित समस्यांचे निराकरण करण्यासाठी पर्यावरणपूरक आणि टिकाऊ पॅकेजिंग पद्धतींचा अवलंब करणे आवश्यक आहे. यामुळे खर्चात वाढ होते.

९) निर्यात अडथळे :

अन्न प्रक्रिया उद्योगांसाठी निर्यातीच्या संधी असताना, त्यांना आंतरराष्ट्रीय बाजारपेठेत व्यापार अडथळे आणि आयात नियमांना सामोरे जावे लागू शकते.

१०) सरकारी धोरणे आणि नियम :

सरकारी धोरणे, कर संरचना आणि नियामक चौकटीमध्ये वारंवार होणारे बदल उद्योगासाठी अनिश्चितता निर्माण करू शकतात आणि दीर्घकालीन नियोजनावर परिणाम करू शकतात.

११) कुशल कामगारांची कमतरता :

अन्न प्रक्रिया उद्योगाला उत्पादन, गुणवत्ता नियंत्रण आणि तंत्रज्ञान देखभाल यासह विविध भूमिकांसाठी कुशल आणि प्रशिक्षित कर्मचाऱ्यांची आवश्यकता असते. कुशल कामगारांच्या कमतरतेमुळे उद्योगाच्या उत्पादकतेवर परिणाम होऊ शकतो.

१२) बाजारातील मागणी आणि ग्राहकांची प्राधान्ये :

आरोग्यदायी, नैसर्गिक आणि टिकाऊ उत्पादनांबाबतच्या ग्राहकांच्या बदलत्या पसंती आणि मागण्या पूर्ण करण्यासाठी सतत नावीन्य आणि उत्पादन विकास करणे ही एक समस्या ठरू शकते.

४.७.३ अन्न प्रक्रिया उद्योगांची प्रगती :

महाराष्ट्रातील अन्न प्रक्रिया उद्योगांनी लक्षणीय प्रगती केली आहे आणि ते राज्याच्या आर्थिक वृद्धीचे महत्त्वपूर्ण घटक आहेत. ही प्रगती पुढील मुद्यांच्या आधारे जाणून घेता येईल :

१) विविध उत्पादन श्रेणी :

महाराष्ट्रातील अन्न प्रक्रिया उद्योगांनी प्रक्रिया केलेले खाद्यपदार्थ, पेये, दुग्धजन्य पदार्थ, मिठाईच्या वस्तू, तयार जेवण आणि मसाल्यांचा समावेश करण्यासाठी त्यांच्या उत्पादनांच्या प्रतवारीमध्ये विविधता आणली आहे. या विविधीकरणामुळे ग्राहकांच्या बदलत्या पसंती आणि मागण्या पूर्ण होण्यास मदत झाली आहे.

२) मूल्यवर्धन :

महाराष्ट्रातील अन्न प्रक्रिया उद्योगांनी कच्च्या कृषी उत्पादनात मोलाची भर घातली आहे. या उत्पादनांवर प्रक्रिया करून आणि पॅकेजिंग करून, त्यांनी त्यांचे जीवनमान वाढवले आहे आणि त्यांची विक्रीक्षमता सुधारली आहे.

३) आधुनिकीकरण आणि तंत्रज्ञानाचा अवलंब :

उद्योगाने कार्यक्षमता, गुणवत्ता आणि उत्पादकता वाढविण्यासाठी आधुनिक तंत्रज्ञान आणि स्वयंचलन स्वीकारले आहे. आंतरराष्ट्रीय मानकांची पूर्तता करण्यासाठी प्रगत प्रक्रिया उपकरणे, पॅकेजिंग मशिनरी आणि गुणवत्ता नियंत्रण प्रणाली लागू करण्यात आली आहे.

४) फूड पार्क आणि पायाभूत सुविधांचा विकास :

महाराष्ट्राने विविध क्षेत्रांमध्ये फूड पार्क आणि प्रक्रिया केंद्रांची स्थापना केली आहे. हे फूड पार्क अन्न प्रक्रिया उद्योगांना मदत करण्यासाठी सामान्य सुविधा, पायाभूत सुविधा आणि सेवा प्रदान करतात तसेच या क्षेत्रातील गुंतवणूकीला प्रोत्साहन देतात.

५) **निर्यात वृद्धी :**
महाराष्ट्रातील अन्न प्रक्रिया उद्योगांनी जागतिक बाजारपेठेत प्रवेश करून निर्यातीच्या संधी शोधल्या आहेत. यात प्रक्रिया केलेली फळे आणि भाज्या, शीतपेये, मसाले आणि खाण्यासाठी तयार जेवण यांचा समावेश होतो. या उत्पादनांना आंतरराष्ट्रीय बाजारपेठेत स्थान मिळाले आहे, ज्यामुळे भारताच्या कृषी निर्यातीस सहाय्य प्राप्त झाले आहे.

६) **रोजगार निर्मिती :**
अन्न प्रक्रिया उद्योग हा महाराष्ट्रातील एक महत्त्वपूर्ण रोजगारदाता म्हणून उदयास आला आहे, ज्यामुळे शहरी आणि ग्रामीण भागात रोजगाराच्या संधी निर्माण झाल्या आहेत.

७) **गुणवत्ता आणि सुरक्षितता मानके :**
उद्योगाने कडक गुणवत्ता आणि सुरक्षा मानकांचे पालन करण्यात प्रगती केली आहे. अन्न सुरक्षा नियमांचे पालन केल्याने ग्राहकांचा विश्वास वाढला आहे आणि निर्यातीच्या संधी सुकर झाल्या आहेत.

८) **मूल्य साखळी एकत्रीकरण :**
कृषी मूल्य शृंखलेसह अन्न प्रक्रिया उद्योगाच्या एकत्रीकरणामुळे शेतकऱ्यांसाठी बाजारपेठेतील संधी वाढल्या आहेत आणि उद्योगासाठी कच्च्या मालाचा स्थिर पुरवठा सुनिश्चित झाला आहे.

९) **ब्रँड विकास :**
महाराष्ट्रातील अनेक अन्न प्रक्रिया कंपन्यांनी राष्ट्रीय आणि आंतरराष्ट्रीय स्तरावर असलेले मजबूत ब्रँड यशस्वीरित्या तयार केले आहेत, ज्यामुळे अन्न उद्योगात राज्याची प्रतिष्ठा वाढली आहे.

४.८ बांधकाम उद्योग :

महाराष्ट्रातील बांधकाम उद्योग हे राज्याच्या पायाभूत सुविधांच्या विकासात आणि आर्थिक वृद्धीमध्ये महत्त्वपूर्ण भूमिका बजावतात. यामध्ये निवासी, व्यावसायिक आणि औद्योगिक बांधकाम तसेच रस्ते, पूल, विमानतळ आणि मेट्रो नेटवर्क यासारख्या पायाभूत सुविधा प्रकल्पांसह विविध क्रियाकलापांचा समावेश आहे. राज्याच्या वाढत्या शहरीकरणामुळे आणि औद्योगिकीकरणामुळे बांधकाम सेवांची मागणी वाढली आहे, ज्यामुळे असंख्य बांधकाम कंपन्या, रिअल इस्टेट डेव्हलपर्स आणि पायाभूत सुविधा कंपन्या स्थापन झाल्या आहेत. उद्योगाच्या प्रगतीवर सरकारी धोरणे, गुंतवणूक, तंत्रज्ञानाचा अवलंब आणि बाजारातील गतिशीलता यांचा प्रभाव पडतो, ज्यामुळे तो महाराष्ट्राच्या सर्वांगीण विकासाच्या आकृतिबंधाचा एक महत्त्वाचा घटक बनतो.

उदाहरणे :

महाराष्ट्रातील बांधकाम उद्योगांची काही उदाहरणे खालीलप्रमाणे आहेत :

१) टाटा प्रकल्प.
२) गॉडदेस ग्रुप.
३) एल अँड टी कन्स्ट्रक्शन.
४) मनीषा कन्स्ट्रक्शन्स.
५) ओबेरॉय रियल्टी.
६) मिलेनियम इंजिनियर्स अँड कॉंट्रॅक्टर्स.
७) महिंद्रा लाइफस्पेस डेव्हलपर्स.
८) अबिल ग्रुप.

४.८.१ बांधकाम उद्योगांची कार्यपद्धती :

महाराष्ट्रातील बांधकाम उद्योगाच्या कार्यामध्ये अनेक प्रक्रिया आणि क्रियाकलापांचा समावेश होतो. ज्यामध्ये विविध बांधकाम प्रकल्पांचे नियोजन, डिझाइन, अंमलबजावणी आणि पूर्णता यांचा समावेश आहे.

१) प्रकल्प नियोजन आणि आराखडा :

बांधकाम प्रक्रिया प्रकल्प नियोजन आणि आराखड्यास सुरू होते. ग्राहक, विकासक किंवा सरकारी यंत्रणा प्रकल्प सुरू करतात आणि वास्तुविशारद, अभियंते व सल्लागारांना त्यांच्या गरजा आणि वैशिष्ट्यांवर आधारित संरचना आरेखित करण्यासाठी गुंतवतात.

२) परवानगी आणि मंजूरी :

बांधकाम सुरू करण्यापूर्वी, संबंधित प्राधिकरणांकडून आवश्यक परवानग्या आणि मंजुरी मिळवणे आवश्यक असते. यामध्ये पर्यावरणीय मंजुरी, बांधकाम परवानग्या आणि स्थानिक इमारत नियमांचे पालन यांचा समावेश आहे.

३) खरेदी आणि साहित्य :

बांधकाम कंपन्या प्रकल्पासाठी साहित्य, उपकरणे आणि कुशल कामगार यांची उपलब्धता करतात. कार्यक्षम लॉजिस्टिक व्यवस्थापन बांधकाम साइटवर वेळेवर साहित्य वितरण सुनिश्चित करते.

४) साइट तयार करणे :

आवश्यक मंजूरी मिळाल्यावर, बांधकाम साइट तयार केली जाते, ज्यामध्ये उत्खनन, सपाटीकरण आणि माती परीक्षणाचा समावेश असतो.

५) बांधकाम अंमलबजावणी :

प्रकल्पाच्या आराखड्यानुसार आणि वेळापत्रकानुसार प्रत्यक्ष बांधकाम सुरू होते. कुशल कामगार, कंत्राटदार आणि प्रकल्प व्यवस्थापक विविध बांधकाम क्रियाकलाप पार पाडण्यासाठी एकत्र काम करतात, ज्यात पाया घालणे, संरचना उभारणे आणि उपयुक्तता स्थापित करणे समाविष्ट आहे.

६) गुणवत्ता नियंत्रण आणि सुरक्षितता :

बांधकाम प्रक्रिया हीआराखडा वैशिष्ट्ये आणि उद्योग मानकांचे पालन करत आहे याची खात्री करण्यासाठी गुणवत्ता नियंत्रण उपाय लागू केले जातात. कामगारांचे संरक्षण करण्यासाठी आणि अपघात टाळण्यासाठी सुरक्षा प्रोटोकॉल लागू केले जातात.

७) प्रकल्प व्यवस्थापन :

विविध क्रियाकलापांचा समन्वय साधण्यासाठी, संसाधनांचे व्यवस्थापन करण्यासाठी आणि प्रकल्प वेळेवर आणि बजेटमध्ये प्रगतीपथावर आहे याची खात्री करण्यासाठी प्रभावी प्रकल्प व्यवस्थापन आवश्यक आहे.

८) तांत्रिक प्रगती :

महाराष्ट्रातील बांधकाम उद्योगाने कार्यक्षमता आणि उत्पादकता सुधारण्यासाठी तंत्रज्ञानाचा स्वीकार केला आहे. बिल्डिंग इन्फॉर्मेशन मॉडेलिंग (BIM), साइट सर्व्हेसाठी ड्रोन आणि प्रगत बांधकाम उपकरणे ही बांधकामात वापरल्या जाणाऱ्या तांत्रिक प्रगतीची उदाहरणे आहेत.

९) शाश्वतता आणि हरित इमारत :

शाश्वततेस मोठे महत्व प्राप्त झाल्यामुळे, महाराष्ट्रातील बांधकाम उद्योग पर्यावरणीय प्रभाव कमी करण्यासाठी पर्यावरणपूरक पद्धती आणि ग्रीन बिल्डिंग प्रमाणपत्रांचा अवलंब करत आहे.

१०) सूपूर्तता आणि देखभाल :

बांधकाम पूर्ण झाल्यानंतर, बांधलेल्या प्रकल्प ग्राहकाकडे सोपवण्यापूर्वी तपासणी आणि चाचणी केली जाते. मोठ्या प्रमाणात पायाभूत सुविधा प्रकल्पांसाठी, देखभाल आणि कार्यप्रणाली प्रकल्पाच्या व्याप्तीचा भाग असू शकते.

११) बाजारपेठ गतिशीलता :

मागणी, कुशल कामगारांचा पुरवठा, भौतिक खर्च आणि आर्थिक परिस्थिती यासह महाराष्ट्रातील बांधकाम उद्योग बाजारपेठेतील गतिशीलतेने प्रभावित आहे.

१२) पायाभूत सुविधांचा विकास :

बांधकाम उद्योग रस्ते, पूल, मेट्रो नेटवर्क, विमानतळ आणि शहरी विकास उपक्रम यासारख्या विविध पायाभूत सुविधा प्रकल्पांच्या विकासात योगदान देतात.

४.८.२ बांधकाम उद्योगांच्या समस्या :

राज्यातील बांधकाम उद्योगाला भेडसावणाऱ्या काही प्रमुख समस्या पुढीलप्रमाणे आहेत :

१) नियामक विलंब :

विविध सरकारी प्राधिकरणांकडून परवानग्या आणि मंजुरी मिळवणे ही महाराष्ट्रातील एक त्रासदायक आणि वेळखाऊ प्रक्रिया आहे. नोकरशाही लालफिती आणि लांबलचक मंजूरी कालावधीमुळे अनेकदा प्रकल्पाला विलंब होतो आणि खर्च वाढतो. ज्यामुळे प्रकल्पाच्या वेळेवर आणि नफ्यावर प्रतिकूल परिणाम होतो.

२) भूसंपादन आणि मालकी समस्या :

बांधकाम प्रकल्पांसाठी जमीन संपादन करणे हे एक मोठे आव्हान आहे, विशेषतः शहरी भागात जेथे जमिनीची उपलब्धता मर्यादित आहे. याव्यतिरिक्त, मालकी समस्या कायदेशीर गुंतागुंत आणि प्रकल्प व्यत्यय आणू शकतात.

३) कुशल कामगारांची कमतरता :

महाराष्ट्रातील बांधकाम उद्योगाला कुशल आणि प्रशिक्षित कामगारांची मोठी कमतरता जाणवते. अनेक कुशल कामगार चांगल्या संधींच्या शोधात इतर प्रदेशात किंवा देशांत स्थलांतरित होतात, ज्यामुळे स्थानिक श्रमशक्तीमध्ये अंतर निर्माण होते. कुशल कामगारांच्या कमतरतेमुळे विलंब होतो, प्रकल्पाच्या गुणवत्तेत तडजोड होते आणि मजुरीचा खर्च वाढतो.

४) खर्च वाढ :

भौतिक खर्च, कामगार मजुरी आणि इतर आदान खर्चातील चढ-उतार यामुळे बांधकाम प्रकल्पांच्या खर्चात वाढ होऊ शकते. अप्रत्याशित खर्च वाढीमुळे प्रकल्पाच्या अंदाजपत्रकावर ताण येऊ शकतो आणि बांधकाम कंपन्यांच्या एकूण नफ्यावर परिणाम होऊ शकतो.

५) पायाभूत सुविधा आव्हाने :

अपुऱ्या पायाभूत सुविधा, विशेषतः दुर्गम आणि अविकसित भागात, बांधकाम कंपन्यांसाठी आव्हाने निर्माण करू शकतात. खराब रस्ते, योग्य वाहतुकीचा अभाव आणि युटिलिटीजपर्यंत मर्यादित प्रवेश यामुळे लॉजिस्टिक खर्चात वाढ होते आणि प्रकल्पांच्या सुरळीत अंमलबजावणीमध्ये अडथळा निर्माण होतो.

६) पर्यावरणविषयक सतर्कता :

पर्यावरणावरील बांधकाम क्रियाकलापांचा प्रभाव कमी करण्यासाठी महाराष्ट्राच्या बांधकाम उद्योगाने कठोर पर्यावरणीय नियमांचे पालन करणे आवश्यक आहे. कचऱ्याची विल्हेवाट, हवा आणि जल प्रदूषण तसेच

निवासस्थानाचा नाश यासारख्या समस्यांसाठी काळजीपूर्वक विचार करणे आणि टिकाऊपणाच्या पद्धतींचे पालन करणे आवश्यक आहे. यामुळे खर्चात वाढ होते.

७) प्रकल्प वित्तपुरवठा :

विशेषत: लहान आणि मध्यम आकाराच्या बांधकाम कंपन्यांसाठी पुरेसा आणि वेळेवर प्रकल्प वित्तपुरवठा करणे हे एक आव्हान असू शकते. उच्च व्याजदर, कर्ज देण्याचे कठोर निकष आणि कर्ज वाटपातील विलंब प्रकल्पाच्या प्रगतीत अडथळा आणू शकतात.

८) प्रकल्प व्यवस्थापन :

अकार्यक्षम प्रकल्प व्यवस्थापन पद्धतीमुळे बांधकाम प्रकल्पांमध्ये विलंब, खर्च वाढणे आणि गुणवत्तेच्या समस्या उद्भवू शकतात. क्रियाकलापांचा समन्वय साधण्यासाठी, संसाधनांचे व्यवस्थापन करण्यासाठी आणि वेळेवर प्रकल्प वितरण सुनिश्चित करण्यासाठी प्रभावी प्रकल्प व्यवस्थापन आवश्यक आहे.

९) जमिनीचा वापर आणि झोनिंग समस्या :

जमिनीचा वापर आणि झोनिंग नियम काहीवेळा बांधकाम क्रियाकलाप प्रतिबंधित करू शकतात किंवा हाती घेतलेल्या प्रकल्पांचे प्रकार मर्यादित करू शकतात. झोनिंग नियम बदलणे किंवा अस्पष्ट झोनिंग मार्गदर्शक तत्त्वे बांधकाम कंपन्यांसाठी अनिश्चितता निर्माण करू शकतात.

१०) हंगामी मर्यादा :

महाराष्ट्रामध्ये मोसमी बदलांचा अनुभव येतो, पावसाळा आणि अत्यंत हवामानामुळे बांधकाम क्रियाकलापांवर काही विशिष्ट प्रदेशांमध्ये परिणाम होतो. मुसळधार पावसामुळे बांधकामाच्या वेळापत्रकात विलंब आणि व्यत्यय निर्माण होतो.

११) सुरक्षा आणि सुरक्षितता :

बांधकामाच्या ठिकाणी सुरक्षा आणि सुरक्षितता सुनिश्चित करणे अत्यंत महत्त्वाचे आहे. पुरेशा सुरक्षा उपायांची अंमलबजावणी करण्यात अयशस्वी झाल्यास अपघात, जखम आणि बांधकाम कंपन्यांसाठी कायदेशीर दायित्वे निर्माण होऊ शकतात.

१२) बाजारपेठेतील स्पर्धा :

महाराष्ट्रातील बांधकाम उद्योग अत्यंत स्पर्धात्मक आहे, असंख्य स्पर्धक प्रकल्पांसाठी इच्छुक आहेत. तीव्र स्पर्धा नफ्याच्या पातळीवर दबाव आणू शकते आणि किंमतीच्या बाबतीत तळापर्यंत जावू शकते.

१३) तंत्रज्ञानाचा अवलंब :

काही बांधकाम कंपन्यांनी आधुनिक बांधकाम तंत्रज्ञान स्वीकारले आहे, तर काहींना उच्च प्रारंभिक खर्च आणि तांत्रिक कौशल्याच्या कमतरतेमुळे प्रगत बांधकाम पद्धती अवलंबण्यात आणि एकत्रित करण्यासाठी संघर्ष करावा लागतो.

१४) विलंबित देयके :

ग्राहक किंवा प्रकल्प मालकांकडून विलंबित देयके बांधकाम कंपन्यांच्या रोख प्रवाहावर ताण आणू शकतात. ज्यामुळे विक्रेते, पुरवठादार आणि मजुरांना वेळेवर पैसे देण्याची क्षमता प्रभावित होते.

१५) राजकीय आणि धोरणात्मक अस्थिरता :

सरकारी धोरणांमधील बदल किंवा राजकीय अस्थिरता बांधकाम उद्योगासाठी अनिश्चितता निर्माण करू शकते, ज्यामुळे गुंतवणूक आणि प्रकल्प प्रक्रियेवर परिणाम होतो.

४.८.३ बांधकाम उद्योगांची प्रगती :

महाराष्ट्रातील बांधकाम उद्योगाने लक्षणीय प्रगती दर्शविली आहे आणि राज्याच्या आर्थिक वाढीसाठी आणि पायाभूत सुविधांच्या विकासामध्ये त्याचे मोठे योगदान आहे. पुढील मुद्यांच्या आधारे त्याचा आढावा घेता येईल :

१) रिअल इस्टेटला चालना :

राज्याच्या शहरी केंद्रांमध्ये, विशेषत: मुंबई आणि पुणे, व्यावसायिक आणि निवासी प्रकल्पांच्या बांधकामामुळे रिअल इस्टेटमध्ये तेजी आली आहे. कार्यालयीन जागा, निवासी अपार्टमेंट आणि किरकोळ जागेच्या मागणीने या शहरांमध्ये बांधकाम क्रियाकलापांना चालना दिली आहे.

२) शाश्वत पद्धती :

शाश्वततेवर लक्ष केंद्रित करून, महाराष्ट्रातील बांधकाम उद्योगाने पर्यावरणपूरक पद्धती आणि ग्रीन बिल्डिंग प्रमाणपत्रे स्वीकारण्यात प्रगती केली आहे. ऊर्जा-कार्यक्षम आणि पर्यावरणास अनुकूल असे अनेक प्रकल्प तयार केले आहेत.

३) पायाभूत सुविधा प्रकल्प :

मुंबई-अहमदाबाद हाय-स्पीड रेल्वे प्रकल्प (बुलेट ट्रेन) आणि मुंबई-नागपूर समृद्धी एक्स्प्रेस वे यांसारख्या पायाभूत सुविधांच्या विकासात राज्य सरकारच्या पुढाकारामुळे बांधकाम क्षेत्राला चालना मिळाली आहे आणि रोजगाराच्या संधी निर्माण झाल्या आहेत.

४) सरकारी मदत :

बांधकाम उद्योगाला चालना देण्यासाठी महाराष्ट्र राज्य सरकार धोरणात्मक समर्थन, प्रोत्साहन आणि पायाभूत सुविधांच्या विकासासाठी सक्रिय आहे. विविध योजना आणि धोरणांनी गुंतवणुकीला प्रोत्साहन दिले आहे आणि क्षेत्राच्या वाढीस मदत केली आहे.

५) कुशल कामगार प्रशिक्षण :

उद्योगांना भासणाऱ्या कामगारांच्या गरजा पूर्ण करण्यासाठी प्रशिक्षण आणि कौशल्य विकास कार्यक्रमांमध्ये गुंतवणूक करून कुशल कामगारांची कमतरता भरून काढण्याचे प्रयत्न केले गेले आहेत.

६) रिअल इस्टेट नियामक प्राधिकरण (RERA) :

महाराष्ट्रात RER च्या अंमलबजावणीमुळे रिअल इस्टेट क्षेत्रात पारदर्शकता आणि जबाबदारी आली आहे, खरेदीदारांचा आत्मविश्वास वाढला आहे आणि प्रकल्प वेळेत पूर्ण होण्याची खात्री प्राप्त झाली आहे.

७) सार्वजनिक-खाजगी भागीदारी (PPPs) :

पायाभूत सुविधांच्या विकासात खाजगी क्षेत्राच्या सहभागाला प्रोत्साहन देत बांधकाम क्षेत्रातील सार्वजनिक-खाजगी भागीदारी प्रकल्पांमध्ये राज्यात वाढ झाली आहे.

८) शहरांचे आधुनिकीकरण :

महाराष्ट्रातील अनेक शहरांमध्ये आधुनिकीकरण आणि शहरी नूतनीकरण प्रकल्प पूर्ण झाले आहेत, ज्यामध्ये स्मार्ट शहरे आणि शहरी पायाभूत सुविधांचा समावेश आहे.

बहुविकल्पी प्रश्न

१) महाराष्ट्रामध्ये एक अग्रगण्य फार्मास्युटिकल म्हणजे ---------- , जे आरोग्यसेवा उत्पादनांच्या विस्तृत श्रेणीसाठी ओळखले जाते.

अ) टाटा मोटर्स ब) रिलायन्स इंडस्ट्रीज क) सन फार्मा ड) हिंदुस्थान युनिलिव्हर

२) ---------- ही महाराष्ट्रातील एक प्रमुख फार्मास्युटिकल कंपनी आहे, जी आरोग्यसेवा नवकल्पनांमध्ये योगदानासाठी ओळखली जाते.

अ) विप्रो ब) सिप्ला क) लार्सन अँड टुब्रो ड) इन्फोसिस

३) महाराष्ट्र हे पेट्रोकेमिकल्सचे प्रमुख केंद्र आहे, आणि ---------- हे उद्योगातील एक प्रमुख नाव आहे, जे राज्याच्या वाढीमध्ये महत्त्वपूर्ण भूमिका बजावत आहे.

अ) ओएनजीसी ब) टाटा कन्सल्टन्सी सर्व्हिसेस (टीसीएस)
क) अदानी समूह ड) महिंद्रा अँड महिंद्रा

४) महाराष्ट्रातील ---------- कॉम्प्लेक्स हे देशातील सर्वात मोठे आणि एकात्मिक पेट्रोकेमिकल केंद्रांपैकी एक आहे.

अ) टाटा मोटर्स ब) जमशेदजी टाटा मेमोरियल हॉस्पिटल
क) रिलायन्स इंडस्ट्रीज ड) भाभा अणु संशोधन केंद्र (BRCA)

५) महाराष्ट्रातील फार्मास्युटिकल कंपन्या आरोग्य सेवांच्या गरजा पूर्ण करण्यासाठी ---------- उत्पादनांचे संशोधन, विकास, उत्पादन आणि वितरण यात गुंतलेल्या आहेत.

अ) तांत्रिक उपकरणे ब) ग्राहकोपयोगी वस्तू क) वैद्यकीय उपकरणे ड) कृषी यंत्रसामग्री

६) महाराष्ट्रातील पेट्रोकेमिकल आणि रासायनिक उद्योगांमध्ये पेट्रोलियम आणि नैसर्गिक वायू यासारख्या कच्च्या मालापासून ---------- च्या उत्पादनाचा समावेश होतो.

अ) हस्तकला ब) फर्निचर
क) प्लास्टिक, पॉलिमर आणि रसायने ड) अन्न उत्पादने

७) सुरक्षित, प्रभावी आणि नियमांचे पालन करणारी ---------- औषधे तयार करण्यासाठी महाराष्ट्रातील फार्मास्युटिकल कंपन्यांसाठी R&D उपक्रम महत्त्वपूर्ण आहेत.

अ) औद्योगिक यंत्रसामग्री ब) मनोरंजन उत्पादने
क) नाविन्यपूर्ण ड) नाशवंत

८) महाराष्ट्रातील पेट्रोकेमिकल आणि रासायनिक प्रक्रियांमध्ये उद्योग आणि दैनंदिन जीवनात वापरल्या जाणाऱ्या ---------- यासह विविध उत्पादनांमध्ये कच्चा माल शुद्ध करणे समाविष्ट आहे.

अ) सौर पॅनेल ब) पुनर्वापर करण्यायोग्य साहित्य
क) विशेष रसायने ड) कृषी उत्पादन

९) महाराष्ट्र हे इलेक्ट्रॉनिक्स उत्पादनाचे केंद्र आहे, ज्यात ---------- सारख्या कंपन्या राज्याच्या तांत्रिक प्रगतीमध्ये योगदान देत आहेत.

अ) टाटा मोटर्स ब) रिलायन्स इंडस्ट्रीज क) इन्फोसिस ड) L&T इलेक्ट्रॉनिक्स

१०) ---------- ही महाराष्ट्रातील एक प्रमुख इलेक्ट्रॉनिक्स कंपनी आहे, जी तिच्या ग्राहक इलेक्ट्रॉनिक्स आणि उपकरणांच्या विस्तृत श्रेणीसाठी ओळखली जाते.

अ) विप्रो   ब) सोनी इंडिया

क) टाटा कन्सल्टन्सी सर्व्हिसेस (TCS)   ड) हिंदुस्थान युनिलिव्हर

११) महाराष्ट्राचा सॉफ्टवेअर उद्योग भरभराटीला येत आहे, आणि ---------- हे राज्यात मुख्यालय असलेले जागतिक IT दिग्गज म्हणून प्रचलित आहे.

अ) विप्रो   ब) टाटा मोटर्स   क) इन्फोसिस   ड) अदानी समूह

१२) ---------- ची महाराष्ट्राच्या IT लँडस्केपमध्ये लक्षणीय उपस्थिती आहे आणि ते जगभरात सॉफ्टवेअर सोल्यूशन्स आणि सेवा प्रदान करतात.

अ) सोनी इंडिया   ब) एल अँड टी इन्फोटेक   क) महिंद्रा आणि महिंद्रा   ड) ONGC

१३) महाराष्ट्राच्या सहकार चळवळीचे उदाहरण ---------- या कृषी सहकारी संस्थेने दिले आहे ज्याचे विविध क्षेत्रांमध्ये मजबूत अस्तित्व आहे.

अ) टाटा मोटर्स   ब) रिलायन्स इंडस्ट्रीज   क) अमूल   ड) इन्फोसिस

१४) महाराष्ट्र सहकारी साखर कारखाना महासंघ (MAHASFED) राज्याच्या साखर उद्योगात महत्त्वाची भूमिका बजावते, जे असंख्य ---------- सहकारी संस्थांचे प्रतिनिधित्व करते.

अ) ऑटोमोबाईल   ब) माहिती तंत्रज्ञान   क) साखर कारखाना   ड) पेट्रोकेमिकल

१५) महाराष्ट्राच्या इलेक्ट्रॉनिक्स उद्योगामध्ये ग्राहक इलेक्ट्रॉनिक्सपासून औद्योगिक उपकरणांपर्यंत ---------- उपकरणांच्या निर्मितीचा समावेश आहे.

अ) कृषी यंत्रसामग्री   ब) फर्निचर   क) हस्तकला   ड) इलेक्ट्रॉनिक

१६) महाराष्ट्रातील इलेक्ट्रॉनिक्स क्षेत्रातील कंपन्या आराखडा, संशोधन, उत्पादन आणि ---------- घटकांच्या निर्मितीमध्ये गुंतलेल्या आहेत.

अ) कापड उत्पादने   ब) खाद्यपदार्थ   क) इलेक्ट्रॉनिक   ड) बांधकाम साहित्य

१७) महाराष्ट्रातील सॉफ्टवेअर कंपन्या ---------- सोल्यूशन्स विकसित करण्यात, त्या विविध उद्योगांना आणि जागतिक ग्राहकांना पुरवण्यात माहिर आहेत.

अ) फर्निचर   ब) मनोरंजन   क) तांत्रिक   ड) कृषी

१८) महाराष्ट्राचा सॉफ्टवेअर उद्योग ---------- विकास आणि माहिती विश्लेषण यासारख्या क्षेत्रातील कुशल व्यावसायिकांच्या कौशल्यावर अवलंबून आहे.

अ) कृषी   ब) फर्निचर   क) सॉफ्टवेअर   ड) ग्राहकोपयोगी वस्तू

१९) महाराष्ट्रातील सहकारी संस्था, जसे की ----------, सामूहिक प्रयत्नांवर आधारित, सामायिक संसाधने आणि समर्थनाद्वारे सदस्यांना लाभ मिळवून देतात.

अ) टाटा मोटर्स   ब) रिलायन्स इंडस्ट्रीज   क) अमूल   ड) इन्फोसिस

२०) महाराष्ट्राचा सहकारी डेअरी उद्योग, ज्याचे प्रतिनिधित्व ---------- सारख्या संस्था करतात, स्थानिक शेतकऱ्यांना सक्षम बनवतात आणि डेअरी क्षेत्राच्या वाढीस हातभार लावतात.

अ) हिंदुस्थान युनिलिव्हर   ब) सोनी इंडिया   क) अमूल   ड) L&T इन्फोटेक

२१) महाराष्ट्राच्या कृषी–आधारित क्षेत्राला ---------- सारख्या कंपन्यांनी चालना दिली आहे, राज्याच्या कृषी आणि ग्रामीण विकासात योगदान दिले आहे.

अ) इन्फोसिस **ब)** टाटा मोटर्स **क)** महिंद्रा आणि महिंद्रा **ड)** हिंदुस्थान युनिलिव्हर

२२) ---------- हे लाकूड प्रक्रिया आणि शाश्वत वन व्यवस्थापनामध्ये भूमिका बजावणारे महाराष्ट्राच्या वन उद्योगातील एक महत्त्वाचे नाव आहे.

अ) विप्रो **ब)** अदानी समूह **क)** रिलायन्स इंडस्ट्रीज **ड)** वेस्ट कोस्ट पेपर मिल्स

२३) महाराष्ट्रात ---------- सारख्या प्रमुख अन्न प्रक्रिया कंपन्या आहेत, ज्या कृषी पुरवठा साखळीत मूल्यवर्धनासाठी योगदान देतात.

अ) एल अँड टी इन्फोटेक **ब)** नेस्ले इंडिया

क) सोनी इंडिया **ड)** ONGC

२४) ---------- ही महाराष्ट्रातील अन्न प्रक्रिया क्षेत्रातील आघाडीची कंपनी आहे, जी ग्राहकांना विविध प्रकारच्या उत्पादनांची ऑफर देते.

अ) टाटा कन्सल्टन्सी सर्व्हिसेस (TCS) **ब)** ITC लिमिटेड

क) लार्सन अँड टुब्रो **ड)** महिंद्रा अँड महिंद्रा

२५) पायाभूत सुविधा विकास आणि रिअल इस्टेट प्रकल्पांमध्ये गुंतलेल्या ---------- सारख्या कंपन्यांसह महाराष्ट्राचे बांधकाम क्षेत्र भरभराटीला आले आहे.

अ) विप्रो **ब)** टाटा मोटर्स **क)** अदानी समूह **ड)** लार्सन अँड टुब्रो

२६) ---------- महाराष्ट्राच्या बांधकाम क्षेत्रामध्ये महत्त्वपूर्ण योगदान देते, तसेच व्यावसायिक संकुलांपासून सार्वजनिक उपयोगितांपर्यंतचे प्रकल्प कार्यान्वित करते.

अ) इन्फोसिस **ब)** महिंद्रा अँड महिंद्रा

क) रिलायन्स इंडस्ट्रीज **ड)** शापूरजी पालोनजी समूह

२७) महाराष्ट्रातील कृषी–आधारित उद्योगांमध्ये ---------- उत्पादनांची लागवड, प्रक्रिया आणि मूल्यवर्धन यासारख्या क्रियाकलापांचा समावेश आहे, जे कृषी अर्थव्यवस्थेत योगदान देतात.

अ) इलेक्ट्रॉनिक **ब)** ऑटोमोटिव्ह **क)** कृषी **ड)** कापड

२८) महाराष्ट्रातील वन उद्योगांमध्ये लाकूड प्रक्रिया आणि संवर्धन प्रयत्नांसह शाश्वत ---------- पद्धतींचा समावेश आहे.

अ) खाणकाम **ब)** कृषी **क)** वस्त्र **ड)** वनीकरण

२९) महाराष्ट्राचे अन्न प्रक्रिया क्षेत्र कृषी उत्पादनांना ---------- वस्तूंमध्ये रूपांतरित करून, ग्राहकांच्या गरजा पूर्ण करून मूल्यवर्धित करते.

अ) कच्चा माल **ब)** औद्योगिक यंत्रसामग्री **क)** ग्राहक **ड)** खाण उत्पादने

३०) महाराष्ट्रातील अन्न प्रक्रिया उद्योगातील कंपन्या प्रक्रिया केलेल्या अन्न उत्पादनांची सुरक्षितता आणि ---------- सुनिश्चित करण्यासाठी कठोर गुणवत्ता मानकांचे पालन करतात.

अ) तांत्रिक प्रगती **ब)** नफा मार्जिन **क)** पौष्टिक मूल्य **ड)** पुनर्वापरक्षमता

३१) महाराष्ट्रातील बांधकाम कंपन्या ---------- आणि पायाभूत सुविधा प्रकल्प बांधण्यात गुंतलेल्या आहेत, जे शहरी विकासाला हातभार लावतात.

अ) कृषी यंत्रसामग्री **ब)** फर्निचर **क)** निवासी संकुल **ड)** अन्न उत्पादने

३२) महाराष्ट्राचे बांधकाम क्षेत्र कार्यक्षम प्रकल्प व्यवस्थापन, दर्जेदार बांधकाम आणि प्रकल्प वेळेवर वितरित करण्यावर लक्ष केंद्रित करते, ज्यामुळे राज्याचे ---------- क्षेत्र सुधारते.

अ) तांत्रिक **ब)** कृषी **क)** कलात्मक **ड)** आर्थिक

उत्तरे : १) क, २) ब, ३) अ, ४) क, ५) क, ६) क, ७) क, ८) क, ९) ड, १०) ब, ११) क, १२) ब, १३) क, १४) क, १५) ड, १६) क, १७) क, १८) क, १९) क, २०) क, २१) क, २२) ड, २३) ब, २४) ब, २५) ड, २६) व, २७) क, २८) ड, २९) क, ३०) क, ३१) क, ३२) अ.

सरावासाठी प्रश्न

प्र. १. महाराष्ट्रातील फार्मास्युटिकल उद्योगांची कार्यपद्धती स्पष्ट करा.

प्र. २. महाराष्ट्रातील औषधी उद्योगांच्या समस्यांची माहिती सांगा.

प्र. ३. महाराष्ट्रातील पेट्रोकेमिकल आणि केमिकल उद्योगांची कार्यपद्धती विशद करा.

प्र. ४. महाराष्ट्रातील पेट्रोकेमिकल आणि केमिकल उद्योगांच्या समस्या स्पष्ट करा.

प्र. ५. महाराष्ट्रातील इलेक्ट्रॉनिक्स उद्योगांची कार्यपद्धती स्पष्ट करा.

प्र. ६. महाराष्ट्रातील इलेक्ट्रॉनिक्स उद्योगांच्या समस्या स्पष्ट करा.

प्र. ७. महाराष्ट्रातील सॉफ्टवेअर उद्योगांची कार्यपद्धती सांगा.

प्र. ८. महाराष्ट्रातील सॉफ्टवेअर उद्योगांच्या समस्या स्पष्ट करा.

प्र. ९. महाराष्ट्रातील सहकारी उद्योगांची कार्यपद्धती विशद करा.

प्र. १०. महाराष्ट्रातील सहकारी उद्योगांच्या समस्या सांगा.

प्र. ११. महाराष्ट्रातील कृषी आधारित आणि वन उद्योगांची कार्यपद्धती स्पष्ट करा.

प्र. १२. महाराष्ट्रातील कृषी आधारित आणि वन उद्योगांच्या समस्या सांगा

प्र. १३. महाराष्ट्रातील अन्न प्रक्रिया उद्योगांची कार्यपद्धती विशद करा.

प्र. १४. महाराष्ट्रातील अन्न प्रक्रिया उद्योगांच्या समस्या सांगा.

प्र. १५. महाराष्ट्रातील बांधकाम उद्योगांची कार्यपद्धती स्पष्ट करा.

प्र. १६. **खालील विषयांवर टीपा लिहा:**

अ) फार्मास्युटिकल उद्योगांची प्रगती.

ब) पेट्रोकेमिकल आणि केमिकल उद्योगांची प्रगती.

क) इलेक्ट्रॉनिक्स उद्योगांची प्रगती.

ड) सॉफ्टवेअर उद्योगांची प्रगती.

इ) सहकारी उद्योगांची प्रगती.

ई) कृषी आधारित आणि वन उद्योगांची प्रगती.

फ) अन्न प्रक्रिया उद्योगांची प्रगती.

ग) बांधकाम उद्योगांची प्रगती.

www.ingramcontent.com/pod-product-compliance
Lightning Source LLC
LaVergne TN
LVHW082038051026
849532LV00011B/3400
* 9 7 8 8 1 1 9 1 8 0 5 7 8 *